யார் வைத்த தீ...

**Title:**
Yaar Vaitha Thee...

© P.R.Mahadevan

ISBN: 978-93-92474-06-4

நூல் தலைப்பு
யார் வைத்த தீ...

நூல் ஆசிரியர்
© ப.ரா.மஹாதேவன்

முதற்பதிப்பு
அக்டோபர் - 2021

விலை: ₹250

Printed in India

**Published by**
**Sathyaa Enterprises**
No.137, First Floor,
Choolaimedu High Road,
Choolaimedu,
Chennai - 600 094.
044 - 4507 4203

**Email:**
sathyaabooks@gmail.com

# யார் வைத்த தீ...

ப.ரா.மஹாதேவன்

# அழகிய தீவின் அவலம்

இந்த உலகில் ஒரு சொட்டு ரத்தத்தைக்கூடச் சிந்தாமல் தம் மதத்தைப் பரப்பினார் புத்தர். ஒரு சர்வாதிகார சாம்ராஜ்ஜியத்தை கத்தியின்றி ரத்தமின்றி வென்று காட்டினார் காந்தி. தண்டனையைப் பற்றிப் பேசாத ஒரே நீதி நூலை எழுதினார் திருவள்ளுவர். ஒரு கன்னத்தில் அறைந்தால் இன்னொரு கன்னத்தைக் காட்டு என்றார் இயேசு கிறிஸ்து. ஆனால், புத்தரை வணங்குபவர்களும் வள்ளுவரின் வழித்தோன்றல்களும் காந்தியின் தேசத்தைச் சேர்ந்தவர்களும் இயேசுவின் புத்திரர்களும் ஒன்று கூடிக் கொன்றழித்த மக்களின் கதை இது. தெய்வங்கள் எல்லாம் சாத்தானாக உருமாறிய காலகட்டத்தின் சித்திரம் இது.

தெய்வங்களால் சபிக்கப்பட்ட தீவின் ரத்தச் சரித்திரம் இது.

கைவிடப்பட்ட தேசத்தின் கண்ணீர் கதை இது.

இலங்கை அரசின் அதிகாரபூர்வ இணையதளங்கள், புலிகள் அமைப்பின் அதிகாரபூர்வ படைப்புகள், வலைதளங்கள் ஆகிய வற்றில் இருந்து தகவல்கள் எடுத்தாளப்பட்டிருக்கின்றன. பஸில் ஃபெர்னாண்டோ, சுமந்த் சுப்ரமணியன், ராஜினி திராணகம, எரிக்கா செனோவெத் ஆகியோரின் படைப்புகள் நன்றியுடன் பயன்படுத்தப்பட்டிருக்கின்றன.

- ப.ரா.மகாதேவன்

### சமர்ப்பணம்

சிங்கத்துக்கும் புலிக்கும் இடையிலான போரை
மேட்டில் இருந்து பார்க்க முடியாமல்
இடையே மாட்டிக்கொண்டு
பலியான எளிய மக்களுக்கு

# உள்ளே...

1. ஈழத்தில் அமைதி திரும்பிவிட்டது 7

2. தெய்வத்தின் சன்னிதியில்... 28

3. ஜநாவின் ஆலிவ் இலைகளிலிருந்து சொட்டும் ரத்தம் 35

4. இந்தியர்களாகிய எங்களிடம் ஒளிப்பதற்கு எலும்புக்கூடுகள் இல்லை 48

5. சகோதர யுத்தமே காரணம் - தமிழகத்தின் குரல் 92

6. ஈழத் தமிழர் அல்ல... இந்துத் தமிழர்! 101

7. இஸ்லாமியரின் கபர்களை 121

8. ஒரு தீவு... இரு நாடுகள் 137

9. புத்தம் மரணம் கச்சாமி 162

10. வீதிகளில் ஓடியிருக்கவேண்டிய தேர் 178

# 1
# ஈழத்தில் அமைதி திரும்பிவிட்டது

**வீ**டு வந்திருச்சா...

இல்லை...

இப்போ...

இல்ல...

இப்போ...

இல்லை...

வீடு வந்திருச்சா...

வந்திருச்சு...

நொண்டியடித்து வந்த யாழினி கண்ணைத் திறந்து பார்க்கிறாள். கால் கொஞ்சம் பிசகியிருந்தால் கட்டத்தில் பட்டிருக்கும். நல்ல வேளையாக தப்பித்துவிட்டது. எச்சில் தேய்த்த சில்லைக் கட்டத்துக்கு அருகில் வீசிவிட்டு நொண்டியடித்தபடியே அதை மிதிக்க முயற்சி செய்கிறாள். சில்லில் அவள் காலை ஊன்றும் நேரம் பார்த்து எங்கிருந்தோ வந்த ஷெல், மிகச் சரியாக சில்லின் மேல் விழுந்து வெடித்துச் சிதறுகிறது. யாழினி தூக்கி எறியப்படுகிறாள். தனியாக தெறித்து விழுந்த கால் விலுக் விலுக் என்று துடிக்கிறது. அந்த ஒற்றைக் காலில் இருந்த கொலுசும் 'ஜல் ஜல்' எனத் துடித்து அடங்குகிறது. விளையாட்டுக்கு நொண்டியடித்த அவள் நிரந்தர நொண்டியானாள். ஊனமுற்ற காலுடன் நடந்து கொண்டிருந்தவளின் இன்னொரு காலை நோக்கி இன்னொரு ஷெல் வானில் இருந்து சீறிப் பாய்ந்து வருகிறது.

யாழினி 'வீல்' என்ற அலறலுடன் பதறியடித்து எழுகிறாள். சுற்று முற்றும் மிரட்சியுடன் பார்க்கிறாள். எங்கும் இருள்

சூழ்ந்து கிடக் கிறது. பயத்தில் உறைந்தபடியே ஒற்றைக் காலைத் தரையில் ஊன்றுகிறாள். பிணம்போல் குளிர்ந்து கிடக்கிறது தரை. கட்டி லுக்கு அருகில் இருந்த ஊன்றுகோல், காலை இடறி விடுகிறது.

அந்த சத்தத்தைக் கேட்டு ஓடி வருகிறார் ஆயா. யாழினி ஓடிச் சென்று அவரை அணைத்துக் கொள்கிறாள்.

ஆயா : என்னம்மா...

யாழினி மிரட்சியுடன் ஆயாவைப் பார்க்கிறாள்.

ஆயா : மறுபடியும் அதே கனவா...

ஆயாவின் உடம்புக்குள் ஒடுங்கியபடியே ஆமாம் என்று தலையை அசைத்துக் காட்டுகிறாள் யாழினி.

ஆயா : இங்க ஷெல் எல்லாம் வராதும்மா... இது இறந்தவங்க வசிக்கற இடம். முந்தியெல்லாம் சாகறதுக்கான காலம் வரும் போதுதான் எல்லாரும் சாவாங்க. இப்ப நிலைமை மாறிடிச்சு. ஒருத்தர் சாகறதுக்காக எமன் நிர்ணயிச்ச காலம் வர்றதுக்கு முன்னாலயே மனுஷங்க நம்மளைக் கொன்னுடறாங்க. ஆனா, எமலோகத்துல நமக்கான நேரம் வந்தாத்தான் நுழைய முடியும். அதுவரைக்கும் திரிசங்கு சொர்க்கம் மாதிரி இங்கதான் இருந்தா கணும். இங்க நம்மளை யாராலயும் கொல்ல முடியாது. ஏன்னா நாமதான் ஏற்கெனவே செத்தாச்சே. அதனால எதையும் நினைக்காம நிம்மதியா தூங்கு.

யாழினியை இடுப்பில் தூக்கி வைத்துக்கொண்டு, வெளியே இருண்டு கிடக்கும் வானத்தில் தென்படும் நட்சத்திரங்களை ஜன்னல் வழியாகக் காட்டி ஆறுதல் சொல்கிறாள்.

யாழினி (நிமிர்ந்து நட்சத்திரங்களைப் பார்க்காமல் இருளைப் பார்த்தபடியே கேட்கிறது) : எனக்கு மட்டும் ஏன் இப்படி நடக்கணும்?

ஆயா குழந்தையை ஆறுதலாகத் தடவிக் கொடுக்கிறார்.

ஆயா : அப்படியில்லம்மா. உனக்கு மட்டும் இப்படி நடந்ததா கவலைப்படாத. வாழ்க்கைன்னா இதெல்லாம் சகஜம்தான். நீ சின்ன பொண்ணு. போகப் போக எல்லாம் புரிஞ்சுப்ப. பேசாம படுத்துத் தூங்கு.

**யாழினி** : நான் என்ன தப்பு பண்ணினேன்? எனக்கு மட்டும் ஏன் இப்படி நடந்துச்சு? செத்தப் பிறகும் அந்தக் கனவு தொடர்ந்து வந்துக்கிட்டே இருக்கே.

**ஆயா (பெருமூச்சு விட்டபடியே)** : மனசைப் போட்டு அலட்டிக்காம தூங்கும்மா. எல்லாம் சரியாகிடும்.

சொல்லியபடியே ஆயா அவளைக் கட்டிலில் படுக்க வைத்து கம்பளியால் போர்த்திவிடுகிறார்.

**யாழினி (போர்வையை எடுத்து வீசியபடியே)** : நான் தூங்கமாட்டேன். என் பிரச்னைக்கு வழி சொல்லிட்டுப் போ.

**ஆயா** : சரி... சொல்றேன். ஆனா எனக்கு நீ ஒரே ஒரு விஷயம் செஞ்சு தரணும்.

**யாழினி** : ஒரு விஷயம் என்ன... நூறு விஷயம் கூடச் செய்யறேன். இந்தக் கனவு நின்னாப் போதும்.

**ஆயா** : சரி. நீ பூமிக்குப் போயி போரினால பாதிக்கப்படாதவங்க வீட்ல இருந்து ஒரு குவளை தண்ணி வாங்கிட்டு வா. அதை வெச்சு உன்னைக் குணப்படுத்தறேன்.

**யாழினி** : அவ்வளவுதானா... வெறும் ஒரு குவளை தண்ணி வாங்கிட்டு வந்தா போதுமா?

**ஆயா** : ஆமா...

**யாழினி** : அதுக்கு அப்பறம் விளையாடும்போது மட்டும் நான் நொண்டி அடிச்சா போதும் இல்லையா?

**ஆயா** : ஆமாம்.

**யாழினி** : அப்படின்னா சரி. காலைல எழுந்ததுமே பூமிக்குப் போறேன். கண்ணுல தட்டுப்படற மொதல் வீட்டுல இருந்து வாங்கிட்டு வந்துடறேன்.

யாழினி ஆயாவின் தோளில் தலை சாய்த்துக் கொள்கிறது. ஆயா தட்டிக் கொடுத்தபடியே யாழினியைத் தூங்க வைக்கிறார்.

**ம**றுநாள் காலையில் சூரியன் பயந்தபடியே உதிக்கிறது. அறைக்குள் முதல் சூரிய ஒளிக்கதிர் நுழைந்ததும் யாழினி தாங்கு கட்டையை எடுத்துக்கொண்டு புறப்படுகிறாள்.

பூமியில் அவள் நுழைந்த தெரு வெறிச்சோடிக் கிடக்கிறது. இரு மருங்கும் வளர்ந்திருக்கும் மரங்களின் இலைகள் நில்லாமல் வீசும் குளிர் காற்றில் உறைந்ததுபோல் அசையாமல் இருக்கின்றன. முதலில் தென்படும் ஒரு வீட்டின் முன்னால் யாழினி சென்று நிற்கிறாள்.

***யாழினி*** : அம்மா... அம்மா...

வீட்டுக்குள்ளிருந்து நடுத்தர வயதான ஒரு பெண் பரபரப்பாக ஓடிவருகிறார். யாரையோ எதிர்பார்த்து ஓடி வந்தவர் அவரைக் காணாமல் முகம் வாடுகிறார். வாசலில் ஊனமுற்ற ஒரு குழந்தை நிற்பதைப் பார்க்கிறார்.

***பெண்*** : நீ தான் கூப்பிட்டியாம்மா...

***யாழினி*** : ஆமாம்.

***பெண்*** : காணாமப் போன என் குழந்தையோட குரல் மாதிரியே இருந்துச்சு. அதான்... (தன்னைத்தானே சிறிது தேற்றிக்கொள்கிறார்) அது சரி... உனக்கு என்னம்மா வேணும்.

***யாழினி*** : ஒரு குவளை தண்ணி வேணும்மா...

***பெண்*** : இதோ... கொண்டு வர்றேன்... நீ மொதல்ல வீட்டுக்குள்ள வா.

யாழினி தாங்குகட்டையை ஊன்றியபடியே உள்ளே செல்கிறாள்.

***பெண்*** : தேத்தண்ணி சாப்பிடறியாம்மா...

***யாழினி*** : வேண்டாம்... வெறும் தண்ணி போதும். அப்பறம், உங்ககிட்ட ஒரு விஷயம் கேட்கணும். உங்க வீட்டுல போரினால யாரும் பாதிக்கப்படலை இல்லையா?

நீர் எடுக்க உள்ளே போக முயன்ற அந்தப் பெண் சட்டென்று அதிர்ந்து நிற்கிறார். சிறிது நேரம் அப்படியே நிற்பவர் மெதுவாகத் திரும்புகிறார்.

***பெண்*** : என்ன கேட்டே? (இதழில் வேதனை கலந்த சிரிப்பு வெளிப்படுகிறது. சூன்யத்தைச் சிறிது நேரம் வெறித்துப் பார்க்கிறார். கண்ணீர் மெல்லிய கோடாக வழிகிறது. பொங்கி வரும் அழுகையை மென்று முழுங்கிக் கொள்கிறார். எதுவும் பேசாமல் உள்ளே செல்பவர் ஒரு சக்கர நாற்காலியைத் தள்ளிக் கொண்டு வருகிறார். அதில்

இரண்டு காலும் துண்டாக்கப்பட்ட குழந்தை ஒன்று அமர்ந்திருக்கிறது) பாப்பா, உன் கதையை அக்கா கிட்ட சொல்லு என்கிறார் அந்தப் பெண்.

ஊனமாகாத கைகளையும் அடிபடாத தலையையும் ஆட்டியபடியே குட்டிப் பாப்பா கதை சொல்ல ஆரம்பிக்கிறது.

குட்டிப் பாப்பா : நாங்க ஒரு தோட்டத்துல வண்ணத்துப் பூச்சியைப் பிடிச்சு விளையாடிட்டிருந்தோம். வண்ணத்துப் பூச்சி தெரியுமா. நீ பாத்திருக்கியா... பூவுக்கெல்லாம் ரெக்கை முளைச்ச மாதிரி இருக்கும் (கைகளை ரெக்கைபோல் விரித்துக் காட்டுகிறது). கலர் கலரா இருக்கும். அதை ஒவ்வொண்ணா பிடிச்சி ஆளாளுக்கு சட்டையில ஒட்டி வெச்சுப்போம் (தன் சட்டையில் கைகளால் ஒட்டிக் காட்டுகிறது). அப்பறம் அதைப் பறக்க விட்டுருவோம். ரெக்கைகளோட கலரை சட்டைபூரா ஒட்ட வெச்சிட்டு நாங்களும் பறப்போம் (சக்கர நாற்காலியில் இருந்தபடியே பறந்து காட்டுகிறது).

அப்படி விளையாடிக்கிட்டிருந்தப்ப ஊர் எல்லைல புதுசா நட்ட ஒரு கம்பத்துல கொடி ஏத்த ஒருத்தர் வெளியூர்ல இருந்து வந்தாரு. கார்ல அவர் வந்து இறங்கினதும் ஊர்ல இருந்து பெரியவங்க எல்லாரும் அவரை வாழ்த்தி கோஷம் போட்டாங்க. அந்தப் பெரிய மனுஷருக்கு பொன்னாடை போத்தி, மாலை போடறதுக்கு விளையாடிக்கிட்டிருந்த குழந்தைகள்ல ஒருத்தர வரச் சொன்னாங்க. நாங்க விளையாடிட்டிருந்த மைதானம் கொஞ்சம் தள்ளி இருந்தது. ஒவ்வொருத்தரும் ஒவ்வொரு வழில ஓடினோம். நான் ரோட்டு வழியா ஓடினேன்.

அப்போ எனக்கு முன்னால ஒருத்தர் சைக்கிள்ள வேகமா போனாரு. நான்தான் ரொம்ப ஃபாஸ்ட் ஆச்சே. சைக்கிள் பின்னால வேகமா ஓடினேன். நான் பின்னால ஓடி வர்றதைப் பார்த்ததும் பதறிப் போயிட்டாரு. பின்னால வராதே அப்படின்னு கையால விரட்டினாரு. நான் அதைக் கேக்கலை. அவர் திரும்பித் திரும்பிப் பார்த்து என்னை ரொம்பக் கோபமா விரட்டினாரு. நைஸா சைக்கிளோட இன்னொரு பக்கத்துக்கு போயிட்டேன் (நாற்காலியில் பதுங்கியபடியே நடித்துக் காட்டுகிறது).

அவர் திரும்பிப் பார்த்தப்போ என்னைக் காணலைன்னதும் சைக்கிளை கொடிக்கம்பத்துக்கு பக்கத்துல கூடியிருக்கிறவங்களை

நோக்கி ஓட்டினாரு. அவங்க இவர் வேகமா வர்றதைப் பாத்ததும் பதறிப்போய் ஏய் ஏய்ன்னு கத்தினாங்க. அதுக்குள்ள சைக்கிள் அவங்க பக்கத்துல போயிடிச்சு. நான் சட்டுன்னு சைக்கிள் கேரியர் பக்கத்துல இருந்த பெட்டியை இழுத்துப் பிடிச்சேன். சைக்கிள் ஓட்டிட்டு வந்தவர் திரும்பி என்னைப் பார்த்ததும் அதிர்ச்சி ஆயிட்டாரு. அவர் கண்ணுல ஏதோ ஒரு சோகம் சட்டுன்னு வந்துச்சு. அப்படியே உறைஞ்சுபோயிட்டாரு.

பெடலை மிதிக்கறதை அவரு நிறுத்திட்டாரு. ஆனா சைக்கிள் தானாவே ஓடினது. நானும் கேரியர் பெட்டியை பிடிச்சுக்கிட்டே ஓடினேன். சைக்கில் நேரா கூட்டத்துக்குள்ள போய் மோதிச்சு. அடுத்த நிமிஷமே டமால்னு ஒரு வெடி சத்தம் கேட்டுச்சு. சைக்கிள்காரரு, நான், கொடி ஏத்த வந்த தலைவர், கூடி நின்னவங்க எல்லாரும் வானத்துல பறந்தோம் (குழந்தை ஸ்லோமோஷனில் பறந்து காட்டுகிறது).

என் சட்டைல இருந்த வண்ணத்துபூச்சிங்களோட எல்லா நிறமும் அழிஞ்சிபோய் ஒரே சிவப்பு நிறமா ஆகிப் போச்சு. என் காலு ரெண்டும் உடைஞ்சிபோச்சு...நான் பப்ளிமாஸ் பாப்பாவா இருந்தப்போ ஒரு இடத்துல நிக்கமாட்டேன். வீடுபூரா குறுக்கயும் மருக்கயுமா ஓடிக்கிட்டே இருப்பேன். அம்மா சொல்லுவாங்க... கதிர்காமன் உனக்கு காலுக்குப் பதிலா சக்கரத்தைத்தான் வெச்சுவிட்டிருக்கான் அப்படின்னு. அவங்க சொன்னது சரியாப்போச்சு. இப்ப எனக்கு நிஜ சக்கரமே காலாகிடிச்சு என்று சொல்லி சக்கர நாற்காலியின் டயரை ஆசையாகத் தடவியபடியேஅந்தப் பாப்பா சிரிக்கிறது.

அந்த வீட்டுப் பெண் உள்ளே போய் ஒரு குவளையில் நீர் கொண்டு வருகிறார். வந்து பார்க்கையில் நீர் கேட்ட குழந்தையைக் காணவில்லை. என்ன நடந்தது என்று புரியாமல் குழப்பத்துடன் நிற்கிறார்.

***

**தா**ங்கு கட்டையை ஊன்றியபடியே யாழினி அடுத்த வீட்டுக்குப் போகிறாள். நாலைந்து குழந்தைகள் வாசலில் விளையாடிக் கொண்டிருக்கின்றன. யாழினியைப் பார்த்ததும் விளையாட்டு நிற்கிறது.

யாழினி நேராக அவர்களிடம் போகிறது.

**விளையாடும் குழந்தைகளில் ஒன்று** : நீயும் விளையாட வர்றியா...

**யாழினி** : இல்லை. நான் விளையாட வரல்லை. எனக்கு நீங்க ஒரு சின்ன உதவி செய்யணும். உங்க வீட்டுல போரினால பாதிக்கப்பட்டவங்க யாராவது இருக்காங்களா?

விளையாடிக் கொண்டிருக்கும் குழந்தைகள் அனைத்துமே விழுந்து விழுந்து சிரிக்கின்றன.

**அவர்களில் ஒரு சிறுவன்** : யாராவதா? நாங்க எல்லாருமே அண்ணன் தம்பியையும் நண்பர்களையும் போர்ல இழந்தவங்கதான்.

யாழினி அதைக் கேட்டதும் அதிர்ச்சி அடைகிறாள்.

**யாழினி** : எல்லாருமேவா? எப்படி?

**சிறுவன் (தொடர்கிறான்)** : நானு, இர்ஃபான், சலீம் எல்லாரும் தெருவுல பச்சைக் குதிரை விளையாடிட்டிருந்தோம். எது செஞ்சாலுமே நாங்க எல்லாரும் சேர்ந்துதான் செய்வோம். காலைல ஸ்கூலுக்குப் போகும்போது சேந்துதான் போவோம். சாயந்திரம் சேந்துதான் திரும்பி வருவோம். விளையாடறது, தொழுகைக்குப் போறதுன்னு எல்லாத்துக்குமே சேர்ந்துதான் போவோம். வருவோம். அன்னப் பறவைகள் பத்தி தமிழ் வாத்தியார் ஒரு பாட்டு சொன்னாரே உனக்குத் தெரியுமா...

**யாழினி** : தெரியாது

**சிறுவன்** : பிரிவைத்தாங்கிக்க முடியாத அன்னங்கள் பற்றிய பாட்டு அது. ஆத்துல நீந்திப் போயிக்கிட்டிருக்கறப்ப ஒரு தாமரைப் பூ குறுக்க வந்ததுன்னா ஒரு அன்னம் வலப்பக்கமாகவும் இன்னொரு அன்னம் இடப்பக்கமாகவும் போக வேண்டிவருமே. அந்த ஒரு சில விநாடிகள் பிரிஞ்சு போறதுகூட அந்த அன்னப் பறவைகளுக்கு பிடிக்காதாம். பெரிய வேதனையைத் தருமாம். இர்ஃபானும் அப்படிப் பட்டவன்தான். அவனைவிட்டு நான் ஒரு விநாடி பிரிஞ்சாக்கூட தாங்கமாட்டான். அன்னிக்கு ஒரு சில நிமிஷம் அவன் கிட்ட இருந்து பிரிஞ்சிருக்க வேண்டிவந்திடுச்சு. ரோஷக்காரன் கோபிச்சுக்கிட்டு நிரந்தரமா பிரிஞ்சிட்டான்.

**யாழினி** : ஒரு சில நிமிடம் பிரிஞ்சு இருந்ததுக்கா அப்படிச் செய்திட்டான்.

**சிறுவன்** : உண்மையில அவன் செய்யலை. ஆனா, அவன் அப்படிச் செய்யறமாதிரி ஆகிடிச்சு. நாங்க தெருவில விளையாடிக்கிட்டிருந்தபோது மசூதில இருந்து தொழுகைக்கான அழைப்பு காத்துல அப்படியே அலை அலையா மிதந்து வந்துச்சு. அல்லா எங்களைக் கூப்பிடறாருன்னு சந்தோஷமா புறப்பட்டோம். ஆனா, அது சாத்தானோட அழைப்புன்னு அப்போ தெரியலை. குல்லாவை எடுக்க அவங்க அவங்க வீட்டுக்கு ஓடினோம். அம்மீ ஜான் ஆட்டுக்குட்டியை வீட்டுத் திண்ணைல கட்டிப் போட்டுக்கிட்டிருந்தாங்க. இன்னிக்கும் நீ என்கூட தொழுகைக்கு வரமாட்டியான்னு கேட்டேன்.

நான்தான் நாளைக்கு கட்டாயம் வருவேன்னு சொல்லியிருக்கேனேன்னு சொல்லிச்சு.

இதையேதான என்னிக்குக் கேட்டாலும் சொல்ற? சரி உனக்கும் சேத்து நானே தொழுதுட்டு வர்றேன்-னு சொல்லிட்டு தொப்பியை எடுத்து மாட்டிக்கொண்டு ஓடினேன். வீட்டுக்கு முன் பக்க மரத்தில் இருந்து கொழைகளை ஒடித்து குட்டி ஆடுக்கு எட்டும் படியாகத் தூணில் கட்டிவிட்டுக் கொண்டிருந்த அம்மீஜான் சிரித்தபடியே விடை கொடுத்தார்.

இர்ஃபான் அவங்க வீட்டுல இருந்து ஓடிவந்தான். ரெண்டுபேரும் கையைப் பிடிச்சிக்கிட்டே ஓடினோம். சிறிது தூரம் ஓடியதும் தெருவிளக்குகளும் வீட்டு விளக்குகளும் சட்டுன்னு அணைஞ்சிச்சு. அதிர்ந்துபோய், திரும்பிப் பார்த்தேன். அம்மீ ஜான் என்னைத் திரும்பி வந்துவிடும்படி அழைத்தார். அம்மீஜான் பக்கம் போனேன். சிறிது நேரம் ஏதோ யோசித்த அம்மீஜான் குனிந்து நெற்றியில் முத்தமிட்டார். போயிட்டுவா அப்படின்னார். நான் அம்மீஜானுக்கு முத்தம்கொடுத்துவிட்டு அல்லாவை நோக்கி ஓடினேன். அதுதான் நான் அம்மீஜானுக்குக் கொடுத்த கடைசி முத்தம்.

மெழுகுவர்த்தியின் மங்கலான, பொன்னிற ஒளியில் பிரார்த்தனை அறை தகதகத்துக் கொண்டிருந்தது. காலைக் கழுவிவிட்டு நான், இர்ஃபான், சலீம் எல்லாரும் முதல் வரிசையில் இடம்பிடித்து முழங்காலிட்டு அமர்ந்தோம். நெத்தில தழும்பு வரணுங்கறதுக்காக சின்ன கரித் துண்டுனால எங்களுக்கு முன்னால வழக்கம் போலத் தடவிக்கிட்டோம். ஆனா, அதுக்கு அவசியமே இல்லாமப் போச்சு. அல்லாவை மனதில் தியானித்து நிர்மலமான வெண் சுவரை இரண்டு

முறை தொழுதோம். மூன்றாவது முறை தரையில் மண்டியிட்டுவிட்டு எழுந்தபோது கண் முன் தெரிந்த காட்சி எங்களை அதிர்ச்சியில் உறைய வைத்தது. நிர்மலமான வெண் சுவரில் ஏகே-47 தாங்கியவர்களின் கரிய நிழல்கள்! என்ன ஏது என்று யோசிப்பதற்குள் இயந்திரத் துப்பாக்கிகள் இடை இடைவிடாமல் முழங்கத் தொடங்கின. வெண் சுவர் ரத்தத்தால் நிறம் மாறியது.

***

**யா**ழினி இன்னொரு வீட்டுக்குப் போகிறாள். அங்கு மர ஊஞ்சலில் தன்னந்தனியாக ஆடிக் கொண்டிருக்கும் ஒரு சிறுமி, செல்ல மரப்பாச்சி பொம்மையிடம் தன் கதையைச் சொல்லிக் கொண்டிருக்கிறது.

**சிறுமி** : போர் எங்களுக்கு போதும் போதும் ஆயிருந்தது. ஷெல்லடியில் இறப்பதில் ஆரம்பித்து, கண்ணிவெடி, கடத்தப்பட்டுக் காணாமல் போவது, கற்பழிக்கப்பட்டு கொலை, தற்கொலைத் தாக்குதல் என வீட்டுக்கு ஒருத்தரை அல்ல... எத்தனையோ பேரைக் காவு கொடுத்திருந்தோம். தியாகத்தின் கடைசி வழியான சயனைட் குப்பி கடித்துத்தான் யாரும் இறக்கவில்லை. பாக்கி எல்லா வழிகளிலும் போர் விருட்சத்தின் வேருக்கு நீர் வார்த்துவிட்டிருந்தோம். எஞ்சியிருந்தவர்களுக்கு எங்காவது போய் உயிர் வாழ்ந்தால் போதும் என்று தோன்றி, இருந்த சொத்து பத்தையெல்லாம் விற்று, கொடுக்க வேண்டியவர்களுக்குக் கொடுக்க வேண்டியதைக் கொடுத்து, விசா வாங்கி ஆஸ்திரேலியா வந்து சேர்ந்துவிட்டோம்.

அங்கு வந்து சேரும்போது நான் அம்மா வயிற்றில்தான் இருந்தேன்.

ஆயிற்று... ஆஸ்திரேலியா வந்து சேர்ந்து சில ஆண்டுகள் கழிந்துவிட்டன. அண்ணன் அக்காக்கள் விமானங்களைக் கண்டு பயப்படுவது குறைந்துவிட்டது. காலிங் பெல் அடித்தால் ஏற்படும் பயம் அம்மாவுக்கும் குறைந்துவிட்டது. இருளின் அமைதியைக் கிழித்தபடி இறங்கும் ஷெல்களின் சத்தம், ரத்தத்தின் இளஞ்சூடு, வெடி மருந்துகளின் மணம்... எல்லாவற்றையும் கொடுங்கனவாக விட்டுவிட்டு தூர தேசத்துக்கு வந்துவிட்டோம். ஆனால், போரின் கரங்கள் வெகு நீளமானவை என்பது எங்களுக்குத் தெரிந்திருக்கவில்லை.

செல்வரத்தினம் மாமா அன்று வந்திருந்தார். எவ்வளவு கூப்பிட்டும் அவர் மட்டும் போர்க்களத்தை விட்டு வரமாட்டேன்

என்று சொல்லிவிட்டார். கழுத்தில் கிடக்கும் சயனைட் குப்பியை வாஞ்சையுடன் தடவிக் கொடுத்தபடியே, 'தியாகத் தின் கடைசிக் கதவு எனக்காகத் திறந்திருக்கிறது' என்று அடிக்கடிச் சொல்வார்.

ஹாலில் டிவி ஓடிக் கொண்டிருந்தது. நான் பிறந்து மூன்று வருடம் ஆகியிருந்தும் என்னை அப்போதுதான் முதல் முறையாகப் பார்க்கிறார். மடியில் எடுத்துப் போட்டுக் கொஞ்சிக் கொண்டிருந்தார். என் பால் பற்கள் வலுப் பெறத் தொடங்கியிருந்தன.

அம்மா அடுக்களையில் இருந்தபடியே பேசிக் கொண்டிருக்க, ஹாலில் இருந்த மாமா, குக்கர் சத்தத்தில் பேசுவதைக் கேட்க காதை அந்தப் பக்கம் திருப்பி கூர்ந்து கவனித்தபடியே பேசிக் கொண்டிருந்தார்.

மின்சாரம் நின்று போனது. மாமா சட்டை மேல் பட்டனை கழட்டி விட்டுக்கொண்டார். அம்மா, விட்டு வந்த உறவுகள் பற்றியும் நட்டு வைத்த மரங்கள் பற்றியும் கேட்டுக் கொண்டி ருந்தார். மடியில் விளையாடிக் கொண்டிருந்த என் கண்ணில், கழுத்தில் கட்டியிருந்த சயனைட் குப்பி பட்டது. பற்கள் துறுதுறுத்தன. எம்பிப் பிடிக்க முயன்றேன். முடியவில்லை.

பேச்சு வாக்கில் மாமா என்னைத் தோளில் போட்டுக் கொண்டார்.

போர்க்களத்துக்கும் அமைதிப் பூங்காவுக்கும் இடையில் பல கடல்கள்... பல மலைகள்... மாமா தோளில் தூக்கிப் போட்டதும் என் பிஞ்சுக் கால்களால் அவருடைய விலாவில் உந்தி அந்தக் கடல்களை, மலைகளைத் தாண்டினேன். அமைதியான தேசத்தில் பிறப்புக்கும் இறப்புக்கும் இடையில் சராசரியாக 60-70 வருட இடைவெளி இருக்கும். நான் அந்த இடைவெளியை ஒரே நொடியில் கடந்தேன்.

எங்கள் குடும்பத்தின் தியாகம் முழுமை அடைந்தது.

அம்மா கதறி விழுந்து அழுதார். நான் பிறந்ததும் மாமாவுக்கு சேதி சொல்லி அனுப்பியிருந்தார்கள். சக்கரம் பதித்த ஊஞ்சலை வாங்கி அனுப்பியிருந்தார். நான் தவழ ஆரம்பித்ததும் நடை வண்டி வாங்கி அனுப்பியிருந்தார். நடக்க ஆரம்பித்ததும் குட்டி சைக்கிள் வாங்கி அனுப்பியிருந்தார். எனக்கான எல்லா முதல் வாகனமும் நான்தான் வாங்கித் தருவேன் என்று ஒரு நாள் போனில் சொன்னார். நடுக்கூடத்தில் வாயில் நுரை தள்ள கிடத்தப்பட்டிருந்த என்னைக்

காட்டி அம்மா, மாமாவிடம் சொன்னார்கள், போடா போ... இவனோட எல்லா வண்டியையும் நீதான் வாங்கித் தருவேன்னு சொன்னியே... போ இவனுக்கான சவ அடக்க வண்டியையும் நீயே வாங்கிட்டு வா என்று சொல்லி அழுதார்கள். விளையாட்டு அறையை விட்டு நான் வெளியே வந்து எல்லாவற்றையும் இழுத்துப் போட்டுவிடுவேன் என்று பயந்து அந்த அறையின் நிலைப்படியில் என் தோளுயரத்துக்கு பலகை அடித்து மூடியிருந்தார்கள். விளையாட்டு அறையை விட்டு வெளிய வராம தடுக்க முடிஞ்ச எங்களுக்கு இந்த உலகத்தை விட்டுப் போகும்போது தடுக்க முடியாம போச்சே... ன்னு சொல்லி அம்மா அழுதாங்க.

அதைவிட இன்னும் வேதனை என்னன்னா, நான் அம்மா சாப்பிடும்போதெல்லாம் உச்சா போய் வெச்சிடுவேன் இல்லைன்னா ஆய் போயிடுவேன். அம்மாவால ஒரு நாள் கூட நிம்மதியா ஒரு வாய் கூடச் சாப்பிட முடியாம இருந்தது. என்னைப் பொதைச்ச பிறகு நீத்தார் சடங்குல நடத்தப்பட்ட விருந்தின்போது அப்பா நடுவீட்டில இலையைப் போட்டு, ஒரு வாய் ஒழுங்கா சாப்பிட விடாது இந்த குட்டிப் பிசாசுன்னு திட்டிட்டே இருந்தியே வா வந்து சாப்பிடு... இன்னிக்கு உன்னை யாரும் தடுக்க மாட்டாங்கன்னு அப்பா சமைச்சு வெச்ச அவ்வளவுத்தையும் அந்த இலைல கொட்டி வெச்சாரு. வயத்துல வந்த நாள்ல இருந்து என்னை ஒரு நாள் கூட ஒழுங்கா தூங்கவிட்டதில்லை. இன்னிக்கு நான் நிம்மதியா தூங்கப்போறேன்னு சொல்லி அம்மா கதவை மூடிக்கிட்டு தூங்க ஆரம்பிச்சாங்க... அதுக்கப்பறம் எந்திரிக்கவே இல்லை.

***

**யா**ழினி தாங்கு கட்டையை ஊன்றியபடியே தெருவில் வேகமாக நடக்கிறாள். பின்னணியில் ஒரு குரல் நிதானமாகக் கேட்கிறது. யாழினி எந்தப் பக்கம் ஓடினாலும் அந்தக் குரல் விடாமல் கேட்கிறது.

கொலை ஒரு கலையாகிவிட்டிருந்தது எங்கள் காலகட்டத்தில்

(அது எதைக் குறிப்பதாக இருந்தாலும்

எங்கள் மன நல நிபுணர்கள்

மனதின் சமநிலையைத் தக்க வைக்க உதவி புரிந்திருக்கிறார்கள்)

ஏதோ அரிதாக நடக்கும் சம்பவம் போல்

இது ஒன்றும் அவ்வளவு தெளிவாக
மனதில் பதிந்து கிடக்க எந்தக் காரணமும் இல்லைதான்

ஒன்றைத் தெளிவாகச் சொல்லிவிடுகிறேன்
நான் உணர்ச்சி வசப்படுபவன் அல்ல.
ஒருபோதும் மனம் தளர்ந்துபோனது கிடையாது

உணர்ச்சிகளை வெளியில் காட்ட மிகவும் கூச்சப்படுவேன்
உங்களைப் போலவே,
அன்றாடக் கடமைகளை
அழகாகப் பார்த்துக்கொண்டு செல்வேன்

மிகவும் விசுவாசமானவன்.
'மறந்துவிடு' என்று அரசு சொல்லும்போது
அப்படியே செய்துவிடுவேன்.
மறந்துவிடும் என் திறமை என்றுமே
சந்தேகிக்கப்பட்டது கிடையாது
அது பற்றி நான் எந்தப் புகார் தெரிவித்ததும் கிடையாது

இருந்தும்
அந்தக் கும்பல் அந்த காரைத் தடுத்தி நிறுத்தியவிதம்
என் நினைவில் இப்போதும் இருக்கிறது.
காரில் நான்கு பேர் இருந்தனர்.
ஒரு பையன், ஒரு சிறுமி,
ஒரு ஆண், ஒரு பெண்

குழந்தைகளின் பெற்றோர் என்று நினைக்கிறேன்
(நான்கோ ஐந்தோ பேர்தான் இருந்ததுபோல் தெரிந்தது)
பிற கார்களைத் தடுத்து நிறுத்தியது போலத்தான்
இந்த காரையும் தடுத்து நிறுத்தினார்கள்.
எந்த வித்தியாசமும் அதில் இல்லை.

சில வழக்கமான கேள்விகள் கேட்கப்பட்டன.
தவறுதலாக எதுவும் நடந்துவிடக்கூடாது அல்லவா?

அதன் பிறகு, காரியத்தில் இறங்கினார்கள்.
வழக்கம் போலவே எல்லாமும்
கதவை மூடுதல்
பெட்ரோல் ஊற்றுதல்,
தப்பித்துவிட முடியாதபடி சுற்றி நின்று கொள்ளுதல்
எல்லாமே வழக்கம் போல்
அப்போது யாரோ
எதுவோ வித்தியாசமாக உணர்ந்தார்கள் போலிருக்கிறது
இடதுபக்க இரண்டு கதவுகளையும் திறந்தார்கள்.
இரண்டு குழந்தைகளையும்
பெற்றோரிடமிருந்து வெளியே இழுத்தார்கள்.
குழந்தைகள் கதறி அழுதன

குழந்தைகளின் நன்மைக்காக
அவர்களுடைய விருப்பத்தையும் மீறி
சில செயல்களைச்

சில நேரங்களில் செய்யத்தானே வேண்டியிருக்கிறது.
அவர்கள் அப்படி நினைத்திருக்கக்கூடும்

காரியத்தில் கண்ணான இன்னொருவன்
சட்டென்று நெருப்பைத்
திறமையாகப் பற்ற வைத்தான்.
குப்பென்று தீ பரவியது
சுற்றிலும் எரிந்து கொண்டிருந்தவற்றின் எண்ணிக்கையில்
மேலும் இன்னொன்றாகச் சேர்ந்தது

நன்கு எரிய ஆரம்பித்ததும் கூட்டம்
புதிய சாகசத்தைத் தேடி நகர ஆரம்பித்தது
சிலர் கலைந்து சென்றனர்.
உள்ளிருந்த இருவர்
என்ன நினைத்திருப்பார்கள்
என்ன உணர்ந்திருப்பார்கள்
யாருக்கும் கவலையில்லை.

அமைதியை விரும்பும் மக்கள்
தங்கள் வீடுகளை நோக்கி
நடக்க ஆரம்பித்தனர்

அப்போது
திடீரென்று
காருக்குள் இருந்த மனிதர்

கார் கதவை உடைத்துத் திறந்தார்.
அவருடைய சட்டையும் தலைமுடியும்
ஏற்கெனவே தீயில் கருக ஆரம்பித்திருந்தன

பாய்ந்து குனிந்து தன்னிரு குழந்தைகளைப் பிடுங்கிக் கொண்டார்
திட்டமிட்ட செயல் ஒன்றை முடிப்பதுபோல்
எந்தப் பக்கமும் திரும்பாமல்
காருக்குள் குழந்தைகளுடன் புகுந்தார்.

உள்ளே
கார் கதவை
அழுத்தமாகத் தாழிட்டுக் கொண்டார்.
அந்தச் சத்தத்தை
வெகு துல்லியமாக
நான் கேட்டேன்.

*** 

**யா**ழினி சோகமாகத் திரும்பி வருகிறாள்.
விடுதி வாசலில் யாழினியின் வரவுக்காக ஆயா காத்து நிற்கிறார்.
யாழினியை அணைத்தபடியே அதன் அறைக்கு அழைத்துச் செல்கிறார்.

விளக்கைப் போட்டுவிட்டு, ஜன்னலைச் சாத்துகிறார். கட்டிலைச் சரி செய்கிறார். பெட்ஷீட்டை உதறிப் போட்டபடியே ஆயா கேட்கிறார் : இப்ப புரியுதாம்மா... எனக்கு மட்டும் ஏன் இந்த வேதனைன்னு நீ வருத்தப்பட்டியே. வாழ்க்கைன்னா இப்படித்தான் பாத்தியா. உன்னை மாதிரி எத்தனை பேரு இங்க இருக்காங்க. இனிமே அந்தக் கவலை உன் மனசுல நிச்சயம் வராது இல்லியா?

**யாழினி** : ஆமா ஆயா... அந்தக் கேள்வி இனிமே என் மனசுல வராது.

ஆயா லேசாகச் சிரித்து, 'அப்படித்தான் இருக்கணும்' என்று சொல்லியபடியே பெட்ஷீட்டில் யானைபோல் குனிந்து நடந்து ஓரங்களைச் சரிசெய்கிறார்.

**யாழினி** : ஆனா ஆயா... எங்களுக்கு ஏன் இப்படி நடந்துச்சு?

பெட்ஷீட்டைச் சரி செய்து கொண்டிருந்த ஆயா அதிர்ந்து திரும்புகிறார். யாழினியின் கண்களில் தெரியும் வேதனையை எதிர்கொள்ள முடியாமல் மெள்ளக் கண்களைத் தாழ்த்திக் கொள்பவர் தளர்ந்துபோய் பெட்ஷீட்டின் சரிசெய்யப்படாத ஓரங்களை மவுனமாகப் பார்க்கிறார். யாழினி அவரை நெருங்கிச் சென்று தொய்ந்துபோன முகத்தைத் தன் பிஞ்சுக் கைகளால் மெதுவாக நிமிர்த்துகிறாள்.

**யாழினி** : ஏன் ஆயா இத்தனை பேருக்கு இப்படி ஆச்சு. நாங்க யாருமே எந்தத் தப்பும் பண்ணலியே?

யாழினியின் கேள்வியை எதிர்கொள்ளமுடியாமல் வேறு திசையைப் பார்க்கிறார். கண்களில் நீர் கோர்த்து நிற்கிறது. பதில் சொல்லமுடியாமல் ஆயா அறையில் இருந்து வெளியே செல்கிறார். யாழினியும் அவர் பின்னாலேயே செல்கிறாள்.

நீண்ட வராண்டாவில் இருளும் வெளிச்சமும் கலந்து காணப்படுகிறது. வீசும் குளிர் காற்றில் யாழினியின் உடல் நடுங்குகிறது. ஆயா தன் கம்பளியால் யாழினியைப் போர்த்திவிடுகிறார். இரவின் பிரமாண்ட நிசப்தத்தில் யாழினி யின் ஊன்றுகோல் சத்தம், 'திம் திம்' என சுவர்களில் எதிரொலிக் கிறது. ஆயா தன் அறையை அடைந்தது மெள்ள கதவைத் திறக்கிறார். மங்கலான விளக்கெரியும் அவருடைய அறையில் இதுபோல் பயந்து நடுங்கியபடி இன்னும் பல குழந்தைகள்.

ஊன்றுகோலை ஊன்றியபடி வரும் யாழினியைப் பார்த்ததும் ஒவ்வொரு குழந்தையும் மேலும் சோகத்தில் உறைகின்றன. ஆயா ஒரு சிறுமியை அழைத்து ஊன்றுகோலை வாங்கிக் கொள்ளச் சொல்கிறார். அந்தக் குழந்தை ஊன்றுகோலை வாங்கிக்கொண்டு தன் தோளில் யாழினியைத் தாங்கிக் கொள் கிறது. இன்னொரு பக்கத்திலும் ஒரு குழந்தை வந்து நிற்கிறது. மெதுவாக நடத்திக்கொண்டு கட்டிலில் கொண்டு சென்று அமர வைக்கிறார்கள்.

**ஆயா குழந்தைகளைப் பார்த்து** : நீங்க யாரும் இன்னும் தூங்கலியா?

குழந்தைகள் பாவமாகத் தலையசைக்கின்றன.

சரி இங்க வாங்க. ஆயா கட்டிலில் கால் நீட்டி அமர்ந்து கொள்கிறார். எல்லாரும் அவரைச் சுற்றி அமர்ந்து கொள்கிறார்கள்.

ஆயா கதை சொல்லு ஆயா... கதை சொல்லு ஆயா... குழந்தைகள் நச்சரிக்கின்றன.

**ஆயா** : கதையைக் கேட்டதும் அப்படியே தூங்கிடணும் சரியா...

குழந்தைகள் சரி என்கின்றன.

**ஆயா** : ஒரு ஊர்ல ஒரு ராஜா இருந்தாராம்.

**யாழினி** : ஒரு ராஜா தான?

**ஆயா (குழந்தையை ஏக்கமாகப் பார்த்தபடியே)** : ஆமாம் தில்ஷன். ஒரே ஒரு ராஜாதான்.

**தில்ஷன் (பக்கத்தில் இருக்கும் இன்னொரு குழந்தையிடம்)**: ரெண்டு ராஜா இருந்தா நாடு தாங்காது.

**ஆயா (அந்தக் குழந்தையை அணைத்தபடியே)** : ஒரே ஒரு ராஜாதான். அவருக்குக் கண்ணு தெரியாது. அதனால அவரோட தம்பிகிட்ட ஆட்சிப் பொறுப்பைக் கொடுத்தாரு. அண்ணனுக்கு நூறு குழந்தைங்க. தம்பிக்கு ஐந்து குழந்தைங்க.

**இன்னொரு குழந்தை (துள்ளிக் குதித்தபடி)**: இந்தக் கதை எனக்குத் தெரியும்... எனக்குத் தெரியும். 100 பேர் செத்துப் போயிடுவாங்க. அஞ்சு பேர் ஜெயிச்சிடுவாங்க.

**ஆயா** : ஆமா மதி. நான் உங்களுக்கு அந்தக் கதை ஏற்கெனவே சொல்லி இருக்கேன். இப்போ சொல்லப் போறது அதுலயே உள்ள, ஆனா உங்களுக்கு இதுவரை சொல்லாத கதை...

**மதி (ஆச்சரியத்துடன்)** : இதுவரை சொல்லாத கதையா?

**ஆயா** : ஆமா... பத்ம வியூகத்துல மாட்டின அபிமன்யுவைப் பற்றி சொல்லப்போறேன்...

**தில்ஷன்** : பத்ம வியூகமா? அபிமன்யுவா?

**ஆயா** : ஆமா... உள்ள போற வழி மட்டும்தான் தெரியும். வெளிய வர்ற வழி தெரியாது...

***மதி :*** ஐயய்யோ அப்படின்னா என்ன ஆகும்?

***ஆயா (பெருமூச்சுவிட்டபடியே) :*** சொல்றேன். எல்லாத்தையும் சொல்றேன். பாண்டுவுக்கு ஐந்து குழந்தைங்க இல்லையா... அதுல ஒருத்தர்தான அர்ஜுனன். அவரோடை பையன்தான் அபிமன்யு. அவரு வயித்துல குழந்தையா இருக்கும்போதே போர் புரியறது எப்படிங்கற வித்தையெல்லாத்தையும் படிச்சிட்டாரு.

***தில்ஷன் :*** அம்மா வயத்துல இருக்கும்போதேயா?

***ஆயா :*** ஆமாம். அம்மா சுபத்திரை வயத்துல அபிமன்யு இருக்கும்போது அர்ஜுனன் யுத்தங்களைப் பற்றியும் யுத்தத்துல வகுக்கற வியூகங்களைப் பத்தியும் சுபத்திரை கிட்ட பேசிக்கிட்டிருந்திருக்காரு. வயத்துல இருந்த குழந்தை அபிமன்யு எல்லாத்தையும் ஒண்ணுவிடாம கேட்டுட்டே வந்தது. பத்ம வியூகம் பத்தியும் விளக்கமா சொல்லிக்கிட்டிருந்தாரு.

***மதி :*** பத்ம வியூகமா?

***ஆயா :*** ஆமாம். பத்ம வியூகம். அதை உலகத்துலயே ரெண்டே பேரால மட்டும்தான் தகர்க்கமுடியும். ஒருத்தர் கிருஷ்ண பரமாத்மா. இன்னொருத்தர் அர்ஜுனன்.

***மதி :*** அபிமன்யுதான் வயித்துல இருந்தே எல்லாத்தையும் கேட்டாரே. அவருக்கும் தெரியும் இல்லையா.

***ஆயா :*** அவர் முழுசா கேக்கலை. அதனால, அபிமன்யுவுக்கு பத்ம வியூகத்துக்குள்ள நுழையமட்டும்தான் தெரியும் வெளிய வரத் தெரியாது. ஆனா, குருக்ஷேத்ரத்துல போர் நடக்கும்போது, உள்ளபோய் மாட்டிக்கிடுவான். துரோணர், பீஷ்மர், துரியோதனன் அப்படின்னு எல்லா பெரிய ஆட்களும் சுத்தி நின்னு அவனைத் தாக்குவாங்க. கர்ணன் பின்னால இருந்து அம்பை விட்டு அபிமன்யுவோட வில்லை முறிச்சிடுவான்.

***தில்ஷன் :*** பின்னால இருந்து தாக்குவாங்களா?

***ஆயா :*** பொதுவா, போர்ல நேருக்கு நேரா நின்னுதான் சண்டை போடுவாங்க. அதுமட்டும் இல்லாம, வில் அம்பு வைச்சிருக்கற வன் இன்னொரு வில் அம்பு வெச்சிருக்கறவன் கூடத்தான் மோதுவான். பக்கத்துலயே வாளோட ஒரு எதிரி நின்னுட்டிருந் தாலும் அவன் இவனைக் கொல்லமாட்டான். குதிரைல இருக்கறவன் குதிரைல

இருக்கறவன் கூடத்தான் சண்டை போடுவான். அந்தச் சண்டைலகூட ஒருத்தர் கையில இருக்கற ஆயுதம் கீழ விழுந்துட்டா அவனை யாரும் தாக்க மாட்டாங்க.

**மதி** : அய்... பொய் சொல்றீங்க. நாங்கள்லாம் ஆயுதமே ஏந்தாதவங்கதான். வீட்லயும் பள்ளிக்கூடத்துலயும் மருத்துவ மனையிலயும்தான் இருந்தோம். வெடி குண்டுங்க எங்களைத் தேடிவந்து கரெக்ட்டா கொன்னுச்சே.

**ஆயா** : ஆமாம். இந்தக் காலத்து யுத்தம் அப்படித்தான் நடக்குது. ஆனா, அந்தக் காலத்துல அப்படியில்ல. ஆயுதம் தூக்காதவங்க போர்க்களத்துக்கு வரவேமாட்டாங்க. வீடுகள்லயே இருந்துடு வாங்க. ஆயுதம் வெச்சிருக்கறவங்களும் வீடுகள்ல உள்ளவங் களைத் தேடிப்போயெல்லாம் தாக்கமாட்டாங்க. அந்தக் காலத்துல யுத்தத்துக்கும் ஒரு தர்மம் இருந்தது. பத்ம வியூகம் அப்படிங்கறது ரொம்பவும் மோசமான, வெல்லவே முடியாத எதிரியைக் கொல்றதுக்காக அமைக்கக்கூடியது.

**தில்ஷன்** : அர்ஜுனர், கிருஷ்ணர், பீமன் எல்லாரும் இருந்துமா அபிமன்யு மாட்டிக்கிட்டார்.

**ஆயா** : யாருமே எதிர்பாக்கலைம்மா... அர்ஜுனனும் கிருஷ்ண ரும் வேற இடத்தில சண்டை போட்டுட்டு இருந்தாங்க. அபிமன்யு பச்சக் குழந்தை. பெரிய பெரிய எதிரியை வீழ்த்தத் தான் பத்ம வியூகம் வகுப்பாங்க. ஒரு பச்சக் குழந்தையைச் சுத்தி நின்னு அத்தனை பேரும் தாக்குவாங்கன்னு அவங்க யாரும் எதிர்பார்க்கலை. மொதல்ல அந்த வியூகம் அர்ஜுனனைக் குறிவெச்சுத்தான் வகுக்கப்பட்டது. அபிமன்யுவுக்கு இள ரத்தம் அப்படிங்கறதால வியூகத்துக்குள்ள மாட்டிக்கிட்டாரு. உள்ள இருந்தபோதும் துணிச்சலா போராடினாரு. ஆனால், வெளில வரத் தெரியலை.

**மதி** : எதிரியோட பலம், வியூகம் தெரியாம சண்டை போடற எப்பவுமே முட்டாள்தனம்தான் இல்லையா?

**ஆயா** : ஆனா, இந்த இடத்துல அபிமன்யு எதிரியோட பலம் தெரியாம மோதலை. ஒத்தைக்கு ஒத்தையா நின்னு போராட வேண்டிய இடத்துல ஒருத்தரை, அதுவும் சின்னஞ்சிறு பாலகனை ஒரே நேரத்துல பலர் அநியாயமா சுத்தி வளைச்சுக் கொன்னுட்டாங்க. அபிமன்யுவை ஜெயிச்சது வீரத்தினால இல்லை, வஞ்சத்துனால. மகாபாரதத்துல

ஒரே ஒரு அபிமன்யு. ஈழத்துல எல்லாருமே அபிமன்யு. வெளியேறும் வழி தெரியாமல் பத்ம வியூகத்தில் மாட்டிக்கொண்ட தேசம் அது.

அப்போது வெளியில் ‘கிறீச் கிறீச்’ என்று ஏதோ சத்தம் கேட் கிறது. குழந்தைகள் ஒவ்வொருவராக என்ன சத்தம் என்று பார்க்க வெளியே செல்கிறார்கள். புடவைத் தலைப்பால் முகத்தைத் துடைத்தபடியே கடைசியாக ஆயாவும் வெளியில் வந்து பார்க் கிறார். காலியான நீண்ட வராண்டா வழியாக ஒரு தொட்டிலைத் தள்ளியபடி வார்டுபாய் வந்து கொண்டிருந்தார். ஆயாவும் குழந்தைகளும் சென்று பார்க்கிறார்கள். தொட்டில் முழுவதும் உலராத ரத்தத்துளிகளும் தசைத் துணுக்குகளுமாக இருக்கிறது. நடுவில் மிகப் பெரிதாக ஒரு பொத்தல் விழுந்து கிடக்கிறது.

ஆண்டவா... என்று ஆயா பெருமூச்சுவிடுகிறார்.

**பின்னாலே வந்த வார்டு பாய் :** முள் வேலி முகாம்ல இருந்த தற்காலிகக் கூடாரத்துல இந்தத் தொட்டில்ல ஒரு குட்டியூண்டு பாப்பாவை படுக்க வெச்சிருந்தாங்க. கூடாரத்துக்குள்ள ஒரே இருட்டா இருந்ததால பாப்பா அழுதுட்டே இருந்துச்சு. தொட்டிலை அப்படியே தள்ளிக்கிட்டு வெளிய வந்து நிலாவைக் காட்டினாங்க. நிலாவைப் பாத்த பிறகும் பாப்பா அழுகையை நிறுத்தலை. பக்கத்து கூடாரத்துல இருந்தவங்க பாப்பாவுக்கு என்னென்னமோ விளையாட்டு காட்டினாங்க. செல்லமா அதட்டியும் பாத்தாங்க. பாப்பாவுக்கு வேறெதுவோ தேவையா இருந்திருக்கு. அழுகை நிக்கவேயில்லை. மயானக் காடு மாதிரி இருந்த முள்வேலி முகாமின் இரவு நேர நிசப்தத்தை குழந்தையின் அழுகைக் குரல் ரொம்பவே இம்சைப்படுத்திச்சு. திடீர்னு ஒரு விமானம் வானத்துல உதிச்சது. அதோட கருப்புப் புகை, நிலாவை கொஞ்சம் கொஞ்சமா மறைச்சிச்சு. விமானத்தில் இருந்து ஒரு ஷெல், இரையைக் கொத்த தண்ணில பாயற மீன் கொத்திப் பறவை மாதிரி சர்ருன்னு பாப்பாவின் தொட்டிலில் வந்து விழுந்தது. பாப்பாவோட அழுகை நின்னுடுச்சு. முள்வேலி முகாம்ல அமைதி திரும்பிடுச்சு.

***

விடுதி வராண்டாவில் குழந்தைகள் சோகமாக உட்கார்ந்திருக்கின்றன. அவர்களின் கைகளில் இருக்கும் பொம்மைகளும் அழுது கொண்டிருக்கின்றன. சிலவற்றுக்குக் கைகள்

இல்லை. சில பொம்மைகள் ஊன்றுகோலுடன் இருக்கின்றன. சில பொம்மைகள் கண் தெரியாதவையாக இருக்கின்றன. கண் தெரியாத பொம்மைக்கு கீ கொடுத்ததும், 'அம்மாவும் நீயே அப்பாவும் நீயே... அன்புடனே ஆதரிக்கும் தெய்வமும் நீயே' என்று முன்னால் விரிந்து கிடக்கும் வெட்ட வெளியைப் பார்த்து கைகளை நீட்டியபடி எதையோ யாசித்தபடி நடந்து செல்கிறது. குழந்தைகள் இறுக்கத்துடன் பார்த்தபடி அமர்ந்திருக்கிறார்கள்.

**தில்ஷன்** : இந்தப் பிரச்னைக்கு நாம ஒரு தீர்வு கண்டுபிடிச்சாகணும்.

**மதி** : நம்மளால என்ன செய்ய முடியும்?

**யாழினி** : நமக்கு நீதி கிடைச்சாகணும்.

**இர்ஃபான்** : தெய்வம் கிட்டப் போய் முறையிடுவோமா?

**யாழினி** : அதைத்தான் நானும் சொல்ல வந்தேன்.

**மதி** : நாம எல்லாரும் போவோமா?

**யாழினி** : வேண்டாம். எல்லாரும் போனா நல்லா இருக்காது. மொதல்ல நாம நாலு பேர் மட்டும் போய் பேசிப் பார்ப்போம். அதுக்கப்பறம் தேவைப்பட்டா எல்லாரும் போவோம்.

குழந்தைகள் வட்டமாகக் கூடி நின்று சாட் பூட் திரீ போட்டு யார் யாரெல்லாம் போவது என்று முடிவு செய்கிறார்கள்.

\*\*\*

# 2

# தெய்வத்தின் சன்னிதியில்...

**தொ**ட்டிலைத் தள்ளியபடியே குழந்தைகள் தெய்வத்தின் அரண்மனையை நோக்கிச் செல்கின்றன. ராட்சஸ எருமை ஒன்று உட்கார்ந்திருப்பதுபோல் தூரத்தில் ஓர் அரண்மனை தென்படுகிறது. நீதிகேட்டுக் குழந்தைகள் அதை நெருங்க நெருங்க அது பின்னோக்கி நகர்ந்து செல்வதுபோல் தெரிகிறது. சாலை மருங்கில் இருக்கும் பட்டுப்போன மரங்களின் கிளைகளில் இருந்து பனித்துளிகள் கண்ணீர்போல் வழிகின்றன. ஒருவழியாகக் குழந்தைகள் அரண்மனையை நெருங்குகின்றன. அதன் உயரமான படிக்கட்டுகளில் தள்ளிச் செல்ல முடியாமல் போகவே குழந்தைகள் தொட்டிலை பாடை போல் தூக்கிச் செல்கின்றன. தொட்டிலே பாடையாகிப் போனதைப் பார்த்து அரண்மனையின் மாடங்களில் அமர்ந்திருக்கும் கழுகுகள் அலறி அடித்தபடி பறக்கின்றன.

குழந்தைகள் பிரமாண்ட அரண்மனைக்குள் நுழைகின்றன. அவர்கள் வருவது தெரிந்ததும் சிம்மாசனத்தில் அமர்ந்திருந்த மரணதேவன் மாயமாக மறைகிறார். அதைத் தொடர்ந்து அங்கிருந்தவர்களில் பலர் மாயமாக மறைகின்றனர். சிலர் சிலையாக உறைந்துபோகின்றனர். தொட்டிலைத் தள்ளியபடி குழந்தைகள் பிரமாண்ட மாளிகையில் ஒவ்வொரு அறையாக அலைகின்றன. சக்கரங்கள் உருளும் சத்தம் மட்டும் பூதாகாரமாக அரண்மனையின் சுவர்களில் பட்டு எதிரொலிக்கிறது.

*\*\*\**

**மா**யமாக மறைந்த மரணதேவன் நேராக ஒளிப்பிழம்பான பரம்பொருளின் முன்னால் போய் நிற்கிறார்.

மரணதேவன் : இறந்துபோன குழந்தைகள் நீதி கேட்டு வந்திருக்கிறார்கள்.

பரம்பொருள் : இறந்தவர்களுக்கு என்ன நீதி வேண்டிக்கிடக்கிறது?

மரண தேவன் : மன்னிக்கவும். தவறாகச் சொல்லிவிட்டேன். அவர்கள் இறந்தவர்கள் அல்ல. கொல்லப்பட்டவர்கள்.

ஒளிப்பிழம்பு சிறிது மங்குகிறது.

பரம்பொருள் : சரி... அதையும் ஏன் என்னிடம் சொல்ல வந்திருக்கிறாய். அவர்களுக்கான பதில் உன்னிடம் இல்லையா என்ன?

மரணதேவன் : இல்லை பிரபுவே...

ஒளிப்பிழம்பு மேலும் மங்குகிறது.

பரம்பொருள் : என்ன சொல்கிறாய். உன்னிடம் பதில் இல்லையா? நீ ஒருபோதும் இப்படிக் கலங்கி நான் பார்த்ததில்லையே.

மரணதேவன் : ஒரு குழந்தை தொட்டிலில் தூங்கிக் கொண்டிருந்திருக்கிறது. அந்தத் தொட்டிலிலேயே அது கொல்லவும்பட்டுவிட்டது. அதற்கு அவர்கள் பதில் கேட்கிறார்கள்.

பரம்பொருள் : என்ன புதிதாகக் கேள்விகள் கேட்கிறாய்? இந்த மனிதர்கள் துள்ளத் துடிக்கக் கொன்று குவிக்கும் வெள்ளாட்டுக்குட்டிகளை, தோல் உரித்துத் தொங்கவிடும் இளங்கன்றுகளை, எண்ணெயில் பொரித்துத் தின்னும் பறவைக் குஞ்சுகளை நீ பார்த்தது இல்லையா? கைக்கு எட்டாத தூரத்தில் கடலில் வசித்த நிலையிலும் கப்பல்களில் சென்று வலைவீசிப் பிடித்து கொடூரமாகக் கொல்லப்படும் மீன்கள் இனம் பற்றி உனக்குத் தெரியாதா? கண்ணுக்கெட்டும் தூரம் முழுவதும் நீரால் சூழப்பட்டிருந்தும் படகில் ஒரு துளி நீருக்காக துடி துடித்து இறக்கும் மீன்களின் கதறல் உன் காதில் விழுந்ததே இல்லையா? மனித குலம், கேவலம் தன் உணவுக்காக, அதுவும் ருசிக்காகக் கொல்லும் உயிர்களின் எண்ணிக்கை உனக்குத் தெரியாதா?

மரணதேவன் : ஒரு மீனின் உயிரும் குழந்தையின் உயிரும் சமமானவையா என்ன?

பரம்பொருள் : நீ மரணத்தின் தெய்வம்தானே... என்றிலிருந்து மனிதர்களின் தெய்வமானாய்?

மரணதேவன் : இந்தக் குழந்தைகள் எந்த மீனையும் கொல்லவில்லை. எந்த மானையும் உண்ணவில்லை.

பரம்பொருள் : அதற்கென்ன செய்ய... மனித இனம் செய்யும் தவறுக்கு மனித இனம்தான் தண்டனை அனுபவித்தாக வேண்டும்.

மரணதேவன் : ஒட்டுமொத்த இனம் என்று பார்ப்பது அவ்வளவு சரியில்லையே. தவறு செய்தவருக்கு தண்டனை என்பதுதானே தர்மம்.

பரம்பொருள் : தர்மம் பற்றி நீ எனக்கு போதிக்க வந்திருக்கிறாயா? ஒரு தவறும் செய்யாத உயிரினங்களைக் கொல்லும் மனித இனத்துக்கான தண்டனையை ஒரு தவறும் செய்யாத மனிதர்களுக்குத்தானே தரமுடியும். அப்போதுதானே அந்த வலி அவர்களுக்குப் புரியவரும். அதோடு, எந்த மூளை, மனிதனுக்கு இந்த பூமியில் சர்வாதிகாரத்தைத் தந்திருக்கிறதோ அதே மூளை ஏற்படுத்தும் பேதங்களால்தான் அது கட்டுக்குள் கொண்டுவரப்படவும் வேண்டும். பகலுக்கு எதுவோ அதுவே இரவுக்கும் காரணம். வரமே சாபம். போ... போய் ஆறுதல் சொல்லி அனுப்பு.

மரணதேவன் நிலைகுத்திய விழிகளை இமைக்காமல் தயங்கியபடியே நிற்கிறார்.

மரணதேவன் : இன்னும் என்ன தயங்குகிறாய். மானோ மீனோ வந்து நியாயம் கேட்டால்தான் நீ கலங்குவதில் கொஞ்சமாவது நியாயம் இருக்கும். வந்திருப்பது மனிதக் குழந்தைகள்தானே. பயப்படாதே. ஊன் உண்ணிகளுக்கு தாவர உண்ணிகள் உணவாவதுபோல் அடிப்படைவாதிகளுக்கு அப்பாவிகள் பலியாகிறார்கள். அப்பாவிகளின் எண்ணிக்கை அளவுக்கு மீறிப் பெருகினால் இயற்கைவளங்களைப் பங்கிடுவதில் போட்டி ஏற்பட்டு அது பேதங்களைப் பெரிதுபடுத்தும். அதில் ஏற்படும் சண்டையால் அப்பாவிகள் கொல்லப்பட்டு மனித இனத்துக்குள் ஒரு சமநிலை உருவாகும். மானைக் கொன்றும் பிறப்பித்தும் அல்லவோ புல்லையும் புலியையும் நிலைப்படுத்துகிறோம் இப் பிரபஞ்சத்தில்.

மரண தேவன் : தப்பு செய்தவருக்கு தண்டனை என்றால் அதை ஓரளவுக்குப் புரிந்து கொள்ள முடியும்.

பரம்பொருள் : என்ன நீ... புரியாமல் பேசிக்கொண்டே இருக்கிறாய். நல்லது செய்பவர்களுக்கு நன்மை... கெட்டது செய்பவர்களுக்கு

தண்டனை என்பதா நம் தர்மம். அது மனிதர்கள் தங்கள் வாழ்க்கையை வாழத் தகுந்ததாக ஆக்கிக் கொள்ள, தாங்களாக உருவாக்கிய ஒரு கற்பனை. அது எப்படி நம்மைக் கட்டிப் போடமுடியும். அதுவும்போக நான் ஒரு அப்பாவி என்பது எப்படி நீதி கேட்கும் உரிமையாக முடியும்? உன்னை யார் அப்பாவியாக இருக்கச் சொன்னது. எல்லாருக்கும் ஒரே மாதிரியான கைகால்கள், கண் மூக்குகள் கொடுத்துத்தானே அனுப்பி இருக்கிறோம். உன்னைக் காப்பாற்றிக் கொள்ள உன்னாலே ஒரு வழி கண்டுபிடித்துக்கொள்ள முடியவில்லையென்றால் யார்தான் என்னதான் செய்ய முடியும்?

சூழலுக்கு ஏற்ப எது தன்னை தகவமைத்துக் கொள்ளுமோ அதுவே வாழும். வெல்லும். தாக்குப் பிடிக்க முடிந்தவற்றுக்குத் தான் இந்தத் தரணி. நம் தர்மம் அதுவே. இதில் உணர்ச்சிகளுக்கு ஏது இடம். அதனால்தான் உன்னை அந்தகனாக்கி அரியணையில் அமர்த்தினேன். நீயோ அதன் பின்னும் கலங்குகிறாய். இன்று உனக்கு என்ன ஆயிற்று என்றே தெரியவில்லை. சரி... வந்திருப்பது மனிதக் குழந்தைகள் என்று வேறு சொல்கிறாய். போ... போய் மனித தெய்வங்களில் யாரையாவது அனுப்பி பேசச் சொல்லு.

மரணதேவன் சோர்வுடன் தலையைக் குனிந்தபடி திரும்பிச் செல்கிறார்.

***

மனிதர்களுக்கான தெய்வம், குழந்தைகளைச் சந்திக்கக் கிளம்புகிறது.

நெற்றி நிறைய திருநீறை எடுத்துப் பூசிக் கொள்கிறது. கைகளில் ஸ்ரீ சூர்ணம் இட்டுக் கொள்கிறது. தலையில் தொப்பி ஒன்றை அணிந்து கொள்கிறது. சிலுவைக் குறியிட்ட மாலையை கழுத்தில் அணிந்து கொள்கிறது. புத்தனின் பாதக் குறடுகளை அணிந்து கொள்கிறது. சுடலைமாடனின் வீச்சரிவாளை கையில் எடுத்துக்கொண்டு புறப்படுகிறது. எதையாவது விட்டு விட்டோமா என்று யோசிக்கிறது. மேலிருந்தபடியே குழந்தைகளை உற்றுப் பார்க்கிறது. வேண்டியதையெல்லாம் எடுத்துக் கொண்ட திருப்தியுடன் புறப்படுகிறது.

எதிரில் வரும் இன்னொரு தெய்வம் : என்ன கந்தரகோலம் இது?

மனித தெய்வம் : மனிதர்கள் என்னை இப்படித்தான் ஆக்கிவைத்திருக்கிறார்கள். வந்திருப்பது எந்த மதத்தின் குழந்தைகள் என்பது தெரியவில்லை. எனவேதான் இந்த முன்னேற்பாடு.

இன்னொரு தெய்வம் : குழந்தைகள் இந்தக் கோலத்தில் உன்னைப் பார்த்தால் பயந்துவிடமாட்டார்களா...

மனித தெய்வம் : மாட்டார்கள். அவர்கள் எந்த மதத்தின் கண் கொண்டு பார்க்கிறார்களோ அந்த அடையாளத்துடன் மட்டுமே நான் அவர்கள் கண்களுக்குத் தெரிவேன்.

இன்னொரு தெய்வம் : அது சரி... நாத்திகர்களுக்கான இட ஒதுக்கீடு எங்கே...

மனித தெய்வம் : இறைக் குறியீடுகள் இல்லாத இடமெல்லாம் அவர்களுக்கானதுதானே...

சிரித்தபடியே வந்தவர் கடந்து செல்கிறார்.

குழந்தைகள் இருக்கும் இடம்வரை மெதுவாக நடந்துவரும் மனிதக் கடவுள், குழந்தைகளைப் பார்த்ததும் பதறியதுபோல் நடித்து வேகமாக அவர்களை நெருங்குகிறது.

மனித தெய்வம் : என்ன நடந்தது குழந்தைகளே...

யாழினி : போரில் என் கால் பறிபோய்விட்டது.

தெய்வம் வேதனையோடு முழங்காலிட்டு அமர்ந்து யாழினியின் காலைத் தடவிக் கொடுக்கிறது.

தில்ஷன் : நான் கொல்லப்பட்டுவிட்டேன்.

தெய்வம் அவனுடைய தலையை வருடிக் கொடுக்கிறது.

இர்ஃபான் : நானும் கொல்லப்பட்டுவிட்டேன்.

தெய்வம் கண்களை மூடிக்கொண்டு வருந்துகிறது.

நால்வரும் ரத்தம் தோய்ந்த தொட்டிலைச் சுட்டிக் காட்டி ஏதோ சொல்ல வருகின்றனர். தெய்வம் அவர்களைத் தடுத்து நிறுத்துகிறது. சிறிது நேரம் தொட்டிலையே உற்றுப் பார்த்துவிட்டு பெருமூச்சுவிடுகிறது.

**தெய்வம்** : நீங்கள் சரியான இடத்துக்குத்தான் வந்திருக்கிறீர்கள். கவலையைவிடுங்கள். உங்களை இந்த நிலைக்கு ஆளாக்கியவர்களுக்குத் தகுந்த பாடம் புகட்டுவேன். *(முழங்காலிட்டு அமர்ந்திருந்த தெய்வம் எழுந்து நிற்கிறது).*

**யாழினி** : அது தேவையில்லை. இனிமேல் இதுபோல் நடக்காமல் இருந்தால் அதுவே போதும்.

**தெய்வம்** : இல்லையில்லை. தவறு செய்தவர்களுக்கு கடும் தண்டனை கொடுத்தால்தான் இதுபோல் இனிமேல் தவறுகள் நடக்காமல் தடுக்கமுடியும். சரி... உங்களை பூமிக்கு அனுப்புகிறேன். உங்களுடைய நிலைக்கு யார் காரணம் என்பதைக் கண்டுபிடியுங்கள். உங்களுக்கு நான் ஒரு வரமும் தருகிறேன். செய்த குற்றத்தை ஒப்புக்கொள்ளும் யாரையாவது பார்த்துவிட்டீர்கள் என்றால் அந்த நிமிடமே நீங்கள் இழந்தவையெல்லாம் உங்களுக்குக் கிடைத்துவிடும்.

**குழந்தைகள்** : நிஜமாகவா?

**தெய்வம்** : தெய்வங்கள் பொய் சொல்லாது குழந்தைகளே.

**யாழினி** : படுகொலைகள் மட்டும்தான் செய்யும் இல்லையா?

**தெய்வம்** *(லேசாக அதிர்ந்து, பின் சுதாரித்துக் கொள்கிறார்)* : சரி சரி நேரமாகிறது புறப்படுங்கள்.

**குழந்தைகள்** : நீங்கள் எங்களுடன் வரவில்லையா...

**தெய்வம்** : இல்லை நான் உங்களுடனே இருப்பேன். கவலைப்படாதீர்கள்.

**குழந்தைகள்** : சரி...

*குழந்தைகள் நம்பிக்கையுடன் புறப்படுகின்றன.*

**அரூபமாக நின்று கொண்டிருந்த மரண தேவன், மனித தெய்வத்தின் முன்னால் தோன்றி** : என்னது. நீங்கள் பாட்டுக்கு இழந்ததையெல்லாம் தருவதாக வரம் கொடுத்துவிட்டிருக்கிறீர்கள்.

**தெய்வம்** : நான் அதை மட்டுமா சொன்னேன். ஒரு நிபந்தனையையும் சேர்த்துத்தானே சொல்லியிருக்கிறேன்.

மரணதேவன் : அது என்ன பெரிய நிபந்தனை. செய்த தவறை ஒத்துக்கொள்ளும் ஒருவர் கூடவா பூமியில் இல்லாமல் போய்விடப்போகிறார்கள்?

மரணதேவனின் தோளில் கை போட்டபடியே மனித தெய்வம் அர்த்தபுஷ்டியுடன் சிரிக்கிறது. இருவரும் தங்கள் இருப்பிடங்களுக்குத் திரும்புகிறார்கள்.

***

# 3

# ஜநாவின் ஆலிவ் இலைகளிலிருந்து சொட்டும் ரத்தம்

அந்த பிருமாண்ட மாளிகை, சூரியனை மறைத்தபடி வானுயர உயர்ந்து நிற்கிறது. அதன் முன்னால் எண்ணற்ற கம்பங்கள் ஊன்றப்பட்டிருக்கின்றன. சில கம்பங்கள் உடைந்து கிடக்கின்றன. சில கம்பங்கள் பாதி பூமியில் புதைந்து கிடக்கின்றன. ஒவ்வொரு கம்பத்துக்கு முன்னாலும் சிலர் விறைப்பாக நடந்து வந்து நிற்கின்றனர். தங்கள் கைகளில் இருந்த கொடிகளைக் கம்பத்தில் கட்டுகின்றனர். அவர்கள் கட்டி முடித்த சிறிது நேரத்தில் சங்கொலி கேட்கிறது. உடனே அனைவரும் தத்தமது கொடிகளை ஏற்ற ஆரம்பிக்கின்றனர். சில கொடிகள் கம்பீரமாக பட்டொளி வீசிப் பறக்கின்றன. சில கொடிகள் தரையோடு தரையாக மண்ணில் விழுந்து புரளுகின்றன. மேலும் சில கொடிகள் ஏராளமான ஒட்டு வேலைபாடுகளுடன் இருக்கின்றன. எனினும் ஒவ்வொரு கம்பத்துக்கு முன்னால் இருக்கும் நபர்களும் தத்தமது கொடிகளை ஏற்றி கம்பீரமாக கொடி வணக்கம் செய்கின்றனர்.

குழந்தைகள் தொட்டிலைத் தள்ளியபடி செல்கின்றன. உள்ளே ஒரு பரந்து விரிந்த அரங்கில் ஏராளமான டி.விகள் இருக்கின்றன. ஒவ்வொன்றிலும் ஒவ்வொரு காட்சி. ஒரு டி.வியில் மக்கள் கம்பளி ஆடை உடுத்திக் கொண்டு விறகைக் கூட்டி எரித்து குளிர் காய்ந்து கொண்டிருக்கின்றனர். இன்னொன்றில் பாலைவன வெய்யிலில் ஒற்றை ஈச்ச மரத்தின் நிழலில் ஒட்டகத்தை அவிழ்த்துவிட்டு களைப்புடன் சிலர் அமர்ந்திருக்கின்றனர். சில இடங்களில் அதி நவீன கட்டடங்களில் கம்ப்யூட்டர் முன் அமர்ந்துகொண்டு விண்வெளிக் கலத்தின் பாகங்களை ஆராய்ச்சி செய்து கொண்டிருக்கின்றனர். இன்னொரு பகுதியில் ஆதிவாசிகள்

இலை தழைகளைக் கட்டிக் கொண்டு ஈட்டியால் ஆற்றில் மீன் பிடித்துக் கொண்டிருக்கின்றனர்.

உலகின் ஒரு பகுதி வெளிச்சத்தில் இருக்கிறது. இன்னொரு பகுதி இருளில் மறைந்திருக்கிறது. ஒரு பகுதியில் கூச்சலும் குழப்பமும் மிகுதியாகக் கேட்கிறது. இருளும் வெளிச்சமும் கலந்து காணப்படும் அந்தப் பகுதியை குழந்தைகள் கூர்ந்து பார்க்கின்றனர். அது ஈழம்..! மெள்ள மெள்ள புதை மணலில் அழுந்திக் கொண்டிருக்கிறது. இலங்கையும் நீரில் பனிக்கட்டி பாதி முங்கி பாதி மிதந்தபடி இருப்பதுபோல் அமிழ்ந்து அமிழ்ந்து மேலே மிதந்தபடி இருக்கிறது. அங்கு இருக்கும் மக்கள் உயிரைக் கையில் பிடித்தபடி இங்குமங்கும் ஓடுகின்றனர்.

பிற பகுதியில் இருக்கும் மக்கள் அங்கு நடப்பது குறித்து எந்த சலனமும் இல்லாமல் தத்தமது வேலைகளில் ஈடுபட்டு வருகின்றனர். மங்கலான விளக்கொளியில் காதல் பரிசுகளைப் பகிர்ந்து கொள்கின்றனர். திராட்சை ரச குப்பிகளை உயர்த்தி சியர்ஸ் சொல்லிக் குடிக்கின்றனர். விமான நிலையங்களில் வாழ்த்துச் சொல்லி வழியனுப்புகின்றனர். ஈஸி சேரில் நன்கு சாய்ந்தபடி தேநீர் அருந்தியபடியே பேப்பர் படிக்கின்றனர்.

பக்கத்தில் தமிழ்நாட்டில் மேடையில் ஒரு பாயை விரித்து வைத்திருக்கிறார்கள். முதலில் ஒரு குழு மேடை ஏறுகிறது. மற்ற குழுவினர் வரிசையாக மேடை ஓரத்தில் நின்று கொண்டிருக்கிறார்கள். முதல் குழு தனது பேனரை விஸ்தாரமாக பின்னால் கட்டுகிறது. பக்க வாத்திய கலைஞர்கள் சூழ தோளில் மஞ்சள் துண்டும் கறுப்புக் கண்ணாடியும் அணிந்த பாகவதர் அரங்கத்தினரை வணங்கிவிட்டு அமர்கிறார். பாடுவதற்கு முன் மைக்கை சரி செய்து கொள்கிறார். ஃபிளாஸ்கில் இருந்து சூடான பாலை எடுத்துக் குடித்து தொண்டையை இதப்படுத்திக் கொள்கிறார். பெருங்குரலில் ஒப்பாரி பாட ஆரம்பிக்கிறார். பக்க வாத்தியக் கலைஞர்களை ஓரக்கண்ணால் உற்சாகப்படுத்தியபடியே இழுத்து இழுத்து ஒப்பாரி பாடுகிறார். அவர் பாடி முடித்ததும் சபா காரியதரிசி வந்து பாடிய குழுவுக்கு பொன்னாடை போர்த்துகிறார். அவர்கள் இடது பக்கமாக இறங்கிச் செல்லும்போது இன்னொரு குழு வலது பக்கமாக மேடை ஏறுகிறது.

அந்த கோஷ்டி வந்து தனது பேனரை மாட்டுகிறது. இவர்கள் சாதாரண வேட்டி அணிந்து கொண்டிருக்கிறார்கள். வட்டமாக

ஒருவரை ஒருவர் கட்டிப் படித்தபடி அமர்ந்து கொள்கிறார்கள். நெஞ்சிலும் தலையிலும் அடித்தபடியே ஒப்பாரி பாடுகிறார்கள். கேமரா ஒன்று இந்த இசை நிகழ்ச்சியை கவர் செய்து கொண்டிருக்கிறது. வட்டமாக அமர்ந்துவிட்டதால் கறுப்பு சால்வை போர்த்திய தலைவருடைய முகம் கேமராவில் சரியாகப் பதிவாகாமல் இருக்கிறது. கேமரா மேன் அதை சொல்லவே தலைவர் எழுந்து முழங்காலிட்டு அமர்ந்து கொள்கிறார். இப்போது ஃபிரேமுக்குள் தன் முகம் சரியாக வருகிறதா என்று கேட்டு உறுதி செய்து கொள்கிறார். கேமராமேன் ஃவியூஃபைண்டரில் பார்த்து தலைவருடைய முகம் தெளிவாகத் தெரிவதை உறுதிப்படுத்திக் கொண்டுவிட்டு கட்டை விரலை உயர்த்தி காட்டுகிறார். ஒப்பாரி தொடர்கிறது.

ஈழத்தில் மனிதர்கள் இங்குமங்கும் ஓடுகிறார்கள். கதறுகிறார்கள். புதைகிறார்கள். ஒவ்வொருவரும் தான் தப்பிப்பதற்காக அடுத்த வரை காலுக்குக் கீழே போட்டு மிதிக்கிறார்கள். அப்படிச் செய் தும் எந்தப் பலன் இன்றி அவர்களும் புதைகிறார்கள். நாற்காலி யில் அமர்ந்து மது அருந்தியபடி வேடிக்கை பார்க்கும் சிலர் சிறு வைக்கோல் துரும்பையும் சின்ன கயிறுகளையும் எடுத்துப் போடுகிறார்கள். புதைகுழியில் சிக்கியவர்கள் அதைப் பிடிக்க முயன்று மேலும் குழியில் புதைகிறார்கள். கரையேறும் சிலரை யும் ராணுவம் துப்பாக்கியால் சுட்டு புதை மணலில் வீசுகிறது.

**குழந்தைகள் இதையெல்லாம் பார்த்தபடியே சுற்றி வரு கிறார்கள். அந்தப் பக்கமாக வரும் கோட் சூட் மனிதர்** : குழந்தைகளே நீங்கள் யார்? எங்கிருந்து வந்திருக்கிறீர்கள்?

**யாழினி** : நாங்களெல்லாம் அநியாயமாகக் கொல்லப் பட்டவர்கள் சார்பில் வந்திருக்கிறோம்.

**ஐ.நா. தலைவர்** : கொல்லப்பட்டவர்களா? எந்தவிதத்தில்.

**யாழினி** : அப்படியென்றால்?

**தலைவர்** : அதாவது வெள்ளத்தில் இறந்தார்களா? வறட்சியில் இருந்தார்களா? எய்ட்ஸ் நோயினால் இறந்தார்களா? ஊட்டச் சத்து குறைவினால் இறந்தார்களா?

**யாழினி**: இது தெரிந்து என்ன ஆகப்போகிறது?

ஐ.நா. தலைவர் : அப்படி இல்லை குழந்தைகளே. என்னவிதத்தில் இறந்தீர்கள் என்று தெரிந்தால்தான் அதற்குத் தகுந்த நிவாரணம் வழங்க முடியும்.

யாழினி: நிவாரணமா?

ஐ.நா. தலைவர் : ஆமாம். ஒவ்வொரு இழப்புக்கும் ஒவ்வொரு நிவாரணம் என்று தீர்மானித்திருக்கிறோம். (ஒரு ரிஜிஸ்டரை எடுத்துக் காட்டுகிறார்.) பார் இதில் எல்லாம் தெளிவாகக் குறிப்பிடப்பட்டிருக்கிறது. வெள்ளம் என்றால் அந்தப் பகுதிக்கு உணவுப் பொட்டலங்கள், துணிமணிகள் கொடுப்போம். நோய் என்றால் மருந்து, மாத்திரைகள் கொடுப்போம். வறுமையில் வாடினால் நோட்டு, புத்தகங்கள் கொடுப்போம். இந்த ஆண்டில் இதுவரை ஐந்துகோடியே 47 லட்சத்து 33 ஆயிரத்து 111 டாலருக்கு மருந்துகள் கொடுத்திருக்கிறோம். இது போன ஆண்டு கொடுத்ததைவிட ஒரு கோடியே 33 ஆயிரம் டாலர் அதிகம். 49 கோடியே 89 லட்சத்து 93 ஆயிரத்து 756 டாலருக்கு ரொட்டித் துண்டுகள், பழச்சாறுகள் கொடுத்திருக்கிறோம்.

யாழினி(குறுக்கிட்டு) : ஆனால், நாங்கள் நிவாரணம்கேட்டு வரவில்லை...

தலைவர் (சிறிது அதிர்ச்சி அடைபவர் சுதாரித்துக் கொண்டு) : பிறகு?

யாழினி: நீதி கேட்டு வந்திருக்கிறோம்.

ஐ.நா. தலைவர் : நிதியா... எவ்வளவு வேண்டும். கேளுங்கள். சர்வ தேசத் தலைவர்கள் அனைவரும் கூடி முடிவெடுத்து உடனே கொடுத்துவிடுகிறோம்.

யாழினி: நிதியில்லை. நீதி

ஐ.நா. தலைவர் : நீதியா... அப்படியென்றால் (சிறிது குழம்புபவர்) ஓ... நீதியா? அதுவும் நாங்கள் வழங்கவே செய்கிறோம். எங்கள் சர்வதேச நீதிமன்றத்தால் தீர்க்கப்படாத பிரச்னைகளே கிடையாது. சரி... உங்கள் வழக்கு என்ன?

குழந்தைகள் : அப்பாவிகளான நாங்கள் ஆயிரக்கணக்கில் கொல்லப்பட்டுவிட்டோம்.

**ஐ.நா. தலைவர்** : அது மிகவும் வேதனை தரும் விஷயம்தான்...

**குழந்தைகள்** : எங்களைக் கொன்றவர்களை விசாரணை செய்ய வேண்டும்.

**ஐ.நா. தலைவர்** : மிகவும் நியாயமான விஷயம்தான். சொல்லுங்கள் யாரை விசாரிக்கவேண்டும்.

**குழந்தைகள்** : உங்களைத்தான்.

**தலைவர் (அதிர்ந்துபோய்)** : என்னது... என்னையா? எதற்கு?

**குழந்தைகள்** : உங்கள் கண் முன்னே இலங்கையில் ரத்த ஆறு பெருக்கெடுத்து ஓடியபோது, ஆயிரம் ஆண்டுகள் கழித்து உருகப்போகும் பனிப் பாறைகள் குறித்து ஆராய்ச்சிகள் மேற்கொண்டுவந்ததற்கு.... மருத்துவமனையில் சிகிச்சை பெற்று வந்தவர்கள் மீது கொத்து குண்டுகள் வீசப்பட்டபோது மவுனமாக அதைப் பார்த்து ரசித்து வந்ததற்கு. பின் வாசல் வழியாக பேரழிவு ஆயுதங்களை விற்றுவிட்டு, முன் வாசல் வழியே உலர் உணவுப் பொட்டலங்களை அனுப்பிக் கொண்டிருந்தமைக்கு. ஆக்ஸிஜன் குழாய் பொருத்தப்பட்டு உயிருக்குப் போராடிக் கொண்டிருந்த ஒரு நோயாளியின் மூச்சு முட்டல்களை கைகட்டி வேடிக்கை பார்த்துக் கொண்டிருந்ததற்கு... இன்னும் சொல்லப்போனால், அந்த ஆக்ஸிஜன் சிலிண்டரின் வால்வை ரகசியமாக மூடிய குற்றத்துக்கும் சேர்த்து உங்களைக் கூண்டில் ஏற்றி விசாரிக்க விரும்புகிறோம்.

**ஐ.நா. தலைவர்** : நீங்கள் நீதி கேட்டு வந்த இடம் சரிதான். ஆனால், குற்றவாளியாக நீங்கள் குறிப்பிடுவதுதான் சரியில்லை. உண்மையில் ஒரு நாட்டின் இறையாண்மை இன்னொரு நாட்டினால் பாதிப்புக்கு உள்ளானால்தான் ஐ.நா.சபை தலையிட்டு தீர்த்துவைக்க முடியும். உள்நாட்டுக் கலவரத்தை அல்லது சம்பந்தப்பட்ட இரு நாடுகள் ஒரு பிரச்னையை பொது அரங்கில் விவாதிக்கத் தயாராக இல்லையென்றால் எங்களால் ஒன்றுமே செய்யமுடியாது.

**யாழினி:** ஒரு நாட்டின் ஒரு பிரிவு மக்கள் இன்னொரு பிரிவினரால் அடக்கி ஒடுக்கப்பட்டால் நீங்கள் எதுவுமே செய்ய மாட்டீர்களா? உலகம் முழுவதிலும் அமைதி என்பதுதானே ஐ.நா. கொடியில் இடம்பெற்றுள்ள ஆலிவ் இலைகள் சொல்லும் செய்தி...

ஐ.நா. தலைவர் : ஆமாம்.

யாழினி: அதர்மம் எங்கு தலை தூக்கினாலும் ஐ.நா. அவதாரம் எடுத்து அதை அழிப்பதுதானே முறை.

ஐ.நா. தலைவர் : அதுவும் உண்மைதான்.

யாழினி: இதில் இறையாண்மை குறித்த கேள்வி எங்கு வருகிறது. ஒரு மனிதன் மனிதனாக நடந்து கொள்ளும் வரைதானே அவனுக்கு அதற்கான மரியாதை கொடுக்க முடியும். அவன் தவறு செய்து குற்றவாளியாகிவிட்டால் மனிதனுக்குரிய மரியாதையைக் கொடுக்க வேண்டிய அவசியம் இல்லையே... ஒரு அரசு தன் மக்களை அமைதியாக வாழ வழி செய்து தரும்போதுதான் அதற்கு இறையாண்மை இருக்கும். அது தன் கடமையில் இருந்து தவறிவிட்டால் அதைத் திருத்த வேண்டியது ஐ.நா.வின் பொறுப்புதானே.

ஐ.நா. தலைவர் : கோட்பாட்டு அளவில் இது என்னவோ உண்மைதான். ஆனால், நடைமுறையில் அது அவ்வளவு எளிதல்ல. ஒரு குடும்பத்தின் உறுப்பினர்கள் குடும்பத் தலைவனுக்குத்தான் கட்டுப்பட்டவர்கள். அவர்தான் அவர்களுக்கான நல்லது கெட்டதைப் பார்த்துச் செய்து தரவேண்டும். பஞ்சாயத்துத் தலைவருக்கு குடும்பத் தலைவரைவிட அதிகாரம் உண்டு. ஆனால், குடும்பத் தலைவர் மற்றும் உறுப்பினர்களின் சம்மதம் இல்லாமல் குடும்ப விஷயத்தில் தலையிட முடியாது.

ஒரு நாட்டில் நடக்கும் சிறுபான்மை, பெரும்பான்மை சண்டை என்பது குடும்பத்தில் நடக்கும் கணவன் மனைவி சண்டையைப் போன்றது. தான் சரியாக மதிக்கப்படவில்லை என்று நினைக்கும் மனைவிக்கு பிரிந்து செல்ல உரிமையும் உண்டு. பிரியவிடாமல் தடுத்துத் தக்கவைக்கும் அதிகாரம் கணவனுக்கும் உண்டு. இருவர் பக்கத்திலுமே அவரவருக்கான நியாயங்கள், தர்மங்கள் இருக்கும். இந்தக் குடும்பத் தகராறில் ஒரு பஞ்சாயத்து தலைவரால் என்னதான் செய்ய முடியும். 'சண்டை போடாம சேர்ந்து வாழுங்க' என்று அறிவுரை மட்டுமே சொல்ல முடியும். அதைத்தான் செய்தோம்.

சமமா நடத்தப்படவில்லை என்று நினைக்கற ஒரு பிரிவினருக்கு தங்களுடைய அடையாளத்தை தக்க வைத்துக் கொள்ளவும் யார் தங்களை ஆள வேண்டும் என்றும் தீர்மானிக்கும் உரிமையும் நிச்சயம் உண்டு. அதேபோல் ஒரு தேசத்துக்கு அதன் இறையாண்மை,

ஒற்றுமையை எப்பாடுபட்டாவது கட்டிக் காப்பாற்றும் உரிமையும் உண்டு. இலங்கை விஷயத்துல யார் பக்கம் சரின்னு எங்களுக்கே ஒண்ணுமே புரியலையேம்மா... ரொம்பவும் குழம்பித்தான் இருக்கோம். ரெண்டு பிரிவினரும் சேர்ந்து வாழுங்கன்னுதான் சொல்றோம். அந்த நம்பிக்கைலதான் நல்லெண்ணக் குழுக்களை அனுப்பினோம். காயம் பட்டவர்களுக்கு மருத்துவ வசதிகள் செய்து கொடுத்தோம். அகதிகளுக்கு அடைக்கலம் கொடுக்க ஏற்பாடு செய்தோம். போர் நிறுத்தம் ஏற்பட மத்தியஸ்தம் செய்து பார்த்தோம்.

***யாழினி:*** *கூடவே ஆயுதங்களையும் அது வாங்கத் தேவையான பணத்தையும் இரு தரப்புக்கும் அனுப்பியும் வந்தீர்கள். அல்லவா?*

**தலைவர் (புருவத்தை நெரித்தபடி)** : என்ன சொல்கிறீர்கள்? ஆயுத விற்பனைக்கும் எங்களுக்கும் எந்த சம்பந்தமும் கிடையாது.

***யாழினி:*** *ஆயுதங்களை விற்கும் நாடுகளுக்கும் உங்களுக்கும் எந்த சம்பந்தமும் கிடையாது என்று சொல்ல முடியுமா உங்களால்.*

**ஐ.நா. தலைவர்** : அது என்னவோ முடியாதுதான்.

***யாழினி:*** *அப்படியானால், ஆயுதங்களை விற்று அழிவை ஏற்படுத்தும் நாடுகளுக்கு ஆதரவும் தருவீர்கள். ஆயுதங்கள் விற்ற காசில் இருந்து அவர்கள் உங்களுக்குப் போடும் பிச்சையை எடுத்துக்கொண்டு அந்த ஆயுதத்தால் அழியும் மக்களுக்கு நிவாரணமும் செய்வீர்கள் இல்லையா? சாராயம் குடித்து அழிபவரின் குழநதைகளுக்கு சாராயக் கடை அதிபரிடம் பிச்சை எடுத்து, நோட்டு புத்தகம் வாங்கித் தருவீர்கள். இல்லையா?*

**ஐ.நா. தலைவர்** : அப்படியில்லை குழந்தாய்... வளர்ந்த நாடுகள் ஆயுதங்கள் உற்பத்தி செய்வதால்தான் வளரும் நாடுகளில் சண்டைகள் நடக்கின்றன என்பது வேடிக்கையான வாதம். எந்தவொரு இடத்திலுமே ஆயுதங்கள் கிடைக்கிறது என்பதனால் சண்டை மூளுவதில்லை. சண்டை மூள்வதனால்தான் ஆயுதங்கள் தேடிப் பெறப்படுகின்றன. மேற்கு நாடுகள் ஆயுதங்கள் உற்பத்தி செய்யாவிட்டாலும் வளரும் நாடுகளில் சண்டைகள் நடந்து கொண்டுதான் இருக்கும். ஏ.கே.47-ம் போபார்ஸும் இல்லையென்றால் ஈட்டியையும் கத்தியையும் எடுத்து வெட்டிக்கொண்டு மடிவார்கள்.

***யாழினி:*** *வளரும் நாடுகளின் வளங்களைச் சுரண்ட வளர்ந்த நாடுகள் செய்யும் தந்திரங்கள்தானே இவையெல்லாம். ஒரு நாட்டில்*

வசிக்கும் மக்களிடையே உங்கள் அறிவிஜீவி ஆராய்ச்சிகளை வைத்துப் பிரிவினையைத் தூண்டிவிடுவது. இரு தரப்பிலும் சென்று, ‘விடாதே பிடி’ என்று கோள்மூட்டிவிடுவது... இரண்டு பேரும் அடித்துக்கொண்டு மடிந்ததும் நிவாரணப் பணிகளுக்கான ஒப்பந்தத்துடன் களமிறங்கி நல்ல பேர் வாங்கிக் கொள்வதுபோல் கொள்ளையடிப்பது... இதுதானே உங்கள் நல்லெண்ண முயற்சிகள்.

*ஐ.நா தலைவர் :* அப்படியில்லையம்மா. வளரும் நாடுகளில் சண்டை நடப்பதற்கான காரணங்கள் எத்தனையோ இருக்கின்றன. இயற்கை வளங்களை முறையாக பயன்படுத்தத் தெரியாமல் இருப்பது, அதிக மக்கள் தொகை, சொந்த நாட்டு நலனில் அக்கறை அற்ற அரசியல்வாதிகள், சமூகத்தின் சீர்கேடுகளைத் தட்டிக் கேட்காமல் அதிகாரத்துக்கு அடியாளாகப் பணிபுரியும் அறிவுஜீவிகள் மற்றும் ஊடக வர்க்கம், எங்கும் நீக்கமற நிறைந்திருக்கும் ஊழல் இவைதான் பிரச்னைக்கு மூலகாரணம். இதனால்தான் அந்த நாடுகளில் வாழ்பவர்களுக்கு நெருக்கடிகள் ஏற்படுகின்றன. அதை அந்த நாட்டில் உள்ள பிரிவினை சக்திகள் பெரிதுபடுத்திக் கொள்கிறார்கள், குரங்கு தன் புண்ணைத் தானே சொரிந்து சொரிந்து பெரிதாக்கிக் கொள்வதைப்போல். என்ன... வளர்ந்த நாடுகள் இப்போது ஆயுத உற்பத்தியிலும் முன்னணியில் இருப்பதால் வளரும் நாட்டினர் அந்த ரெடிமேட் துப்பாகி, பீரங்கிகளை வாங்கி சுட்டுக்கொண்டு மடிகிறார்கள். இல்லையென்றால், நிதானமாக தங்கள் விஞ்ஞானிகளைக் கொண்டு சுதேசி ஆயுதங்களைத் தயாரித்துக்கொண்டு செத்து மடிவார்கள். நான் தெரியாமல்தான் கேட்கிறேன், மேற்கு நாடுகள் ஆயுதங்கள் தருகின்றன என்றால் வளரும் நாடுகள் ஏன் அதை வாங்குகின்றன என்ற ஒரு எளிய கேள்வியும் இருக்கத்தானே செய்கிறது.

*யாழினி:* இப்படி அலட்சியமாகப் பேசுவீர்கள் என்று எதிர்பார்க்கவேயில்லை. நீங்கள் உலக மக்களின் நலனைக் கருத்தில் கொண்டு செயல்படுவீர்கள் என்று எதிர்பார்த்தோம். ஆனால், இப்படி வலியவர்களுக்கு வெண் சாமரம் வீசக்கூடியவர் என்பது தெரியாமல் போய்விட்டது.

*ஐ.நா. தலைவர் :* அப்படியில்லையம்மா... ஒருவர் தவறுகளை யெல்லாம் தான் செய்துவிட்டு மற்றவர் மேல் பழியைப் போட் டால் என்ன நியாயம். தீதும் நன்றும் பிறர் தர வாரா செல்வங்களே.

**யாழினி:** ஆனால், நீங்கள் இதே அளவுகோலை எல்லா இடங்களிலும் கடைப்பிடிப்பதில்லையே.

**ஐ.நா. தலைவர் :** எதனடிப்படையில் இப்படிச் சொல்கிறீர்கள். ஐ.நா. மாளிகையின் முன்னால் பறக்க விடப்பட்டிருக்கும் தேசக் கொடிகள் சமத்துவத்தை அல்லவா எடுத்துக்காட்டுகின்றன.

**யாழினி:** ஆனால், கொசோவாவில் இது போன்ற ஒரு பிரச்னை ஏற்பட்டபோது நீங்கள் தலையிட்டு சுய ஆட்சி உருவாக்கிக் கொடுத்தீர்களே... அதை எந்த அடிப்படையில் செய்தீர்கள். அல்பேனியர்களுக்கு ஒரு நியாயம். ஆசியர்களுக்கு ஒரு நியாயமா? போஸ்னியா, கிழக்கு தைமூர், இரான் இராக், குவைத் என எத்தனை இடங்களில் தலையிட்டிருக்கிறீர்கள். அவ்வளவு ஏன்... இரட்டை கோபுரங்கள் தகர்க்கப்பட்டு கேவலம் இரண்டாயிரத்து சொச்சம் பேர் மரணமடைந்ததைத் தொடர்ந்து தீவிரவாதிகளை மட்டுமல்ல அவர்களுக்கு அடைக்கலம் கொடுக்கும் நாடுகளையும் அழிப்போம் என்று களத்தில் இறங்கி தாக்குதல் நடத்திவருகிறீர்களே...

இலங்கையில் அதைவிட நூறு மடங்கு அவலங்கள் நடந்த பிறகும் இறையாண்மை, குடும்பத் தலைவர் என்று கதையளந்து கொண்டிருக்கிறீர்களே... அமெரிக்காவில் கேவலம் வெறும் இரண்டு கட்டடங்கள் மட்டுமே இடிந்து விழுந்தன. இங்கோ ஒரு தேசமே நொறுங்கிக் கிடக்கிறதே? ஐ.நா. என்பது உலக நாடுகளின் பிரதிநிதியா? அல்லது அமெரிக்காவின் அடியாளா?

உண்மையில் நீங்கள் என்ன செய்திருக்க வேண்டும்... இலங்கை அரசுக்கும் விடுதலைப் புலிகளுக்கும் யாரும் ஆயுதங்கள் கொடுக்கக்கூடாது என்று தடுத்திருக்க வேண்டும். பண உதவிகள் செய்வதை நிறுத்தி இருக்கவேண்டும். ஐ.நாவின் சர்வதேச அமைதிப்படையை அனுப்பி இரு தரப்பினரையும் பேச்சு வார்த்தை மூலம் ஒரு தீர்வுக்கு வர கட்டாயப்படுத்தி இருக்க வேண்டும். அதைச் செய்யாதவகையில் இந்த அழிவுகளுக்கெல்லாம் நீங்கள்தானே காரணகர்த்தாவாகிறீர்கள். ஒரு குடும்பத்துக்குள் வாய் வார்த்தையாக சண்டை நடந்தால் உங்களால் தலையிட முடியாதுதான். வெட்டிக் கொண்டும் குத்திக்கொண்டும் மடிந்தால் தலையிட்டுத்தானே ஆக வேண்டும். ஒரு கணவன் தன் மனைவியைக் கொன்றால் அது குடும்பப் பிரச்னை என்று சொல்லி வேடிக்கை பார்ப்பது கொடூரம்

அல்லவா? ஒரு இனப் படுகொலையைத் தடுக்கும் அதிகாரம், கடமை உங்களுக்கு இல்லையா?

**ஐ.நா. தலைவர்** : முதலில் நான் ஒரு விஷயத்தைச் சொல்லிவிடுகிறேன். ஐ.நா. என்பது நீங்கள் நினைப்பதுபோல் சர்வ வல்லமை கொண்ட ஒரு அமைப்பு அல்ல. உலகில் இருக்கும் ஒவ்வொரு நாடும் சேர்ந்து உருவாக்கிக் கொண்டிருக்கும் ஒரு கௌரவ அமைப்பு. அதன் அதிகாரம் என்பது பெயரளவிலான ஒன்றுதான்.

காஷ்மீரிலும் சுய ஆட்சி கேட்டு சண்டை நடந்துவருகிறது. இஸ்ரேல் பாலஸ்தீனத்தில் சண்டை நடைபெற்று வருகிறது. சீனாவுக்கும் திபெத்துக்கும் இடையில் சண்டை நடக்கிறது. இப்படியாக உலகின் பல இடங்களில் இத்தகைய பிரச்னைகள் நடைபெற்றுக் கொண்டுதான் இருக்கின்றன. எல்லா இடங்களிலும் எங்களால் தலையிட முடிவதில்லை. எது பெரிய அளவுக்கு அச்சுறுத்தலாக வளரும் என்ற பயம் இருக்கிறதோ அதை மட்டுமே முன்னுரிமை கொடுத்து தீர்க்க முடியும். மற்றபடி ஒவ்வொரு நாட்டு மக்களின் நலனையும் அவர்கள் தேர்ந்தெடுக்கும் பிரதிநிதிகள்தான் கவனிக்க வேண்டும். வழிகாட்டிகளால் வழியைக் காட்டத்தான் முடியும். போய்ச் சேரும் இடத்தை வாகனத்தை ஓட்டுபவர்தான் தீர்மானிக்க வேண்டும். ஒருவகையில் ஐ.நா. என்பது கடவுளைப் போன்றது. தவறுகளை அதனால் தடுக்க முடியாது.

இரண்டாவதாக, இலங்கையில் நடப்பது இனப் படுகொலை அல்ல. இனப்படுகொலை என்றால் ஒரு குறிப்பிட்ட பிரிவினர் இன்னொரு பிரிவினரால் முற்றாகக் கொல்லப்படுவதுதான். இலங்கையில் தனி நாடு கேட்கும் வடக்கு கிழக்கு பகுதியில் எத்தனை தமிழர்கள் இருக்கிறார்களோ அதே அளவுக்குத் தமிழர்கள், சிங்களர்கள் பெரும்பான்மையாக இருக்கும் பகுதியில் மிகவும் அமைதியாக, சந்தோஷமாக வாழ்ந்து வருகிறார்கள். மலையகத் தமிழர்கள், இஸ்லாமியத் தமிழர்கள் என பல பிரிவினர் சிங்களர்களுடன் இணக்கமாகத்தான் வாழ்ந்துவருகிறார்கள். எனவே, இது இனப்படுகொலை அல்ல. ஒரு தேசத்தை பிரிக்க விரும்பும் தீவிரவாதிகளை மக்களால் தேர்ந்தெடுக்கப்பட்ட அரசு வழிக்குக் கொண்டுவர முயன்று வருகிறது.

இதில் இன்னொரு விஷயமும் இருக்கிறது. பொதுவாக ஒரு வீட்டில் பிரச்னை என்றால் அண்டை வீட்டில் இருப்பவர் அதில் தலையிட்டுத்

தீர்த்து வைப்பதுதான் நல்ல பலன் தரும். எல்லா பிரச்னையையும் ஆலமரத்தடிக்குக் கொண்டுவருவது நல்ல தல்ல. அந்தவகையில் இந்தப் பிரச்னையை இந்தியாவிடமே ஒப்படைத்திருந்தால் அல்லது இந்தியா உரிய கவனம் செலுத்தி இருந்தால் இவ்வளவு பிரச்னை வந்திருக்கவே செய்யாது.

*யாழினி:* இந்தியா மட்டும் என்ன செய்திருக்க முடியும்?

*ஐ.நா. தலைவர் :* இந்தியா வல்லரசுக் கனவுகளுடன் இருக்கும் ஒரு தேசம். இலங்கை என்பது இந்தியாவின் இன்னொரு மாநிலம் போன்ற ஒரு நாடுதான். கலாசாரரீதியாகவும் பெரும் தொடர்பு இருக்கிறது. இந்தியாவில் பிறந்த புத்தர் தோற்றுவித்த மதம்தான் இலங்கையில் பெருமளவில் பின்பற்றப்படுகிறது. இலங்கையில் இருக்கும் தமிழர்கள் இந்தியாவிலும் பெருமள வில் இருக்கின்றனர். இன்னும் சொல்லப்போனால், இந்திய வம்சாவளித் தமிழர்கள் பெருமளவில் இலங்கையில் இருக் கின்றனர். இவ்வளவு உறவுகள் கொண்ட இந்தியா தன் வல்லரசுக் கனவுக்கு விடப்பட்ட முதல் சவாலாக, வாய்ப்பாக இதைப் பயன்படுத்தி இருக்கவேண்டும். இலங்கை பிரச்னையில் தலையிட்டு அந்த பிரச்னையைச் சுமுகமாகத் தீர்த்திருக்க வேண்டும். ஆனால், அதைச் செய்யவில்லையே... காந்தி தேசம் தன் காலடியில் நடந்த வன்முறையைக் கண்டும் காணாமல் இருந்துவிட்டதே. இது தவறில்லையா?

இன்னும் சொல்லப் போனால், அது சும்மா இருக்கவில்லை. அதுதான் பிரச்னைக்குக் காரணமே. முதலில் போராளிகளுக்கு பணமும் ஆயுதப் பயிற்சியும் கொடுத்தது. அதன் பிறகு சிங்கள அரசுக்கு ஆதரவு கொடுக்க ஆரம்பித்தது. ராஜீவ் காந்தி கொல்லப்பட்டது ஒரு துர்பாக்கியமான சம்பவம்தான். ஆனால், அதற்காக, இப்படிச் செயல்பட்டிருக்கக்கூடாது. இலங்கை அரசு சீனா மற்றும் பாகிஸ்தானிலிருந்து ஆயுதங்கள் வாங்க ஆரம்பித்த தும் இந்தியாவும் அலறி அடித்துக்கொண்டு ஆயுதங்களை சிங்கள அரசுக்குக் கொடுக்க ஆரம்பித்துவிட்டது. இந்தியா மட்டும் இந்தப் பிரச்னையில் கொஞ்சம் நிதானமாக அதிக அக்கறை யோடு செயல்பட்டிருந்தால் பிரச்னை எளிதாகத் தீர்ந்திருக்கும்.

*குழந்தைகள்* : அப்படியானால், உங்கள் மேல் எந்தத் தவறும் இல்லையா?

*ஐ.நா. தலைவர்* : எமது கரங்களில் ரத்தக் கறைகள் படிந்த தில்லை. இனி ஒருபோதும் படியவும் போவதில்லையம்மா. இதோ பார் இப்போதுகூட இலங்கைக்கு உணவுப் பொருட்கள் வழங்கும் கோப்பில் கையெழுத்திட்டுவிட்டுத்தான் வந்திருக் கிறேன்.

குழந்தைகள் சோர்வுடன் அந்த இடத்தை விட்டுச் செல்கின்றன.

*ஐ.நா. தலைவர்* : நில்லுங்கள் குழந்தைகளே... இவ்வளவு தூரம் வந்துவிட்டு எதுவும் சாப்பிடாமல் போனால் எப்படி? உங்கள் நாட்டு உணவைக் கொண்டுவரச் சொல்கிறேன். வாருங்கள்.

*யாழினி:* 'கொலைகாரன் வீட்டில் சாப்பிட்டாலும் சாப்பிடு வோமே தவிர குற்றத்தை ஒப்புக்காதவர்கள் வீட்டில் கையை நனைக்க மாட்டோம்' - என்று சொல்லியபடியே குழந்தைகள் தொட்டிலைத் தள்ளிக்கொண்டு திரும்பிச் செல்கின்றன. சிறிது நேரம் அவர்கள் போவதையே பார்த்துக் கொண்டிருக்கும் ஐ.நா. தலைவர் தோளைக் குலுக்கிக்கொண்டு, எதுவும் நடக்காதது போல் தன் பணிகளில் ஈடுபடுகிறார்.

***

**கா**ப்பகத்தில் குழந்தைகள் அனைவரும் சோகமாக உட்கார்ந்திருக்கிறார்கள். நடுவில் இருக்கும் தொட்டில் குளிர் காற்றில் லேசாக நடுங்கிக் கொண்டிருக்கிறது.

*ஒரு குழந்தை* : அப்படிச் சொல்லிட்டாங்களா?

*ஆயா* : அவங்க அப்படிச் சொல்லலைன்னாத்தான் ஆச்சரியம்.

*யாழினி(ஏக்கமாக)* : அவங்க நினைச்சிருந்தா நிச்சயம் தடுத்திருக்க முடியும் இல்லையா?

*ஆயா* : முடியும்தான். ஆனா, அவங்களுக்கு ஆதாயம் இல்லாத இடத்துல என்னதான் நடந்தாலும் கண்டுக்கவே மாட்டாங்க. இதே நேரம் இலங்கைல பெட்ரோலோ, வைரமோ, தங்கமோ கொட்டிக் கிடந்தா அதைக் கொள்ளையடிக்கறதுக்காக ஓடி வருவாங்க. நம்ம நாட்டுல அப்படி எதுவும் இல்லாம போச்சே. அதுவும் இல்லாம

நம் ஊர்ல நடந்த சண்டையினால நமக்கு மட்டும்தான் பாதிப்பு இருந்துச்சு. அதனால, மத்த நாடுங்க இதைக் கண்டுக்கவே இல்லை.

**யாழினி:** ஆனா, இந்தியா நிச்சயம் தன் தப்பை உணர்ந்து மன்னிப்பு கேட்கும் இல்லையா...

**இன்னொரு குழந்தை (ஆர்வத்துடன்) :** அப்படி செஞ்ச தப்பை அவங்க ஒத்துக்கிட்டாங்கன்னா நமக்கு எல்லாமே கிடைச்சிடும் இல்லையா?

**யாழினி:** ஆமா... நாம நம்ம அப்பா அம்மா கிட்ட போயிடுவோம். நம்ம பொம்மைகளுக்கெல்லாம் கை கால்கள் முளைச்சிடும்.

**குழந்தை :** இந்த தடவை பூமிக்குப் போனதும் முதல் வேலையா உமி டப்பாக்குள்ள அடைச்சி வெச்சிட்டு வந்த பொன் வண்டையெல்லாம் எடுத்து பறக்க விட்டுடுவேன்.

**இன்னொரு குழந்தை :** நான் இனிமே தட்டானையெல்லாம் பிடிச்சு கல்லைத் தூக்கச் சொல்லி கஷ்டப்படுத்தமாட்டேன்.

**ஆயா :** சரி... நீங்க எப்ப பாக்கப் போறீங்க.

**யாழினி:** நாளைக்கு அதிகாலைல எழுந்திரிச்சதும் பல் தேய்ச்சிக் குளிச்சிட்டு நேரா அங்கதான் போகப் போறோம்.

**இன்னொரு குழந்தை :** சீக்கிரம் நல்ல சேதியோட வாங்க.

**ஆயா :** எல்லாம் நல்லதே நடக்கும். எதையும் மனசுல போட்டுக் குழப்பிக்காம நிம்மதியா படுத்துத் தூங்குங்க.

***

4

# இந்தியர்களாகிய எங்களிடம் ஒளிப்பதற்கு எலும்புக்கூடுகள் இல்லை

எதிர்க்காற்று காற்று பலமாக வீசுகிறது. மிகவும் சிரமப்பட்டு குழந்தைகள் தொட்டிலைத் தள்ளிக்கொண்டு செல்கிறார்கள். தூரத்தில் பரந்து விரிந்த பந்தல் ஒன்று தென்படுகிறது. அதில் நிறைய பேர், கையில் கேமரா, மைக், காகிதங்கள்சகிதம் உட்கார்ந்திருக்கிறார்கள். குழந்தைகள் அவர்களுக்கு அருகில் செல்கின்றன. யாழினி முன்னால் நிற்பவரிடம் கேட்கிறாள்.

**யாழினி** : இந்தியப் பிரதமரை நாங்க பாக்கணும்.

**முன்னால் நிற்பவர்** : அதுக்குத்தான் நாங்களும் காத்துக்கிட்டிருக்கோம். நீங்க எங்க இருந்து வந்திருக்கீங்க?

**யாழினி** : இலங்கைல இருந்து.

**மு.நி. (லேசாகத் திடுக்கிட்டு)** : இலங்கையா? இங்க எதுக்கு வந்திருக்கீங்க?

**யாழினி** : இந்திய பிரதமர் கிட்ட சில கேள்விகள் கேட்கணும்.

**மு.நி.** : இந்தியால இருக்கறவங்களோட பிரச்னையைத் தீர்க்கவே இங்க வழியைக் காணும். இதுல நீங்க வேற பொறப்பட்டு வந்துட்டீங்களாக்கும்.

**யாழினி** : எங்க பிரச்னைக்கெல்லாம் இந்தியாதான காரணம். அதனால நீதி கேட்டு இங்க வந்திருக்கோம்.

**மு.நி.** : ஆரம்பிச்சிட்டாங்கய்யா... ஆ ஊன்னா இந்தியாதான் காரணம்... இந்திக்காரன்தான் காரணம்னு சொல்றதே இந்தத் தமிழனுங்களுக்குப் பொழைப்பா போச்சு.

*ஒரு இடத்துல ஒழுங்கா அமைதியா வாழத் தெரியாது. போற ஊர்ல எல்லாம் வம்பிழுக்க வேண்டியது. அப்பறம் அய்யோ அடிச்சிட்டான் அய்யோ குத்திட்டான்னு பொலம்ப வேண்டியது.*

**குழந்தைகள்** : *நாங்க தமிழர்கள்னு எப்படி நினைக்கறீங்க?*

*மு.நி.* ***(புருவத்தைச் சுருக்கிக் கூர்ந்து பார்த்தபடியே)*** : *தமிழர் இல்லையா? அப்ப நீங்க யாரு?*

**யாழினி** : *எங்கள்ல தமிழர்களுண்டு. ஆனா, நாங்க எல்லாருமே தமிழர்கள் இல்லை.*

*மு.நி.* : *எதுவானாலும் இலங்கைல நடந்த சண்டைல அதிகம் பாதிக்கப்பட்டது அவங்கதான. அதனால அவங்கள்ள இருந்துதான் நீதிகேட்டு வந்திருக்கீங்களோன்னு நினைச்சுட்டுட்டோம். அதுவும்போக அவங்கதான் தப்பை எல்லாத்தையும் பண்ணிட்டு பழியை அடுத்தவங்க மேல போடுவாங்க.*

**இன்னொருவர்** : *இந்தத் தமிழங்களோட குணமே அதுதான். எங்க போனாலும் அடாவடி பண்றது. வம்புச் சண்டைக்குப் போறது. எவ்வளவு நாள்தான் ஒருத்தன் பொறுத்துக்கிட்டு இருப்பான். ஒரு நாள் ரவுண்டு கட்டி அடிச்சதும் அதைக் காரணமா காட்டி இன்னும் அதிகமா அடாவடி பண்ணறது. இதுதான் அவங்க பொழப்பே. இப்ப பாரு கர்நாடகால ஒரு ஆறு ஓடுது. அதுல இருந்து தண்ணியை அவங்க ஊருக்கு எடுத்துக்கிட்டா குத்தமாம். இவங்ககிட்ட கேட்டுத்தான் அணைக்கட்டோட உசரத்தை அதிகரிக்கணுமாம். பிரிட்டிஷ்காரன் காலத்துல மதராஸுக்கு சாதகமா ஒரு தீர்ப்பு கொடுத்தான். அதையே இப்பவும் பிடிச்சிக்கிட்டுத் தொங்கறானுங்க. கர்நாடகாவுல விளைநிலம் அதிகரிச்சிருக்கு. மக்கள்தொகை அதிகரிச்சிருக்கு. அவன் அவனுக்குப் போக மீதி இருந்தாத்தான் அடுத்த மாநிலத்துக்குத் தரமுடியும். இப்போ மழை வேற குறைஞ்சிருச்சி. அவனும் என்னதான் பண்ணுவான்?*

**அடுத்தவர்** : *அதாவது பரவாயில்லை. கேரளால ஒரு ஆறு ஓடுது. அதோட அணை ஒண்ணு தமிழ் நாட்டுல இருக்கு. அதோட உசரத்தை இவனுங்க யாரையும் கேக்காம உசத்துவானுங்களாம். அணை பலம் குறைவா இருக்கு. இன்னும் உசத்திக் கட்டினா உடைஞ்சுபோயிடும். நெறைய பேரு சாக வேண்டிவருமேன்னு சொன்னா அதெல்லாம் தெரியாது. எங்களுக்கு தண்ணி வேணும் அப்படின்னு வம்பிழுக்கறான்.*

உன் மாநிலத்துல ஜீவ நதி இல்லைன்னா என்ன செஞ்சிருக்கணும் ஏரிப்பாசனம், ஆத்துப் பாசனம், குளத்துப் பாசனம், கிணத்துப் பாசனம்னு உருப்படியா செஞ்சு வெச்சிருக்கணும். கடல்ல கலக்கற மழைத் தண்ணியைத் தடுப்பணை கட்டிச் சேர்த்து வெச்சிருக்கணும்.

*இன்னொருவர் :* முந்திக் காலத்துல அப்படித்தான் இருந்தாங்க. ஆயிரம் வருஷங்களுக்கு முன்னால காவிரில மிகப் பெரிய கல்லணை கட்டினதே இவங்கதான.

*முதலில் நிற்பவர் :* அதெல்லாம் பழைய கதை. இப்போ பழைய கதையைப் பேசிக்கிட்டே படுத்துத் தூங்க வேண்டியது. அடுத்தவனை அட்டை மாதிரி உறிஞ்ச வேண்டியது. இலங்கைல சண்டை.... மலேசியால சண்டை.... இவ்வளவு ஏன், மும்பையில தாராவியில என்ன நடக்குது? மும்பை எவ்வளவு பெரிய வசதி வாய்ப்புகளைத் தரக்கூடிய சொர்க்கம். அங்க வந்தும் பன்னிக் கூட்டம் மாதிரி சேரில, சேத்துல விழுந்து பொறண்டு நாறடிக்க வேண்டியது. அடிச்சுத் தொரத்தாம வேற என்ன பண்ணுவாங்க.

*யாழினி :* தமிழர்கள் கடின உழைப்பாளிகள். எந்த நாட்டுக்குச் சென்றாலும் அந்த நாட்டை வளப்படுத்துவதில் பெரும் பங்கை ஆற்றுவார்கள். அதன் பதில் உதவியாக சில உரிமைகளைக் கேட்பார்கள். அது தவறா..?

*நிருபர் :* நிச்சயம் தவறுதானம்மா. தனது நாட்டைவிட்டு வேறொரு நாட்டுக்கு ஒருவர் செல்கிறார் என்றால் அவர் ஒன்றும் புதிய நாட்டை வளப்படுத்துவதற்காகச் செல்வதில்லை. தனது வாழ்க்கை நிலையை மேம்படுத்திக்கொள்ளத்தான் செல்கிறார். மலையாளிகள் இல்லாத நாடே கிடையாது. எங்காவது உரிமைக் கொடி பிடித்துப் போராடியதுண்டா. நமது எல்லை, முக்கியத்துவம் என்ன என்பது பற்றிய புரிதல் ஒருவருக்கு எப்போதும் இருக்கவேண்டும். அதை விடுங்கள். ஈழத்தில் இருந்து எத்தனையோ பேர் அகதிகளாக தமிழகத்துக்கு வந்திருக்கிறார்கள். எத்தனை பேர் அவர்களுக்கு வேலையும் இடமும் கொடுத்து உதவியிருக்கிறார்கள். எத்தனைபேர் அவர்களுக்குப் பெண் கொடுத்துப் பெண் எடுத்திருக்கிறார்கள். அந்நியராகத்தானே நடத்துகிறார்கள். இதில் இந்திய அரசைக் குற்றம்சாட்ட முடியுமா என்ன? குடும்பத்தினரே சகோதரனாக மதிக்காத ஒருவனை ஊர் மட்டும் அரவணைத்துக்கொண்டுவிட முடியுமா என்ன?

***முதலாமவர்*** : இன்னொன்னு சொல்வானுங்களே... சட்டுனு ஞாபகம் வர மாட்டேங்குது.

***இரண்டாமவர்*** : வடக்கு வாழ்கிறது... தெற்கு தேய்கிறது.

***முதலாமவர்*** : அது இல்லை... ஆனா அது மாதிரி ஒண்ணுதான். ஆ... ஞாபகம் வந்திருச்சு... திராவிடன்... இவனுங்கல்லாம் திராவிடனுங்களாம். ஆந்திரா, கர்நாடகா, கேரளாக்காரனெல் லாம் இவங்களோட ஒரே ரத்தமாம். நாம மட்டும் அந்நியராம்.

***இரண்டாமவர்*** : இவங்களோட அந்தக் கதையைத்தான் மத்தவங்க யாரும் ஏத்துக்கலையே.

***முதலாமவர்*** : அது என்னமோ சரிதான். ஆனா, ஆரியர் திராவிடர்ன்னு சொல்லி இவங்க பண்ணற அழும்பு இருக்கே... என்னமோ கைபர் கணவாய் வழியா ஆரியர்கள் ஆடு மாடு பத்திக்கிட்டு வந்தது மாதிரியும் இவங்க மரத்து மேல ஒளிஞ்சிருந்து பாத்த மாதிரியும் சொல்றானுங்க. கிறிஸ்தவர் களோட புனிதஸ்தலம் வாடிகன். அதனால வெளில இருந்து வந்தாங்கங்கறது நல்லாவே தெரியுது. இஸ்லாமியர்களோட புண்ணிய பூமி மெக்கா. அதனால அவங்களும் வெளில இருந்து வந்தவங்கங்கறது உறுதியாகுது. ஆனா, இந்தியால ஆரியர்கள்னு இவங்க சொல்றவங்களோட புண்ணிய பூமி எதுன்னு கேட்டா பாரத வர்ஷம்ன்னுதான் அவங்க புராணங்கள் எல்லாம் சொல்லுது. ஆரியர்கள்னு இவங்க சொல்றவங்க கும்படற எல்லா சாமியும் இந்தியாவுக்குள்ள தான இருக்குது. அப்பறம் எப்படி அவங்களை வெளில இருந்து வந்தவங்கன்னு சொல்ல முடியும். சரஸ்வதி நதி வத்திப் போனதுனால அங்க இருந்த மக்கள்ல கொஞ்சபேரு கங்கைச் சமவெளிப் பக்கம் போனாங்க. கொஞ்ச பேரு தெக்க போயிட்டாங்கன்னு சொன்னா நம்ப மாட்டேங்கறாங்க. சரி, திராவிடரான இவங்களை ஆரியரான நாம தெக்க விரட்டினோம்னு சொல்றாங்களே அப்போ தெற்கில யாருமே இல்லாமலா இருந்தாங்க. அப்படி இருந்தாங்கன்னா அவங்க எங்க போனாங்க? அவங்களை இவங்க கொன்னு ஒரு துண்டு எலும்புகூடக் கிடைக்காம எரிச்சி சாம்பலாக்கிட்டா னுங்களா? என்னங்கடா கதைவிடறீங்க?

அப்பறம் தமிழர்கள் ஆதிகாலத்தில் இருந்தே வட இந்தியர்களுக்கு எதிரிகளாம். வங்காளத்துல இருந்து போன விஜயன் இலங்கைல கால் வெக்கறதுக்கு முன்னாலயே தமிழங்க அங்க இருந்தாங்களாம்.

அந்த ஆரிய சிங்களர்களுக்கு சாதகமா வட இந்தியா செயல்படுதாம். அதனால ஆரிய இந்தியாவில இருந்து பிரிஞ்சு போனாத்தான் திராவிடத் தமிழர்களுக்கு நிம்மதியாம்.

ஒரு மண்ணோட மைந்தர்களை வந்தேறின்னு சொல்றது இருக்கே எவ்வளவு பெரிய புரட்டு தெரியுமா? இத்தனைக்கும் எல்லாரும் சந்தோஷமா வாழலாம்னுதான் சொல்றோம். அது பொறுக்கமாட்டேங்குது. இலங்கைல போயும் அதைதான் சொல்லிப் பாத்தாங்க. எல்லாரும் நம்மளை மாதிரி வாயை மூடிக்கிட்டு இருப்பாங்களா? பின்னியெடுத்துட்டானுங்க.

**இரண்டாமவர்** : இலங்கை உண்மைலயே யாருக்குத்தான் சொந்தம்.

**நிருபர்** : இலங்கையின் பூர்விக வரலாறு என்று பார்த்தால் உறுதியாக எதையும் சொல்ல முடியாத நிலையே இருக்கிறது. ராமாயண கதைகள், புத்தரோடு தொடர்புடையதாகச் சொல்லப் படும் கதைகளை எல்லாம் வரலாறாக எடுத்துக்கொள்ள முடியாது. உண்மையில் இலங்கையின் பூர்வகுடிகள் என்று பார்த்தால் வேடர் இனத்தினர்தான். அவர்கள் பேசிய மொழி என்ன என்று தெரியாது சிங்களர்கள் சுமார் பொ.மு. ஆறாம் அல்லது ஐந்தாம் நூற்றாண்டுவாக்கில் குடியேறியதாகச் சொல்லலாம். தென்னிந்தியாவில் இருந்து வர்த்தகர்கள், மீனவர்கள் என கிட்டத்தட்ட அதே காலகட்டத்தில் அங்கு சென்றிருக்கலாம். யார் முதலில் சென்றார்கள்... யாருக்கு முழு உரிமை உண்டு என்பதெல்லாம் தெளிவாகத் தெரியவில்லை.

தமிழர்களைப் பொறுத்தவரையில் சோழர்காலப் படையெடுப்பு, பிரிட்டிஷ் காலப் புலம் பெயர்வு எனப் பல அலைகளாக அங்கு சென்று சேர்ந்திருக்கிறார்கள். இதனால், சிங்களர்களுக்கு ஒட்டு மொத்த தமிழர்களையும் வந்தேறிகளாகச் சித்திரிக்க வாய்ப்பு ஏற்பட்டிருக்கிறது.

அனுராதபுரம், பொலனுருவா போன்ற இடங்களில் வலுவான சிங்கள சாம்ராஜியங்கள் நிறுவப்பட்டுள்ளன. புத்தர் ஞானம் பெற்ற நாளில் இலங்கையில் கால் வைத்த விஜயன், அசோகரு டைய காலகட்டத்தில் புத்த கயாவில் இருந்து கொண்டு சென்று நடப்பட்ட ஆல மரக்கன்று, புத்தருடைய புனிதப் பல் என புராணங்களும் வரலாறுமாக இலங்கை பவுத்த சாம்ராஜ்ஜியமாக வளரத் தொடங்கியது. புத்தருடைய புனிதப் பல் வைக்கப் பட்டிருக்கும் கோவில் யார் வசம் இருக்கிறதோ அவரே இலங்கையை ஆள முடியும் என்று மக்கள்

நம்பினார்கள். மகாவம்சத்தில் இரண்டு இனங்களுக்கிடையிலான சண்டையும் பதிவாகியிருக்கிறது. அப்போதிருந்தே தமிழர்கள் அங்கு இருந்ததும் அதன் மூலம் உறுதியாகியிருக்கிறது.

சிங்கள சாம்ராஜ்ஜியங்களைத் தொடர்ந்து சோழர் காலத்தில் இரண்டாம்கட்டத் தமிழ் சாம்ராஜ்ஜியங்கள் வலுப்பெற்றன. ஏற்கெனவே வியாபார நிமித்தமாகவும் மீனவர்களும் இலங்கை யின் வட, கிழக்கு பகுதிகளில் குடியேறி இருந்தனர். தமிழ் சாம்ராஜ்ஜியம் வடக்கு, கிழக்கு பகுதியில் ஏற்பட்டிருந்தன. வட பகுதிக்கும் தென் பகுதிக்கும் இடையில் அடர்ந்த காடு இருந்தது. அதுவே இரண்டு சாம்ராஜ்ஜியங்களுக்கும் இடையி லான வலுவான மதிலாக இருந்தது. 1950களில் இந்தக் காடுகள் வெட்டப்பட்டு அந்த நிலங்களில் விவசாயம் முன்னெடுக்கப் பட்டது. பெரும்பான்மையாக இருந்த சிங்களர்கள் அங்கு குடியேற்றப்பட்டனர். இதுவும் தமிழர்களை நெருக்கடிக்குள் தள்ளியது. அது வேறு கதை.

சாம்ராஜ்ஜியங்கள் என்று பார்த்தால் போர்ச்சுகீசியர்கள் சில காலம் இலங்கையில் ஆதிக்க செலுத்தியிருக்கிறார்கள். டச்சுகாரர்கள் சில காலம் ஆட்சி செலுத்தியிருக்கிறார்கள். ஆனால், அவர்களும்கூட கண்டி பகுதி சிங்கள தலைமையை எதுவும் செய்திருக்க முடியவில்லை. பிரிட்டிஷார் 1800களில் இலங்கையில் கால் பதித்து அதைத் தமது குடியேற்ற நாடாக ஆக்கினார்கள். முதன் முதலில் இலங்கை முழுவதையும் ஒரே குடையின் கீழ் ஆண்டவர்கள் என்று பிரிட்டிஷாரைத்தான் சொல்லவேண்டும். 1940களின் இறுதிப் பகுதியில் இலங்கைக்கு சுதந்திரம் கொடுத்தபோது ஒட்டுமொத்த இலங்கையையும் ஒரே நாடாகவே கொடுத்துச் சென்றார்கள். பிரச்னையின் தொடக்கமே அதுதானோ என்னவோ.

ஒருவேளை தமிழ் பகுதிகளான வடக்கு கிழக்கு மாகாணங்களை தமிழர்களுடைய நாடாகவும் தென் பகுதியை சிங்களர்களின் நாடாகவும் கொடுத்துவிட்டுச் சென்றிருந்தால் பிரச்னையே வந்திருக்காது. ஆனால், ஒன்றுபட்ட இலங்கைதான் இரு மொழி யினருக்கும் நன்மை தரும் என்று சிங்கள, தமிழ் தலைவர்கள் முதலில் நம்பினார்கள். சிங்களர்கள் மெள்ள மெள்ளப் பேரின வாதம் பேச ஆரம்பித்தனர். முதலில் பிரிட்டிஷ் காலகட்டத்தில் வேலைக்குக் கொண்டுவரப்பட்ட மலையகத் தமிழர்களை இந்தியாவுக்குத் திருப்பி அனுப்பினார்கள். சிங்களம் மட்டுமே ஆட்சி மொழியாக

இருக்கும் என்று சொன்னார்கள். பவுத்தமே அரச மதம் என்று சொன்னார்கள். தென் இலங்கையையும் வட, கிழக்கு இலங்கையையும் பிரித்த காட்டுப்பகுதியை சீர்திருத்தி சிங்களக் குடியேற்றங்களைக் கொண்டுவந்தார்கள்.

மெள்ள சிங்கள, தமிழ் அடையாளங்கள் பெரிதுபடுத்தப்பட்டு இடைவெளி அதிகரிக்கத் தொடங்கியது. தமிழர்கள் அமைதியான முறையில் எதிர்ப்பைத் தெரிவித்துவந்தார்கள். இதனிடையே இலங்கையில் 1970களில் வேலை இல்லாத் திண்டாட்டம் அதிகரித்து புதிய தலைமுறை இளைஞர்கள் கம்யூனிசம் பக்கம் நகரத் தொடங்கினார்கள். சிங்கள ஆட்சியாளர்கள் அந்த சிங்கள கம்யூனிஸ்ட்களை மூர்க்கத் தனமாக ஒடுக்கினார்கள். கூடவே சிங்களப் பேரினவாதத்தை முன்னெடுத்தார்கள். அது தமிழர்களை மேலும் பதற்றத்துக்கு உள்ளாக்கியது. தமிழர்களும் கம்யூனிஸ பாணியில் ஆயுதம் ஏந்தினார்கள். சிங்கள அதிகாரவர்க்கத்தினர் சிங்கள கம்யூனிஸ்ட்களை விட்டுவிட்டு (ஏற்கெனவே அழித்தொழிக்கப் பட்டுவிட்டிருந்தனர்) தமிழர்களைக் களையெடுக்கத் தொடங் கினார்கள். அப்படியாக ஒரு அணையில் நீர் மெள்ள மெள்ளச் சேகரமாவதுபோல் அதிருப்தியும் வன்முறையும் அரச பயங்கரவாதமும் பிரிவினைவாத வன்முறைகளும் அதிகரித்து தேசத்தையே மூழ்கடித்துவிட்டிருக்கின்றன.

**இரண்டாமவர்** : அதுதானா கதை... இந்த நிலையில் தமிழகத் தமிழர்கள், இந்தியர்கள் இந்தப் பிரச்னையில் எப்படி வருகிறார்கள்?

**நிருபர்** : உண்மையில் தமிழகத் தமிழர்களும் இந்தியர்களும் இந்தப் பிரச்னையில் ஈடுபாடு காட்ட ஒரே காரணம் இலங்கைத் தீவு தமிழகத்துக்கு வெகு பக்கத்தில் இருப்பதுதான். இந்த நெருக்கம்தான் தமிழகத் தமிழர்களை ஈழத் தமிழர்களின் பிரச்னையில் உணர்வுபூர்வமாக ஈடுபட வைத்திருக்கிறது. அதுவே பிற இந்தியர்களை ஈழத்தமிழர் பிரச்னையில் எச்சரிக்கையுடன் செயல்பட வைத்துமிருக்கிறது.

**முதலாமவர்** : ஈழத் தமிழர்கள் பிரச்னையில் இந்தியா சரியாகச் செயல்படவில்லை என்று சில தமிழினக் குழுக்கள் பெரும் கோபத்தில் இருக்கின்றன. இறுதி யுத்தத்தின்போது தமிழ் நாட்டில் ஜெயலலிதா மேடமும் மத்தியில பி.ஜே.பி.யும் ஆட்சில இருந்திருந்து, சோனியா காங்கிரஸும் கருணாநிதி முன்னேற்றக்கழகமும் நடந்தது மாதிரி பார்ட் டைம் உண்ணாவிரதம், ராஜினாமா நாடகம், அமைச்சர்களை

அனுப்பறது அப்படின்னு அவங்க நடந்துக்கிட்டிருந்தா ஐய்யோ, ஆரிய சதி... பார்ப்பன சதின்னு சொல்லி தமிழ்நாட்டுல இருந்த அத்தனை பேரும் கடப்பாரை மண்வெட்டியைத் தூக்கிட்டு வந்து தமிழ்நாட்டை இந்தியால இருந்து துண்டா வெட்டி எடுத்துட்டுப் போயிருப்பானுங்க.

**இரண்டாமவர்** : அது என்னவோ சரிதான். ஆனா, இத்தனை பிரச்னை இலங்கைல நடந்த பிறகும் கருணாநிதி ஏன் சும்மாவே இருந்துட்டாரு. பதவிக்காக அப்படி இருந்தாருன்னு சொல்றதை நம்ப முடியலையே. ஏன்னா... இப்ப அமைதியா இருந்ததுனால இந்த முறை ஆட்சியை மட்டும்தான் காப்பாத்திக்க முடியும். அய்யோ கொல்றாங்க அய்யோ கொல்றாங்கன்னு வீதிக்கு வந்து போராடியிருந்தா தன்னோட அடுத்த ரெண்டு தலைமுறைக்கும் சேர்த்து தமிழ் நாட்டை ஆளற அதிகாரத்தை ஈஸியா தட்டிப் பறிச்சிருக்க முடியுமே. சின்ன மீனுக்கு ஆசைப்பட்டு பெரிய மீனை விட்டுட்டாரே. பொதுவா அப்படிச் செய்யக்கூடியவரில்லையே.

**பத்திரிகையாளர்** : விஷயம் என்னன்னா... விடுதலைப் புலி களுக்கும் இவருக்கும் ஆகாது. வெளியில தமிழ், தமிழர்ன்னு இவர் சொன்னாலும் இவர் ஒண்ணுமே உருப்படியா பண்ணலைன்னு அவங்களுக்கு நல்லாத் தெரியும். அவங்க ஆரம்பத்துல இருந்தே எம். ஜி.ஆர்.கூட நெருங்கின நட்பு வெச்சிருந்தாங்க. அதுமட்டுமில்லாம வைகோ, நெடுமாறன்னு வேற ஆளுங்களுக்கு கொம்பு சீவிவிட்டாங்க. இவரும் அவங்களோட உள்ளடி வேலைகளைத் தெரிஞ்சிக்கிட்டு ஆரம்பத்துல இருந்தே புலிகளுக்கு எதிரான போராளிக் குழுக்களுக்கு ஆதரவு கொடுத்தாரு. விடுதலைப் புலிகளை ஒழிக்கத் திட்டம் போட்டாரு. அதே நேரம் தனக்கு தமிழின விரோதின்னு பேரு வந்துடக்கூடாதுங்கறதுக்காக அப்பப்ப கவிதை எழுதறது, மனிதச் சங்கிலிப் போராட்டம் நடத்தறது, உண்ணாவிரதம் நடத்தறதுன்னு நல்லா ஃபிலிம் காட்டினாரு.

இன்னும் சரியா சொல்லப்போனா விடுதலை புலிகள் ஒழிஞ்சாத்தான் இலங்கைல இருக்கற தமிழர்களுக்கு நல்லது நடக்கும்னு அவருக்கு தெரிஞ்சு இருந்தது. கடைசி கட்டப் போர் அப்படிங்கறது பிரபாகரனைச் சுத்தி வளைக்க நடந்த யுத்தம்தான். அவங்க சொன்ன மாதிரி அங்க ஒண்ணும் இனப்படுகொலை யெல்லாம் நடக்கலை. வெறும் தீவிரவாத வேட்டைதான் நடந்ததுன்னு இவருக்கும் நல்லாத்

தெரிஞ்சி இருந்தது. அதனால சைலண்ட்டா எதையும் கண்டுக்காம இருந்துட்டாரு. ஈழத்தமிழ் மக்கள் பாதிக்கப்படறாங்கன்னு தெரிஞ்சதும் இவரு உண்ணா விரதம் இருந்து போர்நிறுத்தத்தைக் கொண்டுவந்தாரு. சிங்கள ராணுவம் ஆயுதப் பிரயோகத்தை நிறுத்தினது. ஆனால், புலிகள் வேணும்னே அடுத்த நாளே சிங்கள ராணுவத்தைத் தாக்கினாங்க. போர் நிறுத்தம் என்றால் இரண்டு பக்கமும் ஆயுதப் பிரயோகம் நிறுத்தப்படணும் இல்லையா? புலிகள் தாக்கியதும் சிங்கள ராணுவமும் பதிலுக்குத் தாக்கியது. கடைசில என்ன ஆச்சுன்னா, இவர் கஷ்டப்பட்டு உண்ணாவிரதம் இருந்து போர் நிறுத்தம் கொண்டுவந்தது கேலிக் கூத்தாகிடிச்சு. புலிகள் மேல அந்தக் கோபமும் அவருக்கு உண்டு.

**நிருபர்** : ஆனால், கடைசி யுத்தத்துல சிங்கள ராணுவம் ரொம்பவும் கொடூரமாத்தான் நடந்துக்கிட்டாங்க. மருத்துவ மனையெல்லாம் தாக்கறதுங்கறது எந்த சூழ்நிலையிலயும் சரியே கிடையாது.

**பத்திரிகையாளர்** : அங்கதான் நீ தப்பு பண்ணற. மருத்துவ மனைல குண்டு போட்டது என்னவோ வாஸ்தவம்தான். ஆனால், அதுக்குக் காரணமே விடுதலைப் புலிகள்தான். சதாம் ஹுசேன் கூட இதையேதான் பண்ணினாரு. அப்பாவி மக்கள் அடைக்கலம் புகுந்திருந்த மசூதில அமெரிக்காக்காரன் தாக்குதல் நடத்திட்டாண்டோய்னு கூப்பாடு போட்டாங்க. விஷயம் என்னன்ன இவனுங்களே மசூதிக்கு உள்ள ஆயுதங்களையும் டாங்கிகளையும் ஒளிச்சு வைக்கவேண்டியது. மேல விமானத்துல ரேடார்ல பார்க்கும்போது அது ஏதோ ராணுவ மையம் மாதிரியே தெரியும். சுவிட்சைத் தட்டிடுவானுங்க. அதுதான் இங்கயும் நடந்துச்சு. மருத்துவமனைக்குள்ள கொண்டு போய் ஆயுதங் களைப் பதுக்கி வெச்சுக்கிட வேண்டியது. அப்பறம் அய்யோ... ஆஸ்பத்திரிக்கு அடிபட்டு வந்த அப்பாவிங்களைக்கூட விட்டு வைக்கலியேன்னு பொலம்ப வேண்டியது. செஞ்சிலுவை சங்க ஆட்களே இவங்களோட அடாவடி தாங்க முடியாம எத்தனை தற்காலிக மருத்துவமனைகளை இடம் மாத்திக்கிட்டுப் போயிருக்காங்க தெரியுமா? அதுவும்போக அந்த மருத்துவ மனைகள்ல அடிபட்ட புலிகளுக்குத்தான் சிகிச்சைகள் நடந்திருக்கு. அதனாலதான் ராணுவமும் பெரிசா எதையும் யோசிக்கலை.

**முதலாமவர்** : பொணத்தைக் காட்டி பணத்தைக் கறக்கறதுல புலிகள் ரொம்பக் கில்லாடிங்க. இதனாலதான் சர்வதேச சமூகத்துக்கு

இவங்க சொல்ற விஷயத்துல நம்பிக்கையே வரல்ல. சிங்கள ராணுவம் ரொம்ப நல்லவங்கன்னு நான் சொல்ல வரலை. ஆனா, இவங்க ஒட்ட வைக்கற அளவுக்கு கோரைப் பல்லும் கூர்மையான நகங்களும் கிடையாது.

*நிருபர் :* சேனல் 4-ல் சிங்கள ராணுவ வீரர்கள் கண்ணையும் கையையும் கட்டி நிர்வாணமா உட்காரவெச்சு சுடறதை அப்படியே காட்டினாங்களே. பாலச்சந்திரன், இசைப்பிரியான்னு சீஸனுக்கு சீஸன் புதுப் புதுப் படங்கள் ரிலீஸ் பண்றாங்களே.

*இரண்டாமவர் :* அதைச் சொல்லத்தான் வந்தேன். நீயே யோசிச்சுப் பாரு. கொலை செய்யறவன் யாராவது போட்டோ வுக்கு போஸ் கொடுத்துட்டு அதைச் செய்வானா? மொபைல் கேமரால எடுத்த படம்னு சொன்னாங்க. ஆனா, அவ்வளவு தெளிவா மொபைல் கேமராவால எடுக்கவே முடியாது. அது நல்ல வீடியோ கேமரா வெச்சு பிளான் பண்ணி எடுத்த சீன்தான்னு நிபுணர்கள்லாம் தெளிவா சொல்லிட்டாங்க. அப்பறம் சிங்கள ராணுவ சீருடை போட்டுக்கிட்டு புலிகள் எத்தனையோ அட்டூழியங்களைப் பண்ணியிருக்காங்க. புலிகளே கொன்னுட்டு ராணுவம் கொன்னுடுச்சுன்னு கதை கட்டியிருக்கலாம். அதுவும் ஒருவகையான போராட்ட வழிமுறைதான. எப்படியும் சிங்களவன் கொன்னுடுவான். அவன் பிடிச்சிக் கொன்னா எந்த ஆதாரமும் இருக்காது. நாமளே கொன்னுட்டு அவன் மேல பழிபோட்டா நம்ம பக்கம் ஸ்ட்ராங் ஆகும். எப்பனாலும் சாகத் தயார்ன்னு கழுத்துல சயனைட் குப்பியைக் கட்டிக்கிட்டுத் திரியறவங்கதான. இந்த வீடியோல உன்னை சுட்டுக் கொல்றோம். அதுவும் ஒருவகையான தியாகம்தான் அப்படின்னு சொல்லிச் செஞ்சிருப்பாங்க. அதனால அதையெல்லாம் ஒரு ஆதாரமா எடுத்துக்கவே முடியாது.

அந்த பிரபாகரனோட பையன் சண்டைல சாகலையாம். சிங்கள ராணுவம் பிடிச்சி பக்கத்துல நின்னு சுட்டுக் கொன்னுடுச்சாம். போட்டோல்லாம் போட்டுக் காட்டியிருக்கானுங்க. ராணுவம் பிடிச்சிக் கொன்னிருந்தா இப்படி போட்டோவுக்கு போஸ் கொடுக்கல்லாம் விட்டிருப்பானா... கொஞ்சம் யோசிச்சுப் பாருங்க. அந்த போட்டோ எப்படி யாரால எடுக்கப்பட்டது?

**பத்திரிகையாளர் :** அது பொய்யானது. புலிகளோட பங்கர்ல பாதுகாப்பா இருந்தப்போ அவங்களே எடுத்த போட்டோ அது.

அப்பறம் சண்டையில செத்தப்ப எடுத்த போட்டோவோட அதை அப்படியே சேத்துக்காட்டி ஊரையே எப்படி ஏமாத்திட்டான் பாருங்க. இவங்க டெக்னிக்கே அதுதான்.

சில பிச்சைக்காரங்க, நம்ம கிட்ட கருணைய வரவழைக்கறதுக் காக சாட்டையால ஓங்கி ஓங்கி அடிச்சிக்கறமாதிரி பாவ்லா காட்டுவாங்களே அது மாதிரியான ஒரு டெக்னிக்தான் இது. உடம்பெல்லாம் குங்குமத்தை திட்டு திட்டா தீட்டிக்கிட்டு ரத்தம் மாதிரி ஷோ காட்டுவானுங்க. ஒரு சாட்டை அடி கூட மேல படாது. பாக்கற நமக்குத்தான் உடம்பு வலிக்கும். புலிகள் இதைக் கொஞ்சம் வித்தியாசமா செய்வாங்க. தான் செய்த தாக்குதல்களையெல்லாம் மறைச்சிருவாங்க. தன் மேல விழுந்த அடிகளை மட்டும் போட்டோ எடுத்துக்காட்டுவானுங்க. அப்பறம் தன்னோட ஆட்களைத் தானே கொன்னுட்டு அதையும் படம் எடுத்து ஊர் ஊராக் காட்டுவாங்க. இந்த டெக்னிக் எல்லாம் இன்னர் சர்க்கிள்ல இருக்கறவங்களுக்கு நல்லாவே தெரியும். குறிப்பா கருணாநிதி அன்கோவுக்கு நல்லாத் தெரியும். அதனால அமைதியா இருந்துட்டாங்க.

**இரண்டாமவர்:** எல்லாம் முடிஞ்ச பிறகு இவரோட மந்திரிங்ககூட போய் அங்க இருக்கற நல வாழ்வு முகாம்களைப் பார்த்துட்டு எல்லாம் நல்லாத்தான் இருக்குன்னு சொல்லிட் டாங்க. ஒரு அறிக்கை விட்டாரு பாத்தீங்கள்ல... பிரபாகரன் தேர்தல்ல தமிழ் மக்களை வாக்களிக்கவிட்டிருந்தா பிரச்னை அழகா தீந்திருக்கும். எல்லாத்தையும் கெடுத்துட்டாரு. என்னோட மவுன வலி யாருக்கும் புரியலை அப்படின்னு சொல்லிட்டாருல்ல. அதுதான் உண்மை. விடுதலைப் புலிகள் இவரை மதிக்கலைங்கறதுனால இந்த உண்மையை வெளிப் படையா சொல்லியிருக்காரு. இல்லைன்னா கூட்டுச்சேர்ந்து இவரும் கும்மி அடிச்சிருப்பாருங்கறது வேற விஷயம்.

**முதலாமவர் :** 9 வருஷம் ஆட்சில ஒட்டிக்கிட்டு நல்லா கொள்ளையடிச்சாங்க. அடுத்த தேர்தல்ல ஆளுங்கட்சி மேல எதிர்ப்பு அலை வீசும். காங்கிரஸ் ஜெயிக்கவே முடியாதுன்னு தெரிஞ்சிடிச்சு. அதனால, சாமர்த்தியமா கூட்டணியில இருந்து விலகிட்டாங்க. தமிழருக்காகப் பதவியைத் தூக்கி எறிஞ்சதா சீன்வேற. அப்பறம் அடுத்த ஐஞ்சு வருஷத்துல அதே காங்கிரஸோட கூட்டணி வெச்சாச்சு.

இந்திய அரசு சொன்னவற்றை நம்பி நாங்க அமைதியா இருந்துட்டோம். இந்தியா எங்களை ஏமாத்திருச்சு. துரோகம்

பண்ணிடுச்சுன்னு பழைய பல்லவியைப் பாடினாலும் ஆச்சரிய மில்லை. ஜெயின் கமிஷன் முன்னால இலங்கை தமிழர் இயக் கங்களுக்கு நடுவில நடந்த சண்டைக்கெல்லாம் இந்திய ரா உளவுப் பிரிவுதான் காரணம்னு ஒரு பிட்டைப் போட்டவருதான.

உளவுத்துறை பிரிவினையை உண்டாக்கிருச்சாம். உங்களுக்கு அறிவு எங்க போச்சு. உங்ககிட்ட ஒத்துமை இல்லை. அதனால ஒருத்தருக்கொருத்தர் அடிச்சிகிட்டு செத்தீங்க. அதைவிட்டுட்டு அவன் சொன்னதைக் கேட்டு அடிச்சிட்டேன். இவன் சொன்னதைக் கேட்டு அடங்கியிருந்துட்டேன்னு பழியைத் தூக்கி அடுத்தவன் மேல போடறது இருக்கே ரொம்பவும் கேவலமானது. அபாயகரமானது.

**பத்திரிகையாளர்** : இப்ப பாருங்க, இலங்கைல நடந்தது போர்க்குற்றம் மட்டும் இல்லையாம். இனப்படுகொலையாம். எப்படியிருக்கு கதை? புலிகளோட கட்டுப்பாட்டுக்குள்ள இருந்த இடத்துல எவ்வளவு தமிழர்கள் இருந்தாங்களோ அதைவிட அதிக தமிழர்கள் சிங்களர்கள் மத்தியில இருக்காங்க. அவங்களையெல்லாம் யாரும் கொல்லலை. அப்பறம் எப்படி இனப்படுகொலைன்னு சொல்லமுடியும்?

**இரண்டாமவர்:** அது மட்டுமா... தமிழக மீனவர்களை இலங்கை ராணுவம் கொல்லுதாம். இதை இந்தியா தட்டிக் கேக்கலைன்னா தனியா பிரிஞ்சு போயிடுவானுங்களாம். மனசுல என்ன நினைச்சிட்டிருக்கானுங்க. ஒரு தேசத்துல இருக்கும்போது ஏதாவது மனஸ்தாபம் இருந்தா பேசித்தான் தீர்க்கப் பார்க்கணும். பிரிஞ்சு போறதுங்றது என்னிக்குமே யாருக்குமே நல்லதில்லை.

தமிழர்கள் இந்தியர்களா இல்லையான்னு பெரிசா கேள்வி வேற? சரி... தலித்களை தமிழ் நாடு அரசு கொல்லுது. ஐம்பதுகள்ல முதுகுளத்தூர்ல ஆரம்பிச்சு ஐஞ்சு வருஷத்துக்கு முன்னால பரமக்குடி, இப்போ தருமபுரி, உடுமலைப் பேட்டைன்னு தலித்களை துரத்தி துரத்தி வெட்டியிருக்காங்க. கொன்னுருக்காங்க. தலித்கள் தமிழர்கள் இல்லையா? இப்போ தலித்கள் எல்லாம் சேர்ந்து எங்களுக்கு தமிழ்நாடு வேண்டாம்... நாங்க தமிழர்கள் இல்லைன்னு சொல்லி கோஷம் போட்டா என்ன செய்வானுங்களாம்?

தமிழின் மிகத் தொன்மையான தொல்காப்பியத்துலயே வடக்கே பனி மலையையும் தெற்கே சேது சமுத்திரத்தையும் எல்லை யாகக் கொண்ட பூமின்னு இந்தியாவை ஒரே தேசமா சொல்லி

யிருக்காங்க. இவனுங்களைக் கேட்டா தமிழ் நாடு ஆதியில இருந்தே இந்தியாவில் இருந்து பிரிஞ்சுதான் இருந்ததாம். கர்நாடக மன்னர்கள் கூடயும் பிற இந்திய மன்னர்கள் கூடயும் நடந்த சண்டைகளைச் சொல்லிக்காட்டி நாங்க இந்தியர்களே கிடையாது. ஆரம்பத்துல இருந்தே சண்டைதான் என்கிறார்கள். இதே தமிழ் நாடுல கூடத்தான் சேர, சோழ பாண்டியர்கள்னு சண்டை போட்டு வெட்டிக்கிட்டும் குத்திகிட்டும் செத்திருக் காங்க. தமிழன் என்ற ஒற்றுமையும் என்னிக்குமே இருந்தது கிடையாது. அப்போ சேர நாடு, சோழ நாடு, பாண்டிய நாடுன்னு தனித்தனியா பிரிச்சிடலாமா? என்னமோ இவனுங்களுக்கு மட்டும்தான் பேசத் தெரியும்ங்கற மாதிரி ரொம்பத்தான் துள்ளறானுங்க.

நவீன காலகட்டத்தில் மொழிவாரியான தேசியங்கள் ஒன்று சேர்ந்து ஒரு வலுவான நாடாக உருவாகியிருக்கோம். கலசார, பண்பாட்டு ரீதியாக வலுவான பிணைப்பு நம்மிடையே உண்டு. ஒருத்தன் தமிழனா இந்தியனா அப்படினு கேட்கற கேள்வியே தவறு. ரெண்டுமேதான் ஒருத்தர். அவை ஒன்றை ஒன்று மறுக்க வேண்டிய விஷயங்களே இல்லை. ஒன்றை ஒன்று பலப்படுத்த வேண்டிய விஷயங்கள்தான். தமிழ் நாட்டுல இருக்கற ஒவ்வொரு சாதிக்காரரையும் பார்த்து நீ பிராமணனா, தேவனா, பல்ளனா, பறையனா அல்லது தமிழனானு கேட்டா என்ன சொல்லுவாங்க. ரெண்டுமேதானென்றுதான் சொல்வார்கள். தமிழராக இருந்துகொண்டே தேவராக இருக்க முடியாதா என்ன? அது மாதிரிதான் தமிழராக இருந்துகொண்டே இந்தியராகவும் இருக்கமுடியும். இருக்கணும். இந்தியா எங்களைச் சரியாக நடத்துவதில்லை என்று சொல்லித் தனி நாடு கேட்கும் உரிமை தமிழருக்கு உண்டு என்றால், தமிழர்கள் எங்களை சரியாக நடத்துவதில்லை என்று சொல்லி தலித்கள் தங்களைத் தமிழர்கள் இல்லை என்று சொல்லவும் தனி நாடு கேட்கவும் கூடுதல் உரிமை உண்டு. அதில் கூடுதல் நியாயமும் இருக்கிறது. இப்படியான வாதங்கள் அர்த்தமற்றவை மட்டுமல்ல. அபாயகரமானவையும்கூட.

ஒரு கட்சியோ சாதியோ அரசாங்கமோ தப்பு செஞ்சா அந்த கட்சியை சாதியை அல்லது அந்த அரசாங்கத்தைத் தண்டிக் கலாம். மக்களாட்சியில அதற்கான எல்லா வழியும் இருக்கு. அப்படித்தான் அது நடக்கணும். தேசங்கறது அந்த கட்சியும் சாதியும் அரசாங்கமும் மட்டுமே இல்லையே. அமெரிக்கால புஷ் ஏதாவது தப்பு பண்ணினா அந்த மக்கள் புஷ்ஷை மட்டும்தான் விமர்சிப்பாங்க. ஒபாமா தப்பு

பண்ணினா ஒபாமாவோட அரசாங்கத்தைத்தான் விமர்சிப்பாங்க. அமெரிக்கா உடையணும்னு யாரும் கூப்பாடு போடமாட்டாங்க. அதுதான் சரியான வழி. ஆனா இங்க மட்டும்தான் எதுக்கெடுத்தாலும் இந்தியா ஒழிக... இந்திய கலாசாரம் ஒழிகன்னு கோஷம் போட ஆரம்பிச்சிடுவானுங்க.

பத்திரிகையாளர்: அப்போதும்கூட ஒரு தவறான தலைவன் கீழ இருக்கும்போது மக்கள் தப்பு செய்துவிடக்கூடும். அதைவெச்சு அவங்க எப்பவுமே அப்படித்தான்னும் முடிவுகட்டவும் கூடாது. ஹிட்லர் இருந்தபோது ஒட்டு மொத்த ஜெர்மனியும் இன வெறி பிடிச்சதாகத்தான் இருந்தது. ஆனால், அந்த அரக்கன் ஒழிஞ்சதும் மக்கள் அந்த இனவெறி மயக்கத்தில் இருந்து வெளிய வந்துட்டாங்க இல்லயா. ஜெர்மனியர்கள் எல்லாருமே எப்போதுமே அயோக்கியர்கள்னு சொல்லி ஒதுக்கிடமுடியுமா? அப்படியிருக்கும்போது கேவலம் ஒரு இந்திய அரசியல் கட்சி செய்யற தப்புக்காக ஒட்டுமொத்த இந்தியாவைப் பழிப்பது எந்தவகையில் நியாயம்? அதைச் சாக்காக வைத்து தேசத்தையே உடைப்பேன் என்று சொல்வது எப்படி சரியாக இருக்க முடியும்?

முதலாமவர்: ஆனா, ஒரு விஷயத்தை ஒத்துக்கணும்... எல்லாம் நல்லா பிளான் பண்ணி செய்யறதுல கில்லாடிங்க. வெள்ளைக் கொடியை ஏந்திக்கிட்டு, 'அமைதி அமைதி'ன்னு இவனுங்க சொல்லிக்கிட்டு வந்தாங்களாம். சிங்கள ராணுவம் சுட்டுப் போட்டுச்சாம். அதுக்கு முன்னால இவனுங்க ஆயிரக்கணக்குல கொன்னதும் விரட்டி அடிச்சதும் ஒண்ணுமே இல்லைன்னு ஆயிருச்சுல்ல. வெள்ளைக்கொடி ஏந்திட்டு நம்பி வந்தோம். கொன்னுபோட்டாங்கன்னு கூப்பாடு. இவனுங்க துரோகின்னு நினைச்ச ஒருத்தனைக் கொன்னபோது அவருக்குக் கீழ இருந்த எத்தனை சின்ன வயசு போராளிகளை துள்ளத் துடிக்கக் கொன்னானுங்க. ஆனா, பிஸ்கட் சாப்பிடற அப்பாவிப் பையனைக் கொன்னுட்டாங்க... என்ன அநியாயம் பாருன்னு டிராமா... உட்கார்ந்து நல்லா யோசிப்பாய்ங்க போலயிருக்கு. போங்க, போயி வேற வேலை இருந்தா பாருங்க.

பத்திரிகையாளர்: புலிகளின் கட்டுப்பாட்டில் இருந்த பகுதிகள்ல, தமிழ்க் குடும்பங்கள் தங்கள் குடும்பத்து வாரிசு ஒருவரை புலிகள் இயக்கத்துக்கு அனுப்பியாக வேண்டும் என்று கட்டாயப்படுத்தியிருக்காங்க. குடும்பத்துக்கு ஒருவர் போதும் ன்னு

மொதல்ல சொன்னாங்க. போர் தொடர்ந்தபோது இன்னும் அதிக ஆட்கள் தேவைன்னு இழுத்துட்டுப் போயிருக்காங்க. சிறுவர்களையும் சிறுமிகளையும் பிடிச்சி இழுத்துகிட்டுப் போய் சரியான பயிற்சி கொடுக்காம போர்முனைக்கு அனுப்பி சாகடிச்சிருக்கானுங்க. சில பெற்றோர் தங்கள் குழந்தைகளை அனுப்பமாட்டோம்னு ஒளிச்சு வெச்சபோது இந்தப் புலிகள் என்ன செஞ்சிருக்காங்க தெரியுமா... பனை மட்டையை எடுத்து அந்தப் பெற்றோரை ரத்தம் வர்றவரைக்கும் தாறுமாறாக அடித்திருக்கிறார்கள். பெற்றோரின் அபயக் குரலைக் கேட்ட பிறகும் எந்தக் குழந்தையாலதான் ஒளிஞ்சு இருக்க முடியும் சொல்லுங்க.

ராணுவ வீரர்களையும் அரசியல்வாதிகளையும் கொன்னுருக்காங்க. அனுராதபுரத்தின் கம்பீரமான புத்த தேவாலயத்தில் புத்த பிட்சுகளையும் தல யாத்திரைக்கு வந்த பக்தர்களையும் கொடூர மாகக் கொன்னிருக்காங்க. நாடுமுழுவதும் இருந்த சிங்களப் பெண்களையும் குழந்தைகளையும் கொன்று குவிச்சாங்க. விமானங்களையும் ரயில்களையும் தகர்த்திருக்காங்க.

விவசாயிங்க வயல்ல நாத்து நடுறமாதிரி புலிகள் நாடு முழுவதும் கண்ணிவெடிகளைப் பதிச்சிருக்காங்க. அவையெல்லாம் போர் முடிந்து இத்தனை ஆண்டுகள் ஆகியும் இன்னமும் முழுமை யாக அகற்றப்படவில்லை. அந்த வேலை முடிவு பெற 2020-ம் ஆண்டுவரை ஆகலாமாம். நாடு பூரா பஸ்லயும் ரயில்லயும் கட்டடங்கள்லயும் புலிகள் குண்டுகள் வைத்தவண்ணம் இருந்திருக்காங்க. குழந்தைகளைப் பள்ளிக்கு அனுப்பும் எந்தத் தாய்க்கும் மாலை முழுதாகக் குழந்தையைத் திரும்பப் பார்க்கமுடியும் என்கிற நம்பிக்கை இருந்திருக்கவில்லை. இதனால்தான் சர்வ தேசம் புலிகள் இயக்கத்தை தீவிரவாத இயக்கம் என்று முத்திரை குத்தியது.

**யாழினி:** ஆனால், இந்தியாதானே முதலில் அப்படி முத்திரை குத்தியது. இந்தியாவின் சந்தையைப் பிடிப்பதற்காக அமெரிக்கா இந்தியா சொன்னதை அப்படியே ஏற்றுக்கொண்டு உலகம் முழுவதையும் அப்படியே சொல்லவைத்தது. இலங்கையின் நிர்மாணப்பணிகளுக்காக 2004-ல் இலங்கைக்கு நிதி உதவி தர முன்வந்த உலக நாடுகள் விடுதலைப் புலிகளையும் கூட பேச்சுவார்த்தைக்கு அழைத்திருந்தனவே. தீவிரவாத இயக்கம் என்றால் அதைப் பேச்சுவார்த்தைக்கு அழைத்திருப்பார்களா என்ன? இந்தியாதானே

புலிகள் வந்தால் நாங்கள் கலந்து கொள்ளமாட்டோம் என்று சொல்லி புலிகளை ஓரங்கட்டினார்கள்.

**முதலாமவர்** : இந்தியா முன்கை எடுத்துத்தான் புலிகள் ஒழிக்கப்பட்டிருக்கிறார்கள் என்றால் அது நிச்சயம் வரவேற்கப் படவேண்டிய விஷயம்தான். புலிகள் செய்யாத எதையும் சொல்லிக்காட்டி இந்தியா சர்வ தேசத்தை சம்மதிக்க வைத்திருக்க முடியாது. இந்தியா சொன்னதை ஏற்று ஒட்டு மொத்த உலகமும் ஒரு இயக்கத்தை தீவிரவாத இயக்கம் என்று சொல்கிறதென்றால் அது உண்மையிலேயே தீவிரவாத இயக்கமாகத்தான் இருக்க வேண்டும்.

எப்போது ஒரு நாட்டின் பிரதமரை அவரது மண்ணிலேயே படுகொலை செய்தார்களோ எப்போது சொந்த நாட்டிலேயே துப்பாக்கிமுனையில் தனி ராஜாங்கம் நடத்தத் தொடங்கினார்களோ எப்போது கொலைக்கும் வழிப்பறிக்கும் துரோகத்துக்கும் பாலியல் பிறழ்வுகளுக்கும் தூக்கு தண்டனையை பகிரங்கமாகக் கொடுக்க ஆரம்பித்தார்களோ எப்போது அப்பாவி பொதுமக்கள் மீது குண்டுமழை பொழிய ஆரம்பித்தார்களோ எப்போது உள்ளூரில் மட்டுமல்ல புலம் பெயர்ந்து சென்ற இடங்களிலும் மிரட்டிப் பணம் பறிக்க ஆரம்பித்தார்களோ அப்போதே சர்வ தேசியம் புலிகளை பயங்கரவாத இயக்கமாக அறிவித்துவிட்ட தம்மா. இவையெல்லாம் 1990களிலேயே நடந்துவிட்டன.

**யாழினி** : புலிகள் செய்த தவறுகளுக்கு அப்பாவித் தமிழ் மக்களுக்கு தண்டனை கொடுப்பது எந்தவகையில் நியாயம்? நிராயுதபாணியான நாங்க நூத்துக்கணக்குல ஆயிரக்கணக்குல கொல்லப்பட்டதுக்கு என்ன பதில்? எங்களோட அழுகைக் குரலுக்கு என்ன மதிப்பு? குரங்கு கிழித்தெறிந்த பஞ்சுத் தலை யணையாக எம் இனம் உலகெங்கும் அலைய நேர்ந்திருக்கிறதே அதற்கு யார் பொறுப்பு? (யாழினியின் குரல் உடைகிறது)

**தில்ஷன்** : வா... இவங்க கிட்டப் பேசிப் பலனில்லை. நாம திரும்பிப் போகலாம்.

**இர்ஃபான்** : வேண்டாம். இருந்து பிரதமரைப் பாத்துட்டுப் போயிடுவோம்.

**யாழினி** : இவங்க பேசினதைக் கேட்டல்ல... இவங்க வோட்டுப் போட்டுத் தேர்ந்தெடுக்கற ஆளு வேற எப்படி இருக்கப் போறாரு?

குழந்தைகள் சோகமாகத் திரும்பிச் செல்கின்றன. உப்பரிகையில் நின்றபடி அதைப் பார்க்கும் பிரதமர், தன் உதவியாளரை அனுப்பி அவர்களை அழைத்து வரச் சொல்கிறார். குழந்தைகள் வேண்டா வெறுப்பாக அவரைப் பார்க்கச் செல்கின்றன.

**பிரதமர் :** என்ன... குழந்தைகளே... வரிசைல நின்னுட்டு இருந்தீங்க. அப்பறம் திரும்பிப் போக முடிவு எடுத்துட்டீங் களே. பொதுவா நான் கேட்டதுக்கு அப்பறம்தான் குறை தீரும். இந்தத் தடவை கேட்கறதுக்கு முன்னாலயே தீர்ந்துடுச்சா?

**யாழினி :** இலங்கையைச் சேர்ந்த நாங்க நீதி கேட்டு வந்தோம். அது கிடைக்குங்கற நம்பிக்கை போயிடிச்சு. அதுதான் திரும்பிட்டோம்.

**பிரதமர் :** அப்படி மனசத் தளரவிடக்கூடாது. மெல்ல முடியாத கசப்பு மாத்திரை என்று எதுவுமே கிடையாது. செல்ல முடியாத யாத்திரை என்று எதுவுமே கிடையாது. கொஞ்சம் பொறுமை... கொஞ்சம் விவேகம். கொஞ்சம் அனுசரித்துப் போகும் குணம். இது இருந்தா போதும்.

**யாழினி :** இலங்கைல நடக்கற பிரச்னைகளுக்கு இந்தியாதான் காரணம். இந்தியா நினைச்சிருந்தா இந்தப் பிரச்னையை சுமுகமா தீர்த்திருக்க முடியும். அதை ஏன் செய்யலைன்னு கேட்டுட்டுப் போகவந்தோம். இந்தியக் குடிமகன்கள் கிட்ட இருந்து நிறையவே கேட்டுட்டோம். அதான் திரும்பிப் போறோம்.

**பிரதமர் :** அவங்ககிட்ட என்ன கேட்டீங்க. அவங்க சொல்றது எப்பவுமே சரியா இருக்காதும்மா. வாங்க நாம நிதானமா பேசலாம்.

குழந்தைகளை உள்ளே அழைத்துச் செல்கிறார். ஒரு மேஜை முன் அமர்ந்துகொண்டு குழந்தைகளையும் அமரச் சொல்கிறார். சிறிது நேரத்தில் சீருடை அணிந்த ஒருவர் தேநீர் கொண்டு வந்து அனைவருக்கும் தருகிறார். குழந்தைகள் அதை எடுத்துக் கொள்ளாமல் இருக்கிறார்கள்.

**பிரதமர் (தேநீர் அருந்தியபடியே) :** இலங்கை இந்த சிறுபான்மை பெரும்பான்மை பிரச்னையை சரியா கையாளலை. இந்தியா வையே எடுத்துக்கோங்க. அதுல 29 மாநிலங்கள் அதாவது 29 இலங்கைகள் இருக்கு. இன்னும் சரியாச் சொல்லணும்னா 29 ஈழங்கள் இருக்கு. எத்தனை மொழி... எத்தனை மதம்... எத்தனை இனம்...

எத்தனை சாதிகள்... எல்லாமே எப்படா பிரிஞ்சு போகலாம்னு காத்துக்கிட்டிருக்காங்க. ஆனாலும் இதை நாங்க எவ்வளவு அழகா கட்டிக் காத்துக்கிட்டு வர்றோம் பாத்தியா.

**யாழினி** : இலங்கை இந்தியாவோட இன்னொரு மாநிலம் மாதிரித்தான இருக்குது. அதோடு நிறைய இந்தியர்கள் வேற அங்க இருக்காங்க. மலையகத் தமிழர்களுக்கு அதாவது இந்தியால இருந்து போன தமிழர்களுக்கு ஏற்பட்ட சோகத்தைத் தீர்க்க நீங்க அக்கறை காட்டியிருந்தாலே பிரச்னை அடுத்த கட்டத்துக்கு போயிருக்காதே. 10 லட்சம் பேர். நின்னுட்டிருக்கற காலடி நிலம் பிளந்து அப்படியே பாதாளத்துல விழற மாதிரி 10 லட்சம் பேர் ஒரே ஒரு நாள்ல நாடற்றவர்களாக ஆக்கப்பட்ட போது நீங்க கூப்பிட்டு இப்படியெல்லாம் செய்யக்கூடாதுன்னு தட்டிவெச்சிருந்தா பிரச்னை பெரிசாகியிருக்காதே.

**பிரதமர்** : மலையகத் தமிழர்கள் எல்லாம் பிரிட்டிஷார் காலத்துல கூலி வேலைக்கு அங்க போனவங்கதான. அந்த நாடு குடியுரிமை தர விரும்பலைன்னா என்ன செய்ய முடியும்? இலங்கை அரசின் அந்த முடிவுக்கு அங்கிருந்த பிற தமிழர் களுடைய ஆதரவும் இருக்கத்தானே செய்தது. இப்போ தமிழ் நாட்டுக்கு வேலை செய்ய பிஹார், ஒரிஸ்ஸா, ஆந்திரால இருந்து எத்தனையோ பேர் வர்றாங்க. அவங்க எல்லாருக்கும் தமிழ் நாட்டு அரசு வேலைகள்ல முன்னுரிமை கொடுன்னு கேட்டா கொடுப்பாங்களா? எத்தனை தலைமுறையானாலும் அவங்க வேற மாநிலத்து ஆட்களாகத்தானே நடத்தப்படுவார்கள். அதோடு, மலையகத் தமிழர்களில் பெரும்பாலானவர்கள் தலித்துகள் அம்மா. யாழ்ப்பாணத் தமிழர்கள் எல்லாம் உயர் ஜாதியினர். எனவே, அவர்கள் மலையகத் தமிழர்கள் இந்தியாவுக்குத் திருப்பி அனுப்பப்பட்டபோது ஒப்புக்குச் சில அறிக்கைகள் விட்டனரே தவிர பெருமளவுக்கு அந்தச் செய்கைக்கு ஆதரவாகவே இருந்தனர்.

இருந்தும் மலையகத் தமிழர் பிரச்னை தீர எங்களால எவ்வளவு முடியுமோ அவ்வளவு முயற்சிகள் செய்தோம். இலங்கை அதிபருடன் ஒப்பந்தம் செய்தோம். பாதி பேருக்கு இந்தியக் குடியுரிமை வழங்கினோம். ஐ.நா. சபைலகூட குரல் எழுப்பி னோம். ஆனால், சிங்கள அரசு செய்த எல்லா செயல்களையுமே தமிழர்கள் தமக்கு இழைக்கப்பட்ட அநீதியாத்தான் பார்த்தாங்க. பிரிடிட்ஷார் காலத்துல தமிழர்கள் ஆங்கிலத்தைக் கத்துக்கிட்டு அரசாங்க வேலைகள்ல நிறைய

இடங்களைப் பிடிச்சிருந்தாங்க. அவங்களோடு எண்ணிக்கைக்கு அதிகமான இடங்களைப் பிடிச்சிருந்தாங்க. தமிழ் நாட்டுல 3% இருந்த பிராமணர்கள் 60-70 சதவிகித அரசு வேலைகள்ல இருந்தது மாதிரி இலங்கைல 18-20% இருந்த தமிழர்கள் அரசு வேலைகள்ல 40-50% இடங்கள்ல இருந்தாங்க. அதையெல்லாம் சரி செய்யறதுக்கு நம்ம ஊர்ல இட ஒதுக்கீடு கொண்டுவந்த மாதிரி இலங்கைல சில தரப்படுத்தல் வேலைகளைச் செய்தாங்க.

தமிழகத்து பிராமணர்கள் அந்த இட ஒதுக்கீட்டுச் செயல்பாடுகளை நேர்மையா எதிர்கொண்டார்கள். தனியார் துறைக்குப் போனார்கள். அயல் நாடுகளுக்குப் போனார்கள். ஆனால், இலங்கைத் தமிழர்கள் ஆயுதத்தைத் தூக்கினார்கள். அதுதான் எல்லா பிரச்னைக்கும் காரணம். ஒரு அணை கட்டப்படுகிறது என்றால் அக்கம் பக்கத்து கிராமத்தினர் இடம் பெயர்ந்து சென்றாகத்தான் வேண்டும். அது உலக இயற்கை. ஆனால், இலங்கைத் தமிழர்கள் அதைத் தமக்கு இழைக்கப்பட்ட அநீதியாகப் பார்த்தார்கள்.

பெரும்பான்மை சிறுபான்மை சண்டை உலகத்துல எல்லா இடத்துலயும் இருக்கத்தான் செய்யுது. சிறுபான்மை அப்படிங் கறது ஒரு மனுஷனோட கால் மாதிரி. பெரும்பான்மை அப்படிங் கறது உடம்பும் தலையும் மாதிரி. கால் ஒரு பக்கமும் தலை ஒரு பக்கமுமா திருகிக்கிட்டு நின்னா ரெண்டுத்துக்குமேதான் கஷ்டம். ஒழுங்கா தண்ணி விட்டுக் கழுவறதே இல்லை அப்படின்னு கோவிச்சுகிட்டு கால் வெட்டிக்கிட்டுத் தனியா போக முடியுமா?

பெரும்பான்மையின் சம்மதத்தோடு சிறுபான்மையின் நலன்... பெரும்பான்மையின் மீது மதிப்பு மரியாதையுடன் சிறுபான்மை. அதுதான் நடக்கணும். சில விஷயங்கள்ல இவங்க விட்டுக் கொடுக்கணும். பல விஷயங்கள்ல அவங்க புரிஞ்சு நடந்துக் கணும். எல்லாம் பரஸ்பர நல்லெண்ணத்தின் அடிப்படையில் நடக்கணும்.

**யாழினி** : பெரும்பான்மை தன்னோட விஷயங்களை சிறுபான்மை மேல திணிச்சா தப்புதான. சிங்களம்தான் ஆட்சி மொழி; அதைப் படிச்சாத்தான் வேலைன்னு சொன்னது தப்பில்லையா?

**பிரதமர்** : அதுல என்ன தப்பு? ஏன் ஆங்கிலேயர் காலத்துல அரசு வேலைல சேரணும்னா ஆங்கிலம் தேவைன்னு விழுந்து விழுந்து படிக்கத்தான செஞ்சாங்க. சிங்களம் படிக்கச் சொன்னா

படிச்சிட்டுப் போக வேண்டியதுதான. ஆங்கிலம் படிச்சி அழியாத தமிழ் அடையாளம் சிங்களம் படிச்சா அழிஞ்சிடுமா? அப்படிப் பூஞ்சையா ஒரு அடையாளம் இருக்கும்னா அது அழியறதுல எந்தத் தப்பும் இல்லை. இந்தியால ஹிந்தி பேசறவங்க அதிகமா இருக்காங்க. இந்திதான் தேசியமொழின்னு அறிவிக்க முயற்சி பண்ணறோம். காந்தி, நேரு, அம்பேத்கர் என எல்லா தலைவர்களும் இந்திதான் ஆட்சி மொழியா இருக்கணும்னு சொல்லியிருக்காங்க. ஆனா தமிழர்கள் அதைப் பெரிய சதின்னு சொல்லி கடுமையா எதிர்க்கறாங்க.

**யாழினி** : நாட்டுல காக்காய்கள்தான் அதிகமா இருக்குங்கறதுக் காக அதை தேசியப் பறவையா அறிவிக்க முடியுமா?

**பிரதமர்** : மடத்தனமான வாதம். ஜனநாயகத்தில் பெரும்பான்மைக்கு இருக்கும் மதிப்பு மிக மிக அதிகம். இப்போ தமிழ் நாட்டு சட்டசபைல ஒரு கட்சிக்கு 150 இடங்கள் இருக்குன்னு வெச்சிப்போம். இன்னொரு கட்சிக்கு 60 இடங்கள்தான் இருக்கு. எந்தக் கட்சியை ஆட்சி அமைக்க அழைக்கணும்?

**யாழினி** : அதிக இடங்களைப் பெற்ற கட்சியைத்தான்.

**பிரதமர்** : இப்போ ஏன் பெரும்பான்மைக்கு முக்கியத்துவம் தரணும்னு சொல்கிறாய்? ஊர்ல பன்னிங்க அதிகமா இருக்கு. அதுக்காக அதையா கோவில் வளர்க்க முடியும். எண்ணிக்கை குறைவாக இருந்தாலும் யானையைத்தான் வளக்கணும் என்று நான் நியாயம் பேசவா? அறுபது இடங்கள் இருக்கறவரை ஆட்சியில அமர்த்தவா? எனவே, இலங்கையில் சிறுபான்மை யான தமிழர்கள் செய்ததுதான் தவறு. சிங்களத்தை அவர்கள் கற்றுக்கொண்டிருக்கவேண்டும்.

அதே நேரம் சிங்கள அரசும் அப்பாவி ஒண்ணும் இல்லை. தீவிரவாதிகளை அழிக்கறதை விட்டுட்டு ஒட்டு மொத்த இனத்தையே கொல்றதுங்கறது ரொம்பத் தப்பு. பத்து கெட்டவங்க இருக்காங்கங்கறதுக்காக 90 அப்பாவிங்களை அழிக்க முற்பட்டது ரொம்பத் தப்பு. இப்ப சீக்கியர்கள் கூட காலிஸ்தான் கேட்டு போராடினாங்க. வளமான வாழ்க்கைக்கு வழி ஏற்படுத்திக் கொடுத்ததும் அவங்க துப்பாக்கியைக் கீழ போட்டுட்டு கலப்பையைத் தூக்கிட்டு வயல்ல இறங்கி பாடுபட ஆரம்பிக்கலையா? ஒட்டு மொத்த சீக்கியர்களை அழிக்கவா செஞ்சோம். இஸ்லாமியத் தீவிரவாதம் இந்தியால தலைவிரிச்சுத் தான் ஆடுது. அதுக்காக

எல்லா இஸ்லாமியர்களையும் கொல்ல ஆரம்பிச்சிட்டோமா என்ன? வட கிழக்கு மாநிலங்கள்ல சுதந்திரம் கிடைச்சதுல இருந்தே பிரச்னைதான். மெள்ள மெள்ள அவங்களை மைய நீரோட்டத்துல கொண்டுவந்திட்டுத்தான இருக்கோம். அதிருப்திக் குழுவை சமயோசிதமா வழிக்குக் கொண்டு வரணும். ஈழப் பகுதியில வளர்ச்சித் திட்டங்களை ஆரம்பிச்சு, போராளிகள் குழுக்களை பலவீனம் அடைய வெச்சு, சுமுகமா தீர்வை கண்டுபிடிச்சிருக்கணும். முள்ளுல விழுந்த சேலையை கிழியாம எடுக்கறதுதான் புத்திசாலித்தனம்.

**யாழினி** : அப்போ காஷ்மீர்ல ஏன் பிரச்னை தீரலை? நாகாலாந்துல ஏன் பிரச்னை தீரலை?

**பிரதமர்** : ஏன்னா பாகிஸ்தான்ல இருந்து சீனால இருந்து அதை தூண்டி விட்டுட்டு இருக்காங்க. காஷ்மீர் பிரச்னைங்கறது காஷ்மீர் மக்களுக்கும் இந்தியாவுக்குமான பிரச்னை இல்லை. இந்தியாவுக்கும் பாகிஸ்தானுக்குமான பிரச்னை. பக்கத்து வீட்டுக்காரன் படுபாவியா வாய்ச்சிட்டா ரொம்பக் கஷ்டம் அம்மா? அது அனுபவிச்சுப் பார்த்தாதான் தெரியுமம்மா.

**யாழினி** : எங்களுக்கும் அந்த அனுபவம் இருக்கே...

**பிரதமர்** : என்னம்மா இப்படி அபாண்டமா பழி போடற. பாகிஸ்தான் இந்தியால தலையிடறதுல நூத்துல பத்து பங்குகூட நாங்க உங்க விஷயத்துல தலையிடலையே. நாங்க தலை யிடலைங்கறதுதான பலரோட குற்றச்சாட்டா இருக்கு.

**யாழினி** : ஆனா, போராளிகளுக்கு ஆரம்பத்தில் பண உதவியும் ஆயுதப் பயிற்சியும் தந்தது இந்தியர்கள்தானே... இப்போதுகூட இலங்கை அரசுக்கு ஆயுதங்கள் கொடுத்து வந்திருக்கிறீர்களே...

**பிரதமர்** : இந்தியாதான் இலங்கையில் போரை நடத்தினதுன்னு கூட அவதூறுப் பிரசாரங்கள் செய்யப்பட்டுவருகின்றன. அது மிகவும் பிழையானது மட்டுமல்ல பயங்கரமானதும்கூட. சிங்கள ராணுவத்துக்கு இந்தியா கொடுத்த ஆயுதங்கள் ஐந்து சதவிகிதம் கூட இருக்காது. ரேடார் கருவிகள், ஆளில்லா விமானங்கள் போன்ற துணை ராணுவக் கருவிகள்தான் தரப்பட்டன. சீனா, பாகிஸ்தான், பிரிட்டன், அமெரிக்கா, ரஷ்யா, ஈரான், இஸ்ரேல் என பிற நாடுகளில் இருந்துதான் கனரக ஆயுதங்களை இலங்கை அரசு வாங்கியிருக்கிறது. அவையெல்லாம் தீவிரவாதப் புலிகளை

ஒடுக்கும் நியாயமான போரில் இலங்கை அரசின்பக்கம் இருக்கும் நியாயத்தைப் புரிந்துகொண்டு உதவியிருக்கின்றன. இருந்தும் இந்தியா அப்படி எந்தக் கொடூரமான ஆயுதத்தையும் தந்திருக்கவில்லை. அமைதியாகப் போங்கள் என்றுதான் ஆதியில் இருந்து அந்தம்வரை சொல்லி வந்திருக்கிறது.

தெற்காசிய நாடுகள் மட்டுமல்ல உலக நாடுகள் அனைத்துமே மருத்துவத்துறை, கல்வித்துறை, விவசாயத்துறை என ஒவ்வொரு துறையிலும் ஒவ்வொரு நாடுகளிலும் என்னென்ன முன்னேற்றங்கள் வந்துள்ளன... நம் நாட்டுக்கு என்னென்ன தேவை என்ற அளவில் பரிமாற்றங்கள் செய்வது இயல்புதான். ராணுவத் துறையிலும் அப்படியான பரஸ்பர உதவிகள் செய்து கொள்ளப்படுவதுண்டு.

விடுதலைப் புலிகளுக்கு இந்தியா கொடுத்த பயிற்சி என்பது மிகவும் வேடிக்கையானது. பெரும்பாலும் நீச்சல் பயிற்சி, ஓட்டப் பயிற்சி போன்ற உடல் ஆரோக்கியம் சம்பந்தமானவை தான் வழங்கப்பட்டன. கொடுத்த பணமும்கூட யானைப் பசிக்கு சோளப்பொரி அளவுக்குத்தான் இருந்தது. அதுவும்போக அப்போது பிரச்னை இந்த அளவுக்கு வளர்ந்திருக்கவில்லை.

இந்திய வம்சாவளியினருக்கு ஏற்பட்ட இன்னலைப் பார்த்து தான் இந்தியா இலங்கை விஷயத்தில் தலையிடவே ஆரம்பித் தது. 1958ல கொழும்புல தமிழர்களுக்கு எதிரா பெரும் கலவரம் வெடித்தபோது நிறைய கப்பல்களை அனுப்பி அங்க இருந்த தமிழர்களை பத்திரமா யாழ்பாணத்துக்குக் கொண்டுவந்தோம்.

***யாழினி*** : ஆனா கடைசி கட்ட ஈழப் போர்ல சிக்கின மக்களை அப்படி ஏன் காப்பாத்த முயற்சி செய்யலை?

***பிரதமர்*** : என்ன செய்யறதும்மா... ஆற்றில் அதற்குப் பிறகு எவ்வளவோ வெள்ளம் வந்துபோய்விட்டது. இப்போது இந்தியா அப்படி ஒரு முயற்சியை முன்வைத்தால், 'சரி... தீவிரவாதிகளை விட்டுவிட்டு அப்பாவிகளை மட்டும் அழைத்து வாருங்கள்' என்று இலங்கை அரசு சொல்லியிருக்கும். அது எப்படிச் சாத்தியம்? அது மட்டுமல்லாமல் அந்த முயற்சிக்கு புலிகளும் எதிர்ப்புத் தெரிவித்திருப்பார்கள். ஏனென்றால், மக்களைக் கவசமாக வைத்துக்கொண்டுதான் அவர்கள் பதுங்கி இருந்தார்கள். மக்கள் போய்விட்டால் புலிகளை ராணுவம் துவம்சம் செய்துவிடுமே. அதனால் இந்தமுறை எதுவும் செய்ய முடியாமல் போய்விட்டது.

ஆயுதப் போராட்டம் வளர்வதற்கு முன்பாகவும் இந்தியா பல சமாதான முயற்சிகளை மேற்கொண்டுதான் வந்தது. கச்சத் தீவை விட்டுக் கொடுத்து இலங்கை அரசுடன் நல்லுறவை வளர்த்துக் கொண்டது. போராளிகள் இயக்கத்துக்கு பயிற்சி கொடுத்து அவர்களிடமும் நன் மதிப்பைப் பெற விரும்பியது. இலங்கை யில் பிரச்னை பெரிதானால் இரு தரப்புமே நாம் சொல்வதைக் கேட்டு நடக்கவேண்டும் என்று இந்தியா விரும்பியது. ஆனால், என்றைக்கு அண்டை நாட்டு ஆதரவையோ சொந்த நாட்டு மக்களின் உயிரையோ மதிக்காமல் ஆயுதங்களை நம்பிக் களத்தில் இறங்கினார்களோ அன்றே அழிவின் விதைகள் ஆழமாக ஊன்றப்பட்டுவிட்டன. இந்தியா சூடுபட்ட பூனை யாகத் தன் வாலைச் சுருட்டிக் கொண்டுவிட்டது.

இரு தரப்பினருமே ஆயுதங்களைக் கீழே போடவேண்டும். போர் நிறுத்தம் வரவேண்டும் என்றுதான் ஆரம்பம் முதலே இந்தியா சொல்லிவந்தது. யாரும் அதைக் கேட்கவில்லை. இந்தியா என்னதான் செய்யமுடியும். சிங்கள அரசால் மட்டுமல்லாமல், விடுதலைப் புலிகளாலும் பெரும் இழப்பைச் சந்தித்துவந்த ஈழத் தமிழர்களைப் பார்த்தபோது மிகவும் வேதனையாகத்தான் இருந்தது.

**யாழினி** : ஆனால், நோ ஃபயர் ஜோன் என்று அறிவித்து அங்கு அப்பாவி மக்கள் எல்லாம் அடைக்கலம் புகுந்ததும் கொத்து குண்டுகள் வீசிக் கொன்றழித்தது பெரும் கொடூரமல்லவா? இந்தியா இதை எப்படி அனுமதித்தது?

**பிரதமர்** : அது உண்மையில்லையம்மா. நோ ஃபயர் ஜோனுக் குள் மக்களை மட்டும்தான் வரும்படிச் சொன்னார்கள். ஆனால், புலிகள் தங்கள் உயிரைக் காப்பாற்றிக்கொள்ள மக்கள் கூட்டத் துக்குள் பதுங்கிக்கொண்டார்கள். அதோடு நின்றிருந்தால்கூட சிங்கள ராணுவம் பேசாமல் இருந்திருக்கும். ஆனால், நோ ஃபயர் ஜோனுக்குள் இருந்துகொண்டு புலிகள் சிங்கள ராணுவத்தினரைத் தாக்கத் தொடங்கினார்கள். அங்கிருந்தபடி ராணுவத்தின் விமானங்களைத் தாக்க முயற்சி செய்திருக் கிறார்கள். மேலிருந்து பார்க்கும் ராணுவத்தினருக்கு துப்பாக்கி குண்டு வரும் திசையில் திருப்பித் தாக்க மட்டுமே தெரியும். தாக்கினார்கள். மக்கள் கொத்துக் கொத்தாக இறந்தார்கள்.

ஏற்கெனவே, புலிகளை மட்டும் தனிமைப்படுத்தி அழிக்க முடியாது என்பதால் ராணுவம் கண்மூடித்தனமாகத் தாக்க ஆரம்பித்திருந்தது. தன்

மக்கள் கொல்லப்படுவார்களே என்ற அக்கறை புலிகளுக்கு அல்லவா இருந்திருக்கவேண்டும். மக் களைக் கேடயமாகப் பிடித்துக்கொண்ட புலிகளின் இப்படியான நடவடிக்கை ராணுவத்துக்கு வேலையை எளிதாக்கியது. அவர்கள் சர்வ தேச விசாரணை மன்றத்தில் வெகு எளிதாக, நாங்கள் சிவிலியன் பகுதிகளைக் குறிவைத்துத் தாக்கவில்லை. ராணுவத்துக்கு இணையான பலம் கொண்ட தீவிரவாதிகள் மக்களைக் கேடயமாகப் பிடித்துவைத்ததாலும் அவர்கள் மத்தியிலிருந்து தாக்கியதாலும் இழப்பு தவிர்க்க முடியாததாகி விட்டது என்று சொல்லித் தப்பித்துவிட்டார்கள்.

இத்தனை நாள் பயந்து கிடந்த மக்கள், விடுதலைப் புலிகள் தோற்கப் போகிறார்கள் என்பது தெரிந்ததும், கிணற்றுக்குள் விழுந்து கிடப்பவர் வீசப்படும் கயிறைப் பிடித்துக்கொண்டு சரசரவென மேலேறுவதுபோல் சிங்கள ராணுவத்திடம் அடைக்கலம் தேடி ஓடினார்கள். பாதுகாப்புக் கோட்டைச் சுவரின் செங்கல்கள் ஒவ்வொன்றாக உதிர ஆரம்பித்ததும் எந்தவொரு போராளி இயக்கமும் கனவில்கூட நினைத்துப் பார்க்க முடியாதவகையில் தன் மக்களைத் தானே கொல்லும் அநியாயம் அரங்கேறியது.

கடைசி கட்டத்தில் புலிகள் தோற்றுப் போய்விட்டார்கள் என்பது கிட்டத்தட்ட உறுதியாகிவிட்ட நிலையில் தமிழ் மக்கள் புலிகளின் கண்ணில் படாமல் ராணுவத்தின் முகாமுக்குத் தப்பிச் செல்ல முயற்சி செய்திருக்கிறார்கள். அதைப் பார்த்த புலிப் போராளிகள் அவர்களைப் போகவிடாமல் தடுக்கிறார்கள். வயதானவர் ஒருவர், தம்பி... இனியாவது எங்களைப் போகவிடுங்கோ என்று கெஞ்சுகிறார். அடுத்த விநாடியே புலியின் துப்பாக்கியில் இருந்து குண்டு சீறிப் பாய்ந்து அவரைக் கீழே சாய்க்கிறது. வாயை மூடு என்பதைத்தான் புலிகள் தமக்குத் தெரிந்த மொழியில் சொல்லியிருக்கிறார்கள்.

நினைத்துப் பாருங்கள்... மணல் மூட்டைகளுக்குப் பின்னால் பதுங்கியிருந்து தாக்கிய போராளிகள் அதற்கு பதிலாக மக்களைக் கேடயமாகப் பிடித்து அதுவும் எந்த மக்களுக்காக இயக்கத்தை ஆரம்பித்தார்களோ அதே மக்களையே கேடயமாக்கிய கொடூரம். அதிகார சதுரங்கத்தில் ராஜாவுக்காக சிப்பாய்கள் பலியிடப்படுவது ஒன்றும் வியப்பில்லைதான். ஆனால், விடுதலைப் போராட்டம் ஒன்றில் இப்படியான நிகழ்வு இதுவரை சரித்திரத்தில் இடம்பெற்றதேயில்லை. ஆனால், மக்களைக் கேடயமாகப் பிடிப்பது என்பது விடுதலைப்

புலிகளுக்கு ஒன்றும் புதிதல்ல. அவர்கள் போரை ஆரம்பித்த அன்றிலிருந்தே அதைத்தான் செய்துவருகிறார்கள். கடைசியில் தான் அது கொஞ்சம் துலக்கமாகத் தெரிந்திருக்கிறது.

இவை எல்லாவற்றையும்விடப் பெரிய கொடூரம் என்ன தெரியுமா, சிறுவர்களை போர்க்களத்துக்கு வலுக்கட்டாயமாகப் பிடித்துக்கொண்டுபோய் நிறுத்தியதுதான். எதிரி கொடூரமான வன் என்று காட்டுவதற்காகச் செய்த அதி கொடூரம். உண்மையில் இந்தப் போர் தமிழ் மக்களின் சம்மதத்துடன் நடந்த ஒன்றே அல்ல. ஆயுதம் ஏந்திய ஒரு சிலரால் முன்னெடுக்கப்பட்ட ஒன்று அவ்வளவுதான்.

அதனால்தான் தனி நாடு கேட்ட வடக்குப் பகுதியில் எவ்வளவு தமிழர்கள் இருந்தார்களோ அதே அளவுக்கு தமிழர்கள், சிங்களர்கள் பெரும்பான்மையாக இருக்கும் தெற்குப் பகுதியில் இதே போர்க் காலகட்டம் முழுவதிலும் சந்தோஷமாக வாழ்ந்து வந்திருக்கிறார்கள். பாதிக்கு மேற்பட்டவர்கள் ஆளைவிட்டால் போதும் என்று அயல் நாடுகளுக்குத் தப்பி ஓடிவிட்டார்கள். வடக்கு கிழக்கு பகுதியில் இருந்தவர்கள்கூடத் தாமாக விரும்பி அங்கிருக்கவில்லை. வேறு வழியில்லாத காரணத்தாலும் பயத்தினாலும்தான் இருந்திருக்கிறார்கள். ஆனால், அதையெல்லாம் மறைக்கத்தான் இந்தியா மீது அவதூறு அம்புகள் அடுக்கடுக்காக எய்யப்படுகின்றன. இன்னொரு நாட்டின் இறையாண்மையை மதித்து நடந்துகொண்டதற்குத்தான் இத்தனை வசைகள்.

*யாழினி :* இன்னொரு நாட்டின் இறையாண்மையை மதிப்பதால் தலையிட முடியவில்லை என்று சொல்லும் நீங்கள் பங்களா தேஷ் விஷயத்தில் என்ன செய்தீர்கள்? உங்களால்தானே அது தனி நாடானது. அப்படி ஈழத்தையும் பெற்றுத் தருவீர்கள் என்ற நம்பிக்கையில்தானே இந்தப் போர் வன்முறைப் பாதைக்கு நகர்ந்தது.

*பிரதமர் :* தப்பான கேள்விம்மா இது. கிழக்கு பாகிஸ்தானுக்கும் மேற்கு பாகிஸ்தானுக்கும் இடையில் நிலரீதியிலான தொடர்ச்சி கிடையாது. தேசம் என்று சொல்லவேண்டுமானால் அதன் முக்கியமான அம்சம் நிலரீதியிலான தொடர்ச்சிதான். இரண்டுக் கும் இடையில் இன்னொரு நாடு வரவே கூடாது. அப்படி வந்தால் அது காலனி ஆட்சி போன்றதுதான். கிழக்கு பாகிஸ் தான் மக்கள் தனியாகப் பிரியவேண்டும் என்று போராடினர். இந்தியா அந்தக் கோரிக்கையில் இருந்த நியாயத்தைக் கவனத்தில் கொண்டு செயலாற்றியது. ஈழத்தின்

கதை அப்படியா. எதை எதனோடு ஒப்பிடுவது? தேசம் என்பது கடலை மிட்டாய் அல்ல. கேட்பவர்களுக்கெல்லாம் காக்காய் கடி கடித்துக் கொடுக்க.

**யாழினி** : கூட்டாட்சி முறையில் சுய நிர்ணய உரிமை கேட்டு அமைதியான முறையில் போராடியும் அது கிடைக்காததால் தானே தனி நாடு கேட்க வேண்டிவந்தது.

**பிரதமர்** : என்னவொரு விநோதமான பதிலம்மா இது. 50 ரூபாய் கேட்டு அமைதியாகப் போராடினேன். அது கிடைக்கவில்லை. எனவே, 500 ரூபாய் கேட்டு அதிரடியாகப் போராடினேன் என்று சொல்வதுபோல் இருக்கிறது. 50 ரூபாய் கொடுக்கவே யோசித்துக் கொண்டிருந்தவரிடம் 500 ரூபாயை அதட்டிக் கேட்டால் எப்படியம்மா கொடுப்பார்? ராஜபக்ஷே ஒரு விஷ யத்தை அழகாக அழுத்தமாகக் கூறினார். இது சிறுபான்மையினர் பெரும்பான்மையினர் என்ற பிரச்னையே இல்லை. தேசத்தை நேசிப்பவர்கள் சீர்குலைக்க நினைப்பவர்கள் என்று இரண்டு பிரிவு மக்கள்தான் இருக்கிறார்கள்.

அதுமட்டுமில்லாமல் இலங்கையில் மக்கள் படும் துன்பங் களைப் பார்த்து பொறுக்கமுடியாமல், ஏதாவது செய்தாக வேண்டும் என்று அதிக ஆர்வம் காட்டிய ராஜீவ்ஜிக்குக் கிடைத்த பரிசு என்ன என்பது உங்க எல்லாருக்கும் நல்லாவே தெரியும். 1987-ல் இலங்கை அரசு யாழ்ப்பாணத்தை முற்றுகையிட்டிருந்தது. அந்த மக்களுக்கு உணவும் மருந்துப் பொருட்களும் மண்ணெணெயும் ஆடைகளும் ஏற்றிக்கொண்டு 19 இந்திய கப்பல்கள் இலங்கைக்குப் போனது. அதை இலங்கை அரசு அனுமதிக்க மறுத்ததும் திரும்பி வந்துவிட்டது. ஆனால், அதோடு நின்றுவிடவில்லை. அங்கு தவித்த மக்களுக்கு எப்படி யும் உதவவேண்டும் என்ற எண்ணத்தில் போர் விமானங்களின் துணையோடு உணவுப் பொருட்களைச் சுமந்து சென்று பூமாலை ஆபரேஷன் நடத்தப்பட்டது. உலகில் பிற நாடுகளின் ராணுவ விமானங்கள் என்ன செய்யும் தெரியுமா... குண்டு மழை பொழியும். ஆனால், இந்திய ராணுவ விமானங்கள் உணவுப் பொட்டலங்களைப் போட்டது. வெறும் மனிதாபிமான அடிப்படையில் நடத்தப்பட்ட செயல் அது.

இலங்கையில் அமைதி திரும்பவேண்டும் என்று இரு தரப்புக்கும் இசைவான ஒரு நியாயமான ஒப்பந்தத்தை இந்தியா செய்து கொடுத்தது. இந்தியாவில் மாநில அரசுக்கு சில அதிகாரங்கள், மத்திய

அரசுக்கு சில அதிகாரங்கள் இருப்பது போல் இலங்கையில் ஒரு ஏற்பாடு செய்ய ஆத்மார்த்தமாக ராஜீவ்ஜி முயற்சிகள் எடுத்தார்.

தமிழர்கள் பெரும்பான்மையாக வாழும் பகுதி தனி மாநிலமாக அறிவிக்கப்படும். பிரிவினைவாதிகள் ஆயுதத்தைக் கீழே போட்டுவிடவேண்டும் என்று நடைமுறை சாத்தியமான ஒரு திட்டத்தை முன்வைத்தார். நோய்வாய்ப்பட்ட குழந்தைக்கு ஊசி கூட இல்லை... தேனில் குழைத்து லேசான கசப்பு மருந்தைக் கொடுத்தார். ஆனால், கோபம் கொண்ட குழந்தை, மருத்துவரையே கொன்றுவிட்டது.

உலகில் எங்காவது இதைக் கேள்விப்பட்டதுண்டா நீங்கள். எதிரியைவிட்டுவிட்டு மத்யஸ்தம் செய்யவந்தவரைக் கொன்ற சோகம் எங்காவது நடந்ததுண்டா? இந்தியா மீது தொடுக்கப் பட்ட போர் என்றே அதைச் சொல்லலாம். உலகின் மிகப் பெரிய ஜனநாயக நாட்டின் முன்னாள் பிரதமர் மட்டுமல்ல. அடுத்த பிரதமராக ஆகவிருந்த ராஜீவ்ஜியை மிகவும் மோசமான முறையில் படுகொலை செய்தார்கள்.

அதோடு, இலங்கையின் பூகோள இருப்பு மிகவும் முக்கியத்துவம் வாய்ந்தது. அமெரிக்கா, சீனா என பல நாடுகள் இலங்கை மீது கண் வைத்திருக்கின்றன. இந்தியாவைத் தாக்கவும் அதைக் கட்டுக்குள் வைக்கவும் இலங்கையில் ஒரு இடம் கிடைப்பது அவர்களுக்கு அவசியம். எனவே, இலங்கை அரசு புலிகளை ஒழிக்க விரும்பியபோது அதற்கான பச்சைக்கொடியை சர்வ தேசம் தானாகவே காட்டியது. கூடவே இந்தியாதான் உதவியது என்று வெகு அழகாக அதை பொறியில் சிக்கவும் வைத்திருக்கிறார்கள். ஆண்டுதோறும் அமெரிக்கா ஒரு தீர்மானம் கொண்டு வருவதைப் பார்த்திருப்பீர்கள். அதில் இந்தியாவை எப்படி யெல்லாம் சிக்கவைக்க என்றுதான் யோசித்துச் செயல் பட்டிருப்பார்கள். ராஜீவ் கொலைக்குப் பழி வாங்க இந்தியா ஈழப் போராட்டத்தை அழிக்கத் துணைபுரிந்திருக்கும் என்று நம்ப இடம் இருப்பது உண்மைதான். ஆனால், அதைச் சாக்காக வைத்து இந்தியாவை இந்த பேரழிப்பில் சிக்க வைத்திருக்கும் சதியே வெற்றி பெற்றிருக்கிறது.

*யாழினி : ராஜீவ் அனுப்பிய அமைதிப்படை செய்த அட்டூழியங்கள் உங்களுக்குத் தெரியும்தானே? அதுதானே ஈழப் பிரச்னையை இந்த*

அளவுக்குப் பெரிதாக்கிவிட்டது. தமிழர் களுக்கு உதவுவதாகச் சொல்லிக்கொண்டு வந்துவிட்டு தமிழர் களின் பிரதிநிதிகளான புலிகளை ஒழிக்க முற்பட்டார்கள். அது கூடப் பரவாயில்லை. புலிகளுக்கு உதவுகிறார்கள் என்று சொல்லி தமிழ் மக்களையும் கொடுமைப்படுத்தினார்கள். அதை இந்திய அமைதிப்படை என்று சொல்லக் கூடாது. இந்திய வல்லுறவுப் படை என்றுதான் சொல்லவேண்டும்.

*பிரதமர்* : இது அபாண்டமான குற்றச்சாட்டு. இந்தியாவின் குறுக்கீட்டை புலிகள் மட்டுமல்லாமல் இலங்கை அரசும்கூட விரும்பியிருக்கவில்லை. எனவேதான் அவர்கள் இருவரும் பேசி வைத்துக்கொண்டு இந்திய அமைதிப் படை மீது அவதூறு மழை பொழிந்திருக்கிறார்கள். இந்திய ராணுவத்தினர் தவறே செய்திருக்கமாட்டார்கள் என்று சொல்லவில்லை. ஆனால், அவர்கள் செய்த 10 சதவிகிதப் பிழைகள் 100 சதவிகிதமாகப் பெருக்கிக் காட்டப்பட்டிருக்கிறது.

இந்திய ராணுவம் இதுவரை பல நாடுகளுக்குச் சென்று போரிட்டிருக்கிறது. சேவைப் பணி புரிந்திருக்கிறது. பிரிட்டிஷ் காலத்தில் அவர்களுடைய படையில் பெருமளவில் இருந்தது எல்லாம் இந்திய வீரர்களே... பங்களாதேஷ் போரில் இந்திய ராணுவம் செய்த சாதனையை உலகில் எந்த ராணுவமும் செய்ததில்லை. இன்றும்கூட ஐ.நா. சார்பில் உலக நாடுகளின் படையில் எத்தனையோ இந்தியப் படைப் பிரிவுகள் பணி புரிந்துவருகின்றன. இந்தியப் படை வீரர்கள் சர்வதேச அளவில் அவர்கள் செய்த பணிகளுக்காக எத்தனை பாராட்டுகள் பரிசுகள் பெற்றிருக்கிறார்கள் தெரியுமா?

1950ல் கொரியாவில் தொடங்கியதிலிருந்து, இது போன்ற நடவடிக்கைகளில் நாம்தான் அதிகமாகப் பங்கேற்கிறோம். உலகெங்கிலும் நடக்கும் நாற்பதுக்கும் மேற்பட்ட அமைதிப் பராமரிப்புப் பணிகளில் இந்திய ராணுவத்தின் செயல்பாடுகள் மிகுந்த பாராட்டைப் பெற்றிருக்கின்றன. கொரியா, காங்கோ, சோமாலியா, சியாரா லியோன் போன்ற நாடுகளில் பிரிகேட் படைகளையும், ஆசியா மற்றும் ஆப்ரிக்காவில் சண்டை நடக்கக் கூடிய நாடுகளுக்கு பட்டாலியன் படைகளையும் அனுப்பி இருக்கிறோம். நமது அந்தப் படைகள் இந்த இடங்களில் அமைதியையும் நிம்மதியையும் கொண்டுவந்திருக்கின்றன.

ஐ.நா.வின் வேண்டுகோளின் பேரில், ஐரோப்பா, ஆப்பிரிக்கா, ஆசியாவில் இதுபோன்ற அணிகளை நடத்த 13 படைத் தலைவர்களை அனுப்பியிருக்கிறோம். துணிச்சல் மிகுந்த நமது வீரர்கள் இதற்காகத் தமது வாழ்க்கையையே அர்ப்பணித்திருக்கின்றனர். இவர்களில் சிலருக்கு மிக உயர்ந்த விருதுகள் கிடைத்திருக் கின்றன.

இந்தியாவில் ராணுவம் நிலைகொண்டிருக்கும் மாநிலங்களில் எல்லாம் மக்களின் உள்ளங்களையும் இதயங்களையும் வெற்றி கொள்ள ஆபரேஷன் சத்பாவனா நீண்ட காலமாக நடந்து கொண்டிருக்கிறது. அநேக சமூக, பொருளாதார நிகழ்ச்சிகள் ராணுவத்தால் நடத்தப்பட்டு வருகின்றன. இத்திட்டத்தில் சாலைகள் அமைத்தல், பாலங்களைக் கட்டுதல், மாதிரி கிராமங்களை உருவாக்குதல், நல்லெண்ணப் பள்ளிகளைத் தொடங்குதல், கைவினைப் பொருட்களை உருவாக்கும் மையங்களை அமைத்தல், குடிநீர் மற்றும் மின்சாரம் அளிக்கும் திட்டங்களைத் தொடங்குதல் என எவ்வளவோ முன்னெடுக்கப் படுகின்றன. இத்திட்டங்கள் உள்துறை மற்றும் பாதுகாப்பு அமைச்சகங்கள் அளிக்கும் நிதியினால் ராணுவத்தால் செயல்படுத்தப்படுகின்றன

ஜம்மு காஷ்மீரிலும் வடகிழக்குப் பகுதியிலும் இந்த முயற்சிகள் மாபெரும் வெற்றியைப் பெற்றிருக்கின்றன. பூகம்பம், வெள்ளம் அல்லது மிகுதியான பனிப் பொழிவு போன்ற இயற்கைப் பேரழிவுகள் இப்பகுதிகளைத் தாக்கும்போது, உடனடியாக உதவி செய்ய ராணுவப் படைகள் செல்வது இப்பகுதி மக்களால் பாராட்டப்படுகிறது. மேலும் தவறுதலாக வழிகாட்டப்பட்ட இளைஞர்கள் சரணடையத் தொடர்ந்து ஊக்கப்படுத்தப்படு கிறார்கள். தேசிய நீரோட்டத்தில் மீண்டும் கலந்துகொள்ள அவர்களுக்கு வாய்ப்பு அளிக்கப்படுகிறது. இது சரியான பாதையில் அழைத்துச் செல்வதற்கான முதல் படி. இதுபோன்று சரணடைந்த பயங்கரவாதிகளுக்கு ஏதேனும் ஒரு கைத்தொழில் கற்றுக் கொடுக்கப்பட்டு, அவர்கள் பழைய நிலையை அடையத் தேவையான நிதி உதவியும் தரப்படுகிறது.

***யாழினி :*** ஆனால், மணிப்பூரில் பெண்கள் இந்திய ராணுவத்தால் கற்பழிக்கப்பட்டனரே.

***பிரதமர் :*** அவதூறுகள் எப்போதுமே இருக்கத்தான் செய்யும். ‘இந்திய ராணுவமே எங்களை வந்து கற்பழி’ என்று ஒரு சில போராளிக் குழுக்கள் பதாகை ஏந்தி அவமானப்படுத்தினார்கள்.

ஆனால், மக்களோ இந்திய ராணுவத்தின் பக்கம்தான் நின்றார்கள். இப்போதும் நிற்கிறார்கள். விருதுகளைத் திருப்பிக் கொடுக்கிறோம்... நாட்டை விட்டுப் போகிறோம் என்று இப்போது சில விதூஷகர்கள் மிகை நாடகம் போடுவதைப் போன்றதுதான் இந்திய ராணுவம் மீதான அவதூறுகளும்.

'பயங்கரவாதத்துடன் போரிடுவது கால்பந்து விளையாட்டில் கோல் கீப்பராக இருப்பதைப் போன்றது. நீங்கள் ஆயிரம் முறை கோல் விழாமல் அற்புதமாகத் தடுத்திருக்கலாம். ஆனால், மக்கள் நினைவில் கொள்வது உங்களைத் தாண்டி வலைக்குள் விழுந்த ஒரு பந்தைத்தான்' என்று சொல்வார்கள். அது எவ்வளவு பெரிய உண்மை.

**யாழினி :** இந்திய அமைதிப்படைமீதான பாலியல் வல்லுறவு குற்றச்சாட்டுகளை வேண்டுமானால் அப்படி நீங்கள் புற மொதுக்கிவிடமுடியும். ஆனால், பிரம்படி முனையில் பிரபாகரனைச் சுற்றி வளைக்கிறேன் என்ற போர்வையில் நடத்தப்பட்ட ஆபரேஷனில் அப்பாவி மக்களை ராணுவ டாங்கியை ஏற்றிக் கொன்றதை மறுக்க முடியுமா? யாழ் மருத்துவமனையில் புலிகள் பதுங்கியிருப்பதாகச் சொல்லிக் கொண்டு அங்கு இருந்த நோயாளிகளையும் மருத்துவர்களையும் கொன்று குவித்ததை மறுக்க முடியுமா? ஒரு நாள் முழுவதும் பிணங்களோடு பிணமாக படுத்துக் கிடந்த மருத்துவர்கள் மறு நாள் கைகளைத் தலைக்கு மேலே தூக்கியபடி, 'நாங்கள் மருத்துவர்கள்தான் எங்களை ஒன்றும் செய்யாதீர்கள்' என்று கெஞ்சிய படியே வந்திருக்கிறார்கள். அவர்களை இந்திய ராணுவத்தினர் நெற்றிப்பொட்டில் சுட்டுக் கொன்றதை எப்படி நியாயப்படுத்து வீர்கள். புலிகளுக்கு சிகிச்சை செய்த மருத்துவர்கள் எல்லாம் புலிகள் என்று எப்படி முடிவுகட்டினீர்கள். அதே மருத்துவர்கள் தான் கண்ணிவெடியில் சிக்கிய இந்திய ராணுவ வீரர்களுக்கும் சிகிச்சையளித்தார்கள். அவர்களைப் பொறுத்தவரையில் காயம் பட்டு வருபவர் யாராக இருந்தாலும் நோயாளியாகப் பார்த்து தானே சிகிச்சையளிக்க வேண்டியிருக்கும். அந்த இருண்ட மருத்துவமனையில், 'நாங்கள் இந்திராவை நேசிக்கிறோம். ராஜீவை வாழ்த்துகிறோம்' என்று கதறி அழுத நோயாளிகளை குரல் வந்த திசை பார்த்து சுட்டுக் கொன்ற படைக்கு அமைதிப் படை என்று எப்படிப் பெயர் சூட்டமுடியும்?

புலிகள் வீடுகளுக்குள் பதுங்கி இருந்து தாக்குதல் நடத்தினார்கள் என்பதால் வீடுகளில் இருந்தவர்கள் அனைவரையும் புலிகளாகக் கருதிக் கொன்றழித்ததை எப்படி நியாயப்படுத்தமுடியும்? இவ்வளவு ஏன்... அப்பாவி மக்களின் குடியிருப்புப் பகுதிகள் மீதும் கோவில்கள், தேவாலயங்கள் மீதும் அகதிகள் முகாம்கள் மீதும் ஷெல் வீசித் தாக்குதல் நடத்த இந்திய அராஜகப் படைக்கு அனுமதி தந்தது யார்? போராளிகளால் ஒரு இந்திய வீரன் கொல்லப்பட்டால் உடனே அருகில் இருந்த அகதிகள் முகாமுக்குள் புகுந்து கண்மூடித்தனமாகச் சுட்டுக் கொன்ற கொடூரத்தை எப்படி நியாயப்படுத்த முடியும்? முகாம்களில் அடைபட்டுக் கிடந்த ஒரு பெண் தன் அக்காவுடைய குழந்தை யின் அழுகுரலைத் தாங்க முடியாமல் வீட்டுக்குச் சென்று பால் பாட்டில் எடுக்கச் சென்றபோது சுட்டுக் கொல்லப்பட்டதை எப்படி நியாயப்படுத்த முடியும். புற வாசலில் தாகத்தால் கத்திய பசுவுக்கும் கன்றுக்கும் கழுநீர் வைக்கச் சென்ற முதியவர் சுட்டுக்கொல்லப்பட்டதை எப்படி நியாயப்படுத்த முடியும்.

புலிகளில் ஒருவன் சைக்கிளில் வெடி குண்டைக் கட்டிகொண்டு வந்து தாக்குதல் நடத்தினான் என்ற ஒரே காரணத்துக்காக சைக்கிளில் சென்றவர்களையெல்லாம் புலியாக பாவித்துச் சுட்டுக் கொன்றதை எப்படி நியாயப்படுத்த முடியும்? இலங்கை ராணுவம்கூட இப்படியான கொடூரத்தைச் செய்திருக்க வில்லையே. தமிழர்களுக்கு நன்மை செய்வதாகக் கூறிக் கொண்டு வந்த இந்திய அமைதிப் படை ஈழத்தில் மயான அமைதியையா கொண்டுவர விரும்பியது?

**பிரதமர்** : போதும் அம்மா போதும்... அமெரிக்காவுக்கு ஒரு வியட்நாம் என்றால் இந்தியாவுக்கு ஓர் இலங்கை. மிகத் தெளிவாகப் பின்னப்பட்ட சதி வலையில் இந்தியா சிக்கவைக்கப் பட்டதம்மா... உண்மையில் இந்தியா கொண்டு வந்த அமைதித் தீர்வு புலிகளுக்கு மட்டுமல்ல... சிங்கள அரசுக்குமே உவப்பான தாக இருந்திருக்கவில்லை. அவர்கள் இருவருமே கூட்டுச் சேர்ந்து இந்திய அமைதிப்படையின் பெயரில் செய்து வைத்த கொடூரங்கள்தான் அவையெல்லாமே.

வடக்கு கிழக்கு தமிழ் பகுதிகள் ஒன்று சேர்க்கப்படும்; தமிழர் மாகாண நிர்வாகத்துக்குக் கூடுதல் அதிகாரங்கள் தரப்படும்; சிங்கள அரசு தமிழ்க் கைதிகளை விடுதலை செய்யும்; தமிழ் பகுதிகளில் சிங்களர்களைக் குடியேற்றுவதை நிறுத்தும்; போராளிகள் தமது ஆயுதங்களை ஒப்படைத்துவிடவேண்டும்; எந்த நாட்டில்

இருந்தாலும் இலங்கைக்குத் திரும்பிவிட வேண்டும்; இரு தரப்பும் போர் நிறுத்தத்தில் ஈடுபடவேண்டும்; இந்திய அமைதிப்படை இரு தரப்பும் தமது பணிகளைச் சரியாகச் செய்கிறதா என்பதை மேற்பார்வையிடும். இதுதான் இந்திய அமைதிப்படை இலங்கையில் கால் வைத்ததன் நோக்கம். ஆனால், புலிகள் தனி நாடு அல்லாமல் வேறு எதையும் ஏற்கத் தயாராக இருந்திருக்கவில்லை. ஆயுதங்களைத் தூக்கியது கீழே போட அல்ல என்று திமிர்வாதம் பேசினார்கள். ஒப்புக்குச் சில இடங்களில் ஆயுதங்களை ஒப்படைத்தனர். ஆனால், போர் நிறுத்த காலத்தில் தொடர்ந்து அப்பாவிகளைக் கொன்று குவித்தனர். கிழக்கு மாகாணத்தில் தமிழர்களின் பகுதிகளில் குடியேற்றப்பட்ட சிங்களர்களைக் கண்மூடித்தன மாகத் தாக்கினர். அதுவும் ஒப்பந்தம் கையெழுத்தான ஒரு சில வாரங்களுக்குள் இந்தக் கொடூரங்கள் நடந்தன. வேறு வழி இல்லாமல் இந்திய அமைதிபடைக்கு பலப்பிரயோகம் செய்ய வேண்டிவந்தது. ஈழத்தமிழ் மக்கள் அல்ல... சில நூறு பேர் களைக் கொண்ட புலிகள் இயக்கம் மட்டுமே வன்முறையில் ஈடுபட்டுவருகிறது என்ற புரிதல் இருந்ததால் அவர்களை மட்டும் அவர்களுக்குப் புரியும் மொழியில் பேசி வழிக்குக் கொண்டுவர இந்தியா தீர்மானித்தது.

இந்திய அமைதிப்படை இலங்கையில் இருந்த நாட்களில் மக்களுக்கு ஒரே ஒரு விஷயம்தானம்மா சொல்லப்பட்டிருந்தது. நீங்கள் அப்பாவிகள் என்றால் முகாம்களுக்கு இடம்பெயர்ந்து விடுங்கள்; வீடுகளில், வீதிகளில் இருந்தால் நீங்கள் போராளி களே. போராளிகளையும் மக்களையும் இனம் பிரிக்க எங்களுக் குத் தெரிந்த ஒரே வழி அதுதானம்மா. புலிகள் அகதி முகாம் களுக்குள்ளும் மருத்துவமனைகளுக்குள்ளும் கோவில்களுக் குள்ளும் தேவாயலங்களுக்குள்ளும் இருந்தபடி இந்தியப்படை மீது தாக்குதல் நடத்தினார்கள். கூடவே அவர்களில் இன்னொரு பிரிவினர் அப்பாவிகள் மீது தாக்குதல் நடத்தினர். ஆக அவர் களுடைய ரத்தச் சதுரங்கத்தில் அப்பாவி மக்களையும் இந்திய இறையாண்மையையும் அதன் நற்பெயரையும் பகடையாக வைத்து ஆடினார்கள்.

இந்திய அமைதிப்படையில் பல சிங்களர்களையும் உடன் அழைத்துச் சென்றிருந்தோம். அவர்கள் இந்திய அமைதிப்படை யின் பெயரில் இயங்கியதால் கண்மூடித்தனமாக செயல்பட்டி ருக்கலாம். ஜெயவர்த்தனே அந்த ஒப்பந்தத்தில் கையெழுத்து போட்டதுமே சொன்னது என்ன தெரியுமா? நமது போரை இந்தியாவின் மீது

சுமத்தியாகிவிட்டது என்று. அதுதான் நடந்தது. இலங்கை ராணுவமாகச் சென்றால் செய்ய முடியாத கொடூரங்களையெல்லாம் இந்திய அமைதிப்படை என்ற போர்வையில் சென்று செய்திருக்கிறார்கள்.

**அதோடு இலங்கையில் போராளிக்குழுக்களிடையே ஏராளமான மோதல்கள் இருந்தன. இந்திய அமைதிப்படை வீரர் ஒருவர் இலங்கைத் தமிழர்களைப் பார்த்துக் கேட்டது நினைவுக்கு வருகிறது:** 'சிங்களர்களிடமிருந்து உங்களைக் காப்பதற்காக எங்களை அழைத்திருக்கிறீர்கள். ஆனால், இங்கு உங்கள் பகுதியில் சிங்களர் யாருமே இல்லையே. தமிழ் போராளிக் குழுக்கள்தான் தமக்குள் சண்டையிட்டு மக்களையும் கொன்று வருகிறார்களே'. அங்கு அதுதான் நடந்தது. ஒவ்வொரு குழுவும் அடுத்த குழுவை ஒழிப்பதற்காக மக்களைக் கொன்றழித்துவிட்டு பழியை அடுத்தவர் மீது போட்டுச் சென்றிருக்கிறார்கள். இஸ்லா மியர்களை மசூதியில் வைத்துப் படுகொலை செய்த புலிகளில் சிலர் தமக்குள் ஒட்டை சிங்களத்தில் பேசியிருக்கிறார்கள். அந்தப் படுகொலையில் உயிர் பிழைத்த ஒரு இஸ்லாமியர் 'அவர்கள் நிச்சயம் தமிழர்கள்தான்... அதுவும் புலிகள்தான். சிங்களர் மீது பழிவரவேண்டும் என்பதற்காகவே அப்படி சிங்களத்தில் பேசினர்கள். ஆனால், அது ஒரு தமிழன் பேசும் சிங்களம் என்பது எனக்கு நன்றாகத் தெரியும்' என்று சொன்னார்.

இன்னொரு இடத்தில் கள நிலவரத்தைப் பார்வையிட வந்த அமைதிக் குழுவினரை துப்பாக்கியைக் காட்டி மிரட்டி வாகனங்களில் இருந்து இறங்கி நடந்துசெல்லும்படி மிரட்டிச் சென்றவர்கள் 'நாங்கள் ஈ.என்.டி.எல்.எஃபைச் சேர்ந்தவர்கள்' என்று சொல்லிவிட்டுச் சென்றார்களாம். எங்காவது இப்படிச் செய்வார்களா? அது நிச்சயம் புலிகள் செய்த செயல்தான் என்பது அமைதிக்குழுவுக்கு நன்கு தெரிந்திருந்தது. இப்படி ஒரு அபாயகரமான எதிரியைத்தான் இந்திய அமைதிப்படை எதிர்கொள்ள வேண்டியிருந்தது.

மருத்துவர்கள் கொல்லப்பட்டதைச் சொன்னாய். ராணுவ வீரருக்கு சிகிச்சை தருவதையும் போராளிக்கு சிகிச்சை தருவதை யும் ஒருபோதும் ஒன்றாகச் சொல்ல முடியாது. ஒரு மருத்து வராகக் காயம்பட்டு வந்த போராளிக்கு மயக்க மருந்துகொடுத்து சிகிச்சை செய். ஆனால், ஒரு பொறுப்புள்ள குடிமகனாக அந்த மயக்க மருந்தின் வீரியம் குறைவதற்குள் போராளி பற்றிய விவரத்தைக் காவல்துறைக்குத் தெரிவித்துவிடு. இதுதான் தர்மம். இதுதான்

ஒருவருடைய அடிப்படைக் கடமை. இந்த இடத்தில் அவர் தன்னுடைய நோயாளியைக் காட்டிக்கொடுக்க வில்லை. இந்தப் போராளியால் தாக்கப்பட்டு கை, கால் இழந்து நாளை சிகிச்சைக்கு வரவிருக்கும் அப்பாவிகளைக் காப்பாற்றுகிறார் என்றுதான் அர்த்தம்.

இந்திய அமைதிப்படை இலங்கையில் இருந்த காலகட்டத்தில் அங்கு கொல்லப்பட்ட தமிழர்கள் அனைவருமே இந்திய ராணுவத்தால் கொல்லப்பட்டதாகப் பொய்யுரைகள் புனையப் பட்டன. வீடுகளுக்குள் முதியவர்கள் இறந்து கிடந்ததைப் பார்த்தவர்கள் இந்திய ராணுவம் அந்த முதியவர்களை நேருக்கு நேர் நின்று சுட்டுக் கொன்றதாக எழுதி வைத்திருக்கிறார்கள். அதைத்தான் உலகம் அசைக்க முடியாத ஆவணமாகச் சொல்லிக் கொண்டுவருகிறது.

புலிகளைப் பார்த்ததுமே மக்கள் அலறி நடுங்கியிருக்கிறார்கள். ஏனென்றால், இவர்கள் பாட்டுக்கு இந்திய ராணுவத்தினரைப் பார்த்துச் சுட்டுவிட்டு கண் மூடிக் கண் திறப்பதற்குள் ஓடி விடுவார்கள். இந்திய ராணுவம் குண்டுகள் வந்த திசையை நோக்கிச் சுடும். வேறென்ன செய்ய முடியுமம்மா? இந்திய மாநிலங்களுக்கு இருப்பதுபோல் பல விஷயங்களில் அதிகாரத் தைப் பெற்றுத் தருவதாகச் சொன்ன ஒப்பந்தத்தைத் தாண்டி அங்கு தமிழர்களுக்கு வேறெதுவும் வேறு யாராலும் செய்து தந்திருக்கவே முடியாதம்மா.

***யாழினி:*** ஆனால், அந்த ஒப்பந்ததத்தை சிங்களத் தரப்பு என்றுமே அக்கறையோடு எடுத்துக்கொண்டதே இல்லையே. திலீபன் ஒரு சொட்டு தண்ணீர்கூடப் பருகாமல் உயிரை மாய்த்த பிறகும், அறவழியில் போராடிய பிறகும் காந்தி தேசம் கத்தியால்தானே குத்தியிருக்கிறது.

***பிரதமர்:*** அது ஆகப் பெரிய அவதூறு அம்மா. இந்திய அமைதிப் படை இலங்கையில் கால் வைத்தபோது மக்கள் அதை பெரும் உற்சாகத்துடன் வரவேற்றிருக்கிறார்கள். புலிகளோ இந்திய ராணுவத்தைப் பார்த்து கை அசைக்கக்கூடாது என்று உத்தரவே போட்டனர். அதுவும் இந்தியப் படை அங்கு கால் வைப்பதற்கு முன்பாகவே அதை எதிரியாகத் தீர்மானித்துவிட்டிருந்தனர். இந்திய அமைதிப்படை அங்கு பல ஆண்டுகள் முடங்கிக் கிடந்த ரயில் போக்குவரத்தை மீண்டும் ஆரம்பித்தது. இலங்கை அரசு மேற்கொண்ட சிங்களக் குடியேற்றங்களைத் தடுத்தது. புலிகள் பதித்து வைத்த கண்ணிவெடிகளை அகற்றியது. அதில் எத்தனை இந்திய வீரர்கள்

கொல்லப்பட்டார்கள் தெரியுமா? அப்படிக் கொல்லப்பட்ட ராணுவ வீரரின் அம்மா, 'என் மகன் சண்டை போட்டு இறக்கவில்லை. ஒரு நாட்டில் அமைதியைக் கொண்டு வர மேற்கொண்ட முயற்சியில் உயிர் துறந்ததை நான் பெருமையாகவே நினைக்கிறேன்' என்று சொன்னார். ஒற்றை இந்தியத் தாயின் குரல் அல்ல... ஒட்டு மொத்த இந்தியாவின் குரல் அதுதானம்மா. ஆனால், புலிகள் அந்தக் குரலைப் பொருட்படுத்தவில்லை. இலங்கையில் ஒரு சுமுகத் தீர்வு வருவதை விரும்பியிருக்கவில்லை. அதனால்தான் அந்த ஒப்பந்தம் கையெழுத்தான இரண்டு மாதத்துக்குள்ளாகவே சாகும்வரையான உண்ணாவிரதத்தை முன்னெடுத்தார்கள்.

அதோடு அந்த உண்ணாவிரதப் போரில் ஈடுபட்டது யார்..? புலிகளின் பிரதிநிதி. அசுரன் கீதை படிப்பதைப் போன்றது அது. அந்த திலீபன் அதற்கு முன்புவரை தோளில் துவக்குடன் திரிந்தவர்தான். மின்கம்பப் படுகொலைகளில் ஈடுபட்டவர்தான். மின்கம்பப் படுகொலை என்றால் என்ன தெரியுமா... மாற்றுக் கருத்து கொண்டவர்களையும் எதிர் தரப்பு அப்பாவிகளையும் சுட்டு அல்லது அடித்துக் கொன்று மின்கம்பத்தில் கட்டிவிடுதல்.

மேலும் ஓரளவுக்கு ஆரோக்கியமானவர் என்றால் முப்பது நாற்பது நாட்களுக்கு மேல் உண்ணாமல் உயிர் வாழ முடியும். மொழிவழி மாநிலப் பிரிப்பின்போது உண்ணாவிரதம் இருந்த பொட்டி ஸ்ரீ ராமுலு 56 நாட்கள் கழித்தே உயிர் துறந்தார். இந்திய மரபில் வடக்கிருத்தல் போன்றவற்றில் ஈடுபட்டு உயிரைப் போக்கிக் கொள்ளும் வயதான துறவிகள் கூட முப்பது நாற்பது நாட்கள் கழித்தே உயிர் துறந்திருக்கிறார்கள். ஆனால், இளைஞரான திலீபன் 12 நாட்களில் மரணத்தைத் தழுவிட்டான்! உண்மையில் அவன் உண்ணாவிரதத்தால் இறந்தானா... உண்ணா விரதத்தைச் சாக்கிட்டுக் கொல்லப்பட்டானா தெரியாது. போரில் கொல்லப்பட்ட இந்துத் தியாகிகள், அப்பாவிகளுக்கெல்லாம் கிறிஸ்தவ முறைப்படி கல்லறை எழுப்பிய புலிகள் திலீபனை மட்டும் எரித்துச் சாம்பலாக்கினார்கள். பிரேதப் பரிசோதனை யில் ஏதேனும் உண்மை தெரிந்துவிடுமென்று பயந்தார்களா..? திலீபன் உண்ணாவிரதத்தை முடித்துக்கொள்ள விரும்பி அதனால் கொல்லப்பட்டானா?

உண்மையில் அது எமோஷனல் பிளாக்மெயில்தான். அதிலும் இந்தியாவைக் குற்றவாளிக்கூண்டில் ஏற்றவேண்டும் என்ற ஒற்றை

இலக்கோடு ஆரம்பிக்கப்பட்ட சதி அது. அதற்காகத்தான் காந்தி முன்வைத்த உண்ணாவிரதத்தைக் கையிலெடுத்தார்கள். புலிகளுடைய நீண்ட நெடிய வன்முறைப் போராட்டத்தில் அந்த உண்ணாவிரத (தற்)கொலையில் மட்டுமே அஹிம்சையின் சாயம் பூசப்பட்டது. உண்ணாவிரதம் அதனளவிலேயே சரியான செயல் அல்ல. என்ன லட்சியத்துக்காக உண்ணாவிரதம் இருக்கிறோம் என்பதுதான் மிகவும் முக்கியம்.

காந்தி உண்ணாவிரதத்தை எப்படிப் பயன்படுத்தினார் தெரியுமா? ஆதிக்க சக்தியைப் பேச்சுவார்த்தைக்கு அழைக்கவும் தனது கருத்துகளை அக்கறையுடன் பரிசீலிக்கவைக்கவும் மக்கள் மத்தியில் தனது கொள்கையைக் கொண்டு சேர்க்கவும் மட்டுமே பயன்படுத்தினார். எதிர் தரப்பு தனது கோரிக்கையில் பாதியை ஏற்கத் தயார் என்றால்கூட அந்த நிமிடமே உண்ணாவிரதத்தை முடித்துக்கொண்டுவிடுவார். மக்கள் வன்முறையின் சிறு தடயத்தைக் காட்டினாலும் அடுத்த நிமிடமே உண்ணாவிரதத்தை நிறுத்திவிடுவார். அவரிடம் வழி மட்டுமல்ல இலக்குமே நேர்மையாக இருந்தது. அவருடைய கோரிக்கைகள் மிகவும் அடிப்படையானவையாக நியாயமானவையாக இருந்தன.

அஹிம்சை வழியென்றாலும் பிரிவினைவாதத்தை ஒருபோதும் ஊக்குவிக்க முடியாது. காஷ்மீரில் தனிநாடு வேண்டும் என்று கேட்டுத்தான் போராடி வருகிறார்கள். இந்திய ராணுவம் அதை எதிர்த்துத்தான் போராடுகிறது. அப்படி இருக்க இலங்கையிடம் போய் ஈழத்தமிழர்களுக்கு தனி நாடு கொடு என்று எப்படிச் சொல்ல முடியும்? காஷ்மீர் மக்களுக்கு தனி நாடு கொடுக்க வேண்டியதுதானே என்று முகத்தில் அடித்தாற்போல் கேட்பார்களே; ஊருக்கு ஒரு நீதி உனக்கு ஒரு நீதியா என்று காறி உமிழ்வர்களே. இந்தியா இந்த விஷயத்தில் நடுநிலை வகிப்பதைத் தவிர வேறு என்னதான் செய்ய முடியும்?

**யாழினி :** அது சரி, நீங்கள் காஷ்மீருக்கு சுதந்தரம் கொடுக்காமல் இருப்பது ஏன்?

**பிரதமர் :** என்ன விஷமத்தனமான கேள்வியம்மா? யாராவது வந்து உன் கையை வெட்டிக் கொடு என்று கேட்டால் கொடுத்து விடுவாயா?

*யாழினி :* காஷ்மீர் இந்தியாவின் கை போன்ற ஒன்று அல்ல. தனியான ஒரு நபர். கையில் விலங்கு மாட்டி உங்களுடன் இணைத்துக்கொண்டு வலுக்கட்டாயமாக இழுத்துச் செல்கிறீர்கள். தனக்கு ஒரு பிரச்னை என்று அபயம் கேட்டு ஓடி வந்தவரிடம், ஒழுங்காக மரியாதையாக எனக்கு அடிமையாகி விடு. அப்போதுதான் காப்பாற்றுவேன் என்று மிரட்டி அல்லவா சேர்த்துக் கொண்டிருக்கிறீர்கள்.

*பிரதமர் :* இல்லையம்மா. ஒரு பெண் அடைக்கலம் தேடி வந்தபோது, 'கவலைப்படாதே... உனக்கு உதவி செய்கிறேன். உன் சார்பாக நான் துணிந்து உரிமையோடு செயல்பட வேண்டுமானால், நீ முதலில் என்னை உன் காப்பாளனாக ஏற்றுக் கொள். அப்போதுதான் தார்மிகரீதியில் என்னால் உனக்கு உதவ முடியும்' என்று சொல்லியது போன்ற நிகழ்வுதான் அது. காஷ்மீர் இந்தியாவின் ஒரு பகுதியாக இருந்தால்தான் தன் ராணுவத்தை அனுப்பமுடியும். வேறு நாடாக இருந்தால் இந்திய ராணுவம் அங்கு கால் பதிப்பதை ஆக்கிரமிப்பாகவே உலகம் பார்க்கும். எதையும் முறைப்படிச் செய்யவேண்டும் என்பதால்தான் அந்த இணைப்பு நடந்தது. அதில், எந்தவித கட்டாயப்படுத்தலும் இல்லை. அடிமைத்தனமும் இல்லை.

ஹிந்துஸ்தானமும் காஷ்மீரும் ஒரே நாகரிகம் மற்றும் கலாசாரத்தைப் பகிர்ந்து கொண்டிருந்தன என்பதை மூவாயிரம் ஆண்டு கால சரித்திரம் அழுத்தமாகக் கூறுகிறதம்மா. ஜம்மு காஷ்மீர் இந்தியாவுடன் இணைவது என்பது மக்களால் தேர்ந்தெடுக்கப் பட்ட தலைமையால், பக்ஷி குலாம் முகம்மதின் ஆட்சியில் 1954ல் அங்கீகரிக்கப்பட்டது. பின்னர் 1975ல் ஷேக் அப்துல்லா வுடனான உடன்படிக்கையாலும் இது அங்கீகரிக்கப்பட்டது.

*யாழினி :* ஆனால், மக்கள் மத்தியில் வாக்கெடுப்பு நடத்துவதாகச் சொல்லிவிட்டு ஏமாற்றிவிட்டீர்களே... அது தவறுதானே.

*பிரதமர் :* ஏமாற்றவெல்லாம் செய்யவில்லை. மக்கள் மத்தியில் வாக்கெடுப்பு நடத்தாததற்கு இரண்டு காரணங்கள். முதலாவ தாக 1952-ல் ஜம்மு காஷ்மீரின் சட்ட சபை இந்தியாவுடனான இணைப்பை ஏகமனதாக ஒப்புக்கொண்டு ஒரு தீர்மானத்தை நிறைவேற்றியது. அதற்குப் பிறகு மக்கள் வாக்கெடுப்பு என்ற கேள்விக்கே இடமில்லை. மக்களால் தேர்ந்தெடுக்கப்பட்ட பிரதிநிதிகள்தானே அந்தத் தீர்மானத்தை இயற்றியது. இரண்டா வதாக, பாகிஸ்தானில் இருந்து பலர் அந்தப் பகுதிக்குள் ஊடுருவிவிட்டனர். காஷ்மீரி

இந்துக்கள் பலர் வெளியேற்றப் பட்டுவிட்டனர். ஊடுருவியவர்கள் வெளியேற்றப்படவேண்டும். வெளியேற்றப்பட்டவர்கள் குடியேறவேண்டும். அப்போதுதான் நியாயமான மக்கள் கணிப்பு நடத்தமுடியும்.

1948லேயே ஐ.நா. சொல்லியிருக்கும் தீர்மானம் என்ன தெரியுமா? காஷ்மீரை ஆக்கிரமித்துக் கொண்டிருக்கும் பாகிஸ்தான் தன் துருப்புகளைத் திரும்பப் பெறவேண்டும். அதன் பிறகே இந்தியா வாக்கெடுப்பு நடத்தும் என்றுதான் அது சொல்லியிருக்கிறது. பாகிஸ்தான் காஷ்மீரில் இருந்து வெளியேற வில்லையாதலால் இந்தியாவால் வாக்கெடுப்பு நடத்தமுடிய வில்லை. ஒன்று தெரிந்துகொள்... இந்தியா தன் நிலத்தில் ஒரு பிடி மண்ணை இன்னொருவர் எடுத்துச் செல்ல அனுமதிக்காது. அதே நேரத்தில் இன்னொருவரின் ஒரு துளி மண் மீது ஆசைப் படவும் செய்யாது அம்மா.

**இவ்வளவு ஏன், 1948 ஜூனில், ஷேக் அப்துல்லா என்ன சொன்னார் தெரியுமா:** 'ஜம்மு காஷ்மீரின் மக்களாகிய நாங்கள் என்ன செய்வது என்று தெரியாததாலோ உணர்ச்சிவசப்பட்டோ, இந்தியாவுடன் எங்களைச் சேர்த்துக் கொள்ளவில்லை. மிகத் தெளிவாகத் திட்டமிட்டே அதைத் தேர்ந்தெடுத்திருக்கிறோம்'. இது உனக்குத் தெரியுமா?

**யாழினி (தலைகுனிந்தபடியே):** தெரியாது.

**பிரதமர் :** பாகிஸ்தானின் ராணுவம் காஷ்மீரில் இருந்து வெளி யேறிய பிறகுதான் இந்தியா வாக்கெடுப்பு நடத்தும் என்று ஐ.நா. தீர்மானம் சொன்னதாவது தெரியுமா?

**யாழினி :** தெரியாது.

**பிரதமர் :** ஆனால், இந்திய ராணுவம் கற்பழிக்கிறது என்று மட்டும் தெரியும். அப்படித்தானே. உன் மீது குறையில்லை. ஊடகங்கள் தரும் செய்திகளை அடிப்படையாக வைத்துத்தானே உன்னைப் போன்றவர்கள் ஒரு முடிவெடுக்க முடியும். ஆனால், என்றுமே உண்மை முற்றிலும் வேறானதாகத்தான் இருக்கிறது. சத்தியமே வெல்லும் என்பது உண்மைதான். ஆனால், சத்தியம் ஒரு வெற்றியைப் பெறுவதற்கு முன் அசத்தியம் நூறு வெற்றி களைப் பெற்றுவிடுகிறது.

எங்கள் மனத்தில் எப்போதும் 'இரும்புக் கரம், பஞ்சுக் கையுறை' என்னும் கொள்கையையே முதன்மையாக வைத்திருக்கிறோம். இரும்புக்கரம் பயங்கரவாதிகளுக்கு பஞ்சுக் கையுறை மக்களுக்கு. ராணுவத்தின் நல்ல முகத்தைக் காட்டவேண்டும் என்பதே எப்போதும் எமது குறிக்கோள். ஒன்று இரண்டு பேர்களைக் கொல்வதனாலோ அவர்களை ஊனப் படுத்துவத னாலோ பிரச்னையைத் தீர்த்துவிடமுடியாது. ஆனால், அப்பாவி களைக் கொன்றாலோ ஊனமாக்கினாலோ இன்னும் அநேக பயங்கரவாதிகள் உருவாக்கப்படுவார்கள். ஒரு தீவிரவாதியைப் பிடிக்க நாம் எடுக்கும் முயற்சியில் பல அப்பாவிகள் பாதிக்கப்படுவார்கள் என்றால் அல்லது அதிகப் பொருட்சேதம் ஏற்படும் என்றால் அவனைத் தப்ப விட்டு விடுவதே நல்லது என்பதே ராணுவத்தினருக்கு நாங்கள் சொல்லித் தந்திருக்கும் முதலும் கடைசியுமான பாடம்.

இலங்கை பிரச்னையை இன்னொரு கோணத்தில் பார்த்தால் வேறோரு அபாயம் புரியவரும். விடுதலைப் புலிகள் தலைமை யில் ஈழத்தில் தனி நாடு அமைந்தால் அடுத்ததாக அவர்கள் தமிழ் நாட்டுத் தலைவர்களுடன் ஒன்றுகூடி இந்தியாவில் இருந்து தமிழ் நாட்டைப் பிரித்துக்கொண்டு போகமாட்டார்கள் என்று என்ன நிச்சயம்? ஏற்கெனவே திராவிட நாடு என்று முழங்கிய வர்கள்தான் அவர்கள். இப்போதும் பாருங்கள்... இலங்கைக்கு இந்தியா ஆதரவாக நடந்துகொண்டால் தமிழ் நாட்டைத் தனியாகப் பிரித்துக் கொண்டுபோய்விடுவார்களாம். இலங்கை நட்பு நாடென்றால் இந்தியா பகை நாடு ஆகிவிடுமாம். என்ன வொரு மிரட்டல் பாருங்கள். இப்படிப்பட்ட நிலையில் இந்தியா தனது இறையாண்மைக்கு ஊறுவிளைவிக்கும் ஒரு செயலைச் செய்யவே முடியாது.

இப்போதும் தமிழ் நாட்டில் பிரிவினைவாதக் குரல்கள் வேர்விடத் தொடங்கியுள்ளன. ராஜீவ்ஜியையும் அப்பாவிக் காவலர்கள் உட்படப் பலரையும் கொன்ற ஒரு படுகொலை நிகழ்வில் ஏழு பேருக்கு தூக்கு தண்டனை விதிக்கப்பட்டது. அதை உரிய காலத்தில் ஆயுள் தண்டனையாகக் குறைத்தும் விட்டிருக்கிறோம். ஆனால், அவர்களை அப்படியே விடுதலை செய்துவிடவேண்டுமாம்.

**யாழினி** : அந்தப் படுகொலையைச் செய்த பிரதான குற்றவாளிகள் அனைவரும் கொல்லப்பட்டுவிட்ட நிலையில் அதற்கு உதவி புரிந்த இவர்களை விடுதலை செய்வதில் என்ன தவறு இருக்கமுடியும். அதிலும்

பேரறிவாளன் ஒரு பேட்டரி செல்லை வாங்கிக் கொடுத்ததைத் தவிர வேறெதுவும் செய்யவில்லையே.

**பிரதமர்** : வெறும் பேட்டரி செல்லா? அதுதான் வெடி குண்டை வெடிக்கச் செய்தது அம்மா. அதோடு பேரறிவாளன் வாயில் விரலை வைத்தாலும் கடிக்கத் தெரியாத பச்சைக் குழந்தை என்ற கதையை ஊடகங்கள்தான் பரப்பியிருக்கின்றன. உண்மையில் அவன் அந்தப் படுகொலையில் முக்கிய பங்காளியம்மா. சந்தன மாலையை வாங்கிக் கொடுத்தது, கொலையாளிகளுக்கு மோட்டார் வாகனங்கள் வாங்கிக் கொடுத்தது, இலங்கைக்குச் சென்று வந்தது, அமைதிப்படைக்கு எதிரான புத்தகமான 'சாத்தானின் படைகள்' புத்தகத்தை அச்சிட்டது, கொலையாளி களுக்கு இந்தியாவில் தங்க ஏற்பாடு செய்வதில் இருந்து அனைத்து உதவிகளையும் செய்து தந்தது என அவன் கணிசமான அளவுக்கு கொலையில் பங்கு பெற்றிருக்கிறான். அவனை விடுதலை செய்வது என்ற பேச்சுக்கே இடமில்லை.

விடுதலைப் புலிகள் தனி நாடு கோரிக்கையைக் கைவிட்டுவிட்டு ஆயுதங்களைக் கீழே போட்டுவிட்டு பேச்சுவார்த்தைக்கு வந்திருந்தால் நிச்சயம் பிரச்னை எப்போதோ தீர்ந்துவிட்டிருக் கும். கூட்டாட்சி அமைப்புதான் இந்தப் பிரச்னைக்கான ஒரே தீர்வு. இதைப் புரிந்துகொண்டதால்தான் ராஜீவ்ஜி அப்படி ஒரு உடன்படிக்கையை ஜெயவர்த்தனேவுடன் செய்துகொண்டார். அதன் அடிப்படையில்தான் இந்திய அமைதிப் படையை அனுப்பினார். ஆனால், இந்த உடன்படிக்கையில் கையெழுத்துப் போட்டுவிட்டு அதன் பிறகு தவறான பாதையில் போக ஆரம்பித்தனர் புலிகள். ஒப்பந்தம் கையெழுத்தான ஒன்றரை மாதத்துக்குள் திலீபன் உண்ணாவிரதம் இருந்து இறந்தார். அமைதி திரும்பிவிடக்கூடாது என்பதில் அத்தனை அக்கறை.

சக போராட்டக் குழுக்களின் தலைவர்களைக் கொன்று குவித்தனர். தமிழ் முஸ்லீம்களை சிங்களர்களுக்கு உதவுவதாகச் சொல்லிக் கொன்று குவித்தனர். எண்பதாயிரம் இஸ்லாமியர்களை 2 மணிநேரக் கெடு விதித்து வீடு வாசல், நில புலன் அனைத்தையும் விட்டுவிட்டு ஓடும்படித் துரத்தினர். தமிழர்களி லும் கூட்டாட்சி அமைப்புக்கு ஆதரவு தெரிவித்தவர்கள் அனைவரையும் அநியாயமாகக் கொன்று குவித்தனர். புலிகளை ராணுவம் சுற்றி வளைத்தபோதெல்லாம்

மக்கள் கூட்டத்தையும் துப்பாக்கி முனையில் மிரட்டித் தங்களோடு இடம் பெயர வைத்தனர். தனது பிழையான அரசியலின் மூலம் இலங்கைத் தமிழ் சமூகத்துக்கும் சிங்களர்களுக்கும் இப்படியான ஒரு பேரிழப்பை ஏற்படுத்தியது விடுதலைப் புலிகள்தான்.

ஆனால், அதையெல்லாம் மறைத்துவிட்டு இந்திய அரசின் மீது இவ்வளவு குற்றச்சாட்டுகளைச் சுமத்தும் தமிழ் அரசியல் தலைவர்களைப் பார்த்து சில கேள்விகள் கேட்க விரும்பு கிறேன். கடைசிகட்டப் போரில் பிரபாகரன் சுற்றி வளைக்கப் பட்டபோது இவ்வளவு கூக்குரல் இட்ட நீங்கள் அதற்கு முன்னால் என்ன செய்தீர்கள்? ஈழத் தமிழர்கள் என்பவர்கள் உங்களுடைய தொப்புள் கொடி உறவு என்று சொல்கிறீர்களே. அவர்களுடைய பிரச்னை தீர நீங்கள் என்ன செய்து கிழித்திருக் கிறீர்கள்? உண்ணாவிரதம் நடத்துவது, தந்தி கொடுப்பது, மனிதச் சங்கிலிப் போராட்டம் நடத்துவது, பத்திரிகைகளில் அடுத்தவர் மீது பழியைப் போடுவது என்பதைத் தவிர உருப்படி யாக என்ன செய்திருக்கிறீர்கள்?

அகதிகளாக தமிழகத்துக்கு எத்தனைபேர் வந்திருக்கிறார்கள்? அவர்களை எப்படி நடத்திவந்திருக்கிறீர்கள்? கூப்பிடு தூரத்தில் இருக்கும் உங்களிடம் வராமல் அனைவரும் ஆஸ்திரேலியா, கனடா, ஃபிரான்ஸ் என்று மேலை நாடுகளுக்குத்தானே பலரும் போயிருக்கிறார்கள். நீங்கள் என்ன செய்திருக்கவேண்டும்? ஈழத் தமிழர்களே நீங்கள் அகதிகள் அல்ல. எங்கள் விருந்தாளிகள் என்று வரவேற்று தமிழகத்தில் தங்க இடமும் உழைத்துப் பிழைக்க வேலையும் உரிமையும் தந்திருக்கவேண்டும். எல்லாம் முடிந்த பிறகு காலங்கடந்த ஞானோதயமாக நூறு கோடி ரூபாய் தர முன்வந்தார்கள். அதுவும் யார் கைக்குப் போனது என்று தெரியாது. அகதி முகாம்கள் முன்பு போலவே சீரழிந்த நிலையிலேயே இருந்துவருகின்றன. தமிழ் தலைவர்களில் யாராவது ஒருவர் அங்கு போய் அவர்களுடைய குறை என்ன என்பதைக் கேட்டிருப்பீர்களா? இந்தியா கைவிட்டு விட்டது என்று கூக்குரல் இடுகிறார்களே. அவர்கள் என்ன செய்தார்கள்?

**யாழினி** : அகதிகளை எப்படி நடத்த வேண்டும் என்பதை மத்திய அரசான நீங்கள்தானே தீர்மானித்திருக்கிறீர்கள்?

**பிரதமர்** : அகதிகளிடம் அன்பாக நடந்துகொள்ளக்கூடாதென்று நாங்கள் என்றுமே தடுத்ததில்லையே. தூக்கு தண்டனை பெற்ற

தீவிரவாதிகளுக்குக் காட்டும் அக்கறையில் லட்சத்தில் ஒரு பங்கு கூட தமிழகத்தில் யாரும் காட்டியிருக்கவில்லை. தமிழகக் கட்சிகள் இலங்கைத் தமிழர் பிரச்னையை தங்கள் வோட்டுப் பொறுக்கி அரசியலுக்கு உதவும்வகையில் பயன்படுத்திக் கொண்டதைத் தவிர வேறு என்ன செய்தார்கள்?

போர் நடந்து கொண்டிருந்த காலகட்டத்தில் இந்திய உள்துறை அமைச்சர் இலங்கைக்குப் போகவேண்டும்... இந்திய பிரதமர் இலங்கைக்குப் போகவேண்டும் என்று கத்தினார்கள். தமிழகத் தில் இருந்து தலைவர்கள் வந்து பேசவேண்டும் என்று இலங்கை அதிபர் கேட்டுக் கொண்டதும் அடுத்த நிமிடமே வாயை மூடிக் கொண்டு ஓடிவிட்டார்கள்... ஏன்? உங்கள் வீரமெல்லாம் வீட்டுக்குள் இருந்து வசனம் பேசுவதில்தான் அடங்கி இருக்கிறது இல்லையா? இலங்கை அரசுடன் பேச்சுவார்த்தை நடத்தப் போனால் விடுதலைப் புலிகள் உங்களையும் போட்டுத் தள்ளிவிடுவார்கள் என்ற பயம் இல்லையா?

அதுமட்டுமல்லாமல் இந்திய அரசாங்கம் விடுதலைப் புலிகள் இயக்கத்தைத் தீவிரவாத இயக்கமாகத்தான் கருதுகிறது. பிரபாகரன் ஒரு குற்றவாளிதான். ராஜீவ் கொலையை மட்டுமே வைத்து இலங்கைப் பிரச்னையை அணுகக்கூடாது என்று சொல்கிறார்கள். அது எப்படி சரியாக இருக்க முடியும்?

ராஜீவ்ஜி இலங்கையில் அமைதி திரும்ப ஆத்மார்த்தமாக முயற்சி எடுத்தவர். அவரைக் கொன்றதன் மூலம் இலங்கையில் அமைதி திரும்பக்கூடாது என்று ரத்தால் அடிக்கோடிட்டுக் காட்டி னார்கள் புலிகள். இலங்கை சரித்திரத்தில் அந்த அத்தியாயத்தை மூடிவிட்டுப் படி என்று சொன்னால் என்ன அர்த்தம். நாளை சிங்கள அரசின் வன்முறைகளை மறந்துவிட்டு இலங்கை பிரச்னையைப் பாருங்கள் என்று ஒருவர் சொன்னால் எவ்வளவு முட்டாள்தனமாக இருக்குமோ அது போன்றதுதான் இதுவும்.

**யாழினி** : விடுதலைப் புலிகள் செய்த தவறுக்காக அப்பாவிகள் கொல்லப்படவேண்டுமா? ஒரு பக்கம் போராளிகள்... இன்னொரு பக்கம் ராணுவம். இரண்டுக்கும் நடுவில் அப்பாவிகள் சிக்கிக் கொண்டிருந்தோமே... எங்களைக் காப்பாற்ற நீங்கள் ஏதாவது செய்திருக்கலாமே.

பிரதமர் : என்ன செய்ய... புலிகள்தான் மக்கள்... மக்கள்தான் புலிகள் என்று அல்லவா அங்கு நிலைமையை ஆக்கியிருந் தார்கள். ஒரு தவறான தலைவனுடைய முட்டாள்தனமான செயல்பாடுகளினால் ஒரு இனம் அழிய நேர்வதைப் பார்த்துக் கொண்டு எதுவும் செய்ய முடியாமல் இருக்கும் நிலையில்தான் இந்தியா இருந்தது, மகாபாரதத்தில் பீஷ்ம பிதாமகர் இருந்தது போல். குருக்ஷேத்திர யுத்தத்தில் கவுரவர்கள் அதிகமாக இருந் தார்கள். பாண்டவர்கள் எண்ணிக்கையில் குறைவாக இருந் தார்கள். இருந்தும் பாண்டவர்களால் வெல்ல முடிந்தது. ஏனென் றால் அவர்கள் பக்கம் நியாயம், நீதி, தர்மம் எல்லாம் இருந்தது.

ஆனால், இன்றைய இலங்கை யுத்தத்தில் தமிழர்கள் எண்ணிக்கையில் குறைவாக இருக்கிறார்கள். சிங்களர்கள் அதிகமாக இருக்கிறார்கள். ஆனால், என்ன செய்ய இன்று தர்மம் பெரும்பான்மையின் பக்கம் இருக்கிறது. பிரபாகரன் தவறான பாதையில் வெகு தூரம் வரை போனார். இனி மீள்தல் சாத்திய மில்லை என்னும் அளவுக்குப் போனார். அவரைத் தலைவராக ஏற்றவர்களுக்கும் அதுதான் கதி. என்ன செய்வது மூளை போடும் தவறான திட்டங்களுக்கு அடியும் உதையும் வாங்குவது காலும் கையும் தானே?

தமிழகத்தில் இருந்த தலைவர்கள் இந்தப் பிரச்னையில் உண்மை யான அக்கறையை ஒருபோதும் காட்டியதில்லை. தம்பிக்கு ஒரு துன்பமென்றால் அண்ணனல்லவா விழுந்தடித்து ஓடிச் சென்று காப்பாற்றியிருக்க வேண்டும். அதைச் செய்யாமல் இருந்துவிட்டு அடுத்தவர் மேல் பழி போட்டால் என்ன நியாயம்? கொஞ்சம் யோசித்துப் பாருங்கள். வெறும் இருபத்து நாலு கிலோமீட்டர் இடைவெளிதான் தமிழகத்துக்கும் இலங்கைக்கும். கடல் அமைதியாக இருந்தால் வெறும் ஐந்தே மணி நேரப் பயணம்தான்.

பிரிவினைவாதத்துக்கு ஆதரவு கொடுத்தவர்கள் விடுதலைப் புலிகளுக்கு அடிப்படைத் தேவையான டீசல், உணவுப் பொருட்கள், மருந்துகள், ஆடைகள் என ஆரம்பித்து ஆயுதங்கள் வரை கடத்திக் கொண்டு சென்று கொடுத்திருக்கிறார்கள். கள்ளப் பணம் கை மாறி இருக்கிறது. மருத்துவர்கள், மீனவர்கள், அரசியல் தலைவர்கள், பத்திரிகையாளர்கள், வியாபாரிகள், கடத்தல்காரர்கள் என மிகவும் வலுவான வலைப்பின்னல் இருந்திருக்கிறது.

அழிவின் மர்மச் சுரங்கத்தில் ஆயிரம் காலடித் தடங்கள். இங்கிருந்து அங்கும் அங்கிருந்து இங்குமாக. ஆனால், அன்பின் நெடுஞ்சாலையிலோ ஒற்றைக் கால் தடம் கூடப் பதிக்கப்பட வில்லை. அது ஏன்? ஆறரைக்கோடித் தமிழர்கள் அருகில் இருந்தும் கடலின் அக்கரையில் இருந்த ஈழத் தமிழர்கள் அநாதைகளாக மடிய நேர்ந்ததேன்? தமிழகத்தில் இருந்த தலைவர்களில் சிலர் ஈழப் போராளிகளைத் தவறாக வழி நடத்தினார்கள். மற்ற தலைவர்கள் தங்களுடைய அரசியல் ஆதாயத்தைக் கருத்தில் கொண்டு, இன்றைக்கு ஒன்று நாளைக்கு ஒன்று என்று வேடிக்கை காட்டினார்கள்.

தவறான வழியில் போன தம்பியைத் தண்டித்து திருத்தியிருந் தால் எவ்வளவு நன்றாக இருந்திருக்கும். கோரிக்கையும் சரியில்லை. வழிமுறையும் சரியில்லை. ஆண்ட பரம்பரை மீண்டும் ஆளக்கூடாதா என்ற கூச்சல்களுக்கெல்லாம் சாதுவான பதில் கிடைக்காது. நீ யாராக இருந்தாய் என்பதை வைத்து அல்ல... யாராக இருக்கிறாய் என்பதை வைத்துத்தான் மற்றவர்கள் உன்னை மதிப்பார்கள் என்று போராளிகளுக்குப் புரிய வைத்திருக்கவேண்டும். அதைச் செய்யாததால் தமிழகத் தலைவர்கள்தான் இந்தப் பிரச்னைக்கு முக்கிய காரணம். எங்கள் மீது எந்தத் தவறும் கிடையாது. நியாயத்தை அவர்களிடம் போய்க் கேளுங்கள் குழந்தைகளே.

குழந்தைகள் சோகத்துடன் அங்கிருந்து கிளம்பிச் செல்கின்றன.

***

# 5

## சகோதர யுத்தமே காரணம் - தமிழகத்தின் குரல்

**கு**ழந்தைகள் புஷ்பக விமானத்தில் அடுத்ததாக தமிழகத்துக்கு வருகிறார்கள். 'தமிழ் வாழ்க' என்ற எழுத்துகள் பொறிக்கப்பட்ட நுழைவாயிலின் வழியாக கோட்டைக்குள் நுழைகிறார்கள்.

முன்பக்கப் புல்வெளியில் சிலர் தேசியக் கொடியை ஏற்றிக் கொண்டிருக்கிறார்கள். இன்னொரு பக்கத்தில் சிலர் அதை எரிக்கிறார்கள். வேறொரு பக்கத்தில் ஒருவர் கொடி ஏற்றுகிறார். அந்தக் கொடி கீழே இருக்கும்போது ஒரு நிறமாக இருக்கிறது. மேலே செல்லச் செல்ல நிறம் மாறுகிறது.

இன்னொரு பக்கத்தில் தொலைகாட்சிப் பணியாளர்கள் பேசுவதற்கு ஒருவரைத் தயார்படுத்துகிறார்கள். தலையை லேசாகக் கலைத்துவிடுகிறார்கள். கர்சீப்பால் பவுடரை லேசாக அழிக்கிறார்கள். காலர் மைக்கை வெளியில் தெரியாத வகையில் பொருத்துகிறார்கள். ஸ்டார்ட் கேமரா ஆக்ஷன்... என்று சொன்னதும் அவர் 'ஓ' வென்று அழ ஆரம்பிக்கிறார்.

ஒருவர் நிதானமாக நடந்து வந்து மண்ணெண்ணெயை ஊற்றி தீ வைத்துக்கொள்கிறார். இன்னொருவர் வந்து அந்தத் தீயில் சிகரெட் பற்றவைத்துக்கொள்கிறார். ஒருவர் தஞ்சாவூர் பொம்மை மாதிரி தலையை ஆட்டிக்கொண்டே இருக்கிறார். இன்னொருவர் அடிக்கடி துண்டுகளை மாற்றிக் கொண்டிருக்கிறார்.

ஒருவர் திடீரென்று வீராவேசத்துடன் ஏதோ பேசுகிறார். யாரோ ஒருவர் வந்து ஒரு சீட்டைக் கொடுக்கிறார். அடுத்த நிமிடமே கூழைக் கும்பிடு போட்டு வேறொன்று பேசுகிறார். அதற்கு அடுத்த நிமிடம் குலுங்கிக் குலுங்கி சிரிக்கிறார். இன்னொருவர் வந்து ஒரு சீட்டைக் கொடுக்கிறார். அதற்கு அடுத்த நிமிடம் 'ஓ' வென்று அழுகிறார்.

குழந்தைகள் மிகுந்த பயத்துடன் ஒன்றையொன்று பார்த்துக் கொள்கின்றன.

**யாழினி** : நாம சரியான இடத்துக்குத்தான் வந்திருக்கோமா. இல்லைன்னா ஏதாவது பைத்தியக்கார ஆஸ்பத்திரிக்கு வந்துவிட்டோமா?

**இர்ஃபான்** : இல்லை சரியான இடத்துக்குத்தான் வந்திருக்கோம்.

**யாழினி** : இங்கு நடப்பதைப் பார்த்தால் எனக்கு சந்தேகமா இருக்கிறது.

**தில்ஷன்** : நாம தேடி வந்த இடம் இதுதான் என்பதை உறுதிப்படுத்துவதே இங்கு நடப்பவைதான்.

எல்லாவற்றையும் குழப்பத்துடன் பார்த்தபடியே கோட்டைக் குள் நுழைகிறார்கள்.

உள்ளே மியூசிக்கல் சேர் போட்டி நடந்து கொண்டிருக்கிறது. இசைத் தட்டின் இசைக்கு ஏற்ப ஒரே ஒரு நாற்காலியை 4 பேர் சுற்றி வருகிறார்கள். இசை நின்றதும் ஒருவரை ஒருவர் பிடித்துத் தள்ளுகிறார்கள். வேட்டி சட்டைகள் கிழிகின்றன. கண்ணாடிகள் கீழே விழுந்து நொறுங்குகின்றன. ஒரு வழியாக ஒருவர் எல்லாரையும் தள்ளிவிட்டு நாற்காலியில் உட்காருகிறார். கிழிந்த சட்டை வேட்டியை முடிந்தவரை சரி செய்து கொள்கிறார். தலையை வாரிக் கொள்கிறார். உடைந்த கண்ணாடியை எடுத்து போட்டுக் கொள்கிறார்.

**தமிழ்** : சகோதரச் சண்டைதாம்மா எல்லாத்துக்கும் காரணம். தமிழகத்தின் தன்னிகரற்ற தலைவன் நான்தான் என்பதை எல்லாரும் ஒப்புக் கொண்டுவிட்டால் பிரச்னையே ஏற்படாது. என்ன செய்ய? என் குடும்பத்தினருக்கு இருக்கும் புத்தி கழகத்தினருக்கு இல்லை. கழகத்தினருக்கு இருக்கும் அளவுக்குக் கூட தமிழகத்தினருக்கு இல்லையே.

**யாழினி** : நாங்கள் இலங்கையில் நடந்த அழிவு குறித்துக் கேட்க வந்திருக்கிறோம்.

**தமிழ்** : அப்படியா. அங்கும் அதுதானம்மா பிரச்னை. மலையகத் தமிழர்கள் ஒரு பிரிவாக இருந்தார்கள். இஸ்லாமியத் தமிழர்கள் ஒரு பிரிவாக இருந்தார்கள். ஈழத்திலும் வடக்கு கிழக்கு என்று தனித்தனியாக இருந்தார்கள். இந்த ஒவ்வொரு பிரிவுகளுக் குள்ளுமே

மேலும் பல பிரிவுகள். போதாத குறைக்கு பிரபாகரன், தமிழர்களின் ஒரே தலைவராகத் தன்னைக் கருதிக் கொண்டு விட்டார். எருதாக இருந்தாலும் ஒன்று சேர்ந்தால் சிங்கத்தையே விரட்டிவிட முடியும். இங்கோ புலிகள் தமக்குள் மோதிக் கொண்டதால் நயவஞ்சக நரிகள்கூட ஏய்த்துவிட்டன.

*யாழினி :* தமிழகத்தில் இருந்த நீங்கள் யாருமே இவர்களை ஒன்று சேர்க்க எதுவுமே செய்யவில்லையே?

*தமிழ் :* அப்படி இல்லையம்மா. ஈழத்தில் ஆளாளுக்கு பிரிந்து நின்று முழங்கினார்கள். பொதுக்களம் ஒன்றில் அவர்களை ஒன்றிணைக்க நாங்கள் எடுத்த முயற்சிகள் எல்லாம் முறிந்து போயின. இலங்கையில் கூட்டாட்சிக்கு சிலர் ஒத்துக் கொண்டார்கள். சிலர் தனி நாடு என்றார்கள். சிலர் கூடுதல் அதிகாரம் என்றார்கள். ஒருவர் இன்னொருவரை துரோகி என்றார். கோழை என்றார். எதிரியை விட்டுவிட்டு தமக்குள் சண்டையிட்டனர்.

என்னதான் ஆனாலும் நாங்கள் மூன்றாவது மனிதர்கள்தானே. ஏதாவது ஒன்றை அழுத்திச் சொல்லவோ, ஒரு திசைக்கு மற்றவர்களை இழுக்கவோ எங்களுக்கு பலமோ அதிகாரமோ கிடையாதே. ஒன்று எங்களுக்கு ஆதரவாகப் பேசு. இல்லையேல் பேசாமல் இருந்துவிடு என்ற மிரட்டல் அல்லவா விடப்பட்டது.

இந்தியாவிலும் ஆயிரக்கணக்கான பிரிவுகள் பிளவுகள் உண்டு. ஆனால், ஆங்கிலேயரை எதிர்த்து நடந்த போரில் அனைவரும் ஒரே குரலில் விடுதலை என்று முழக்கமிட்டதால்தான் வெற்றி கிடைத்தது.

இலங்கைப் பிரச்னை தீர நாங்கள் எவ்வளவோ முயற்சிகள் எடுத்தோம். மலையகத் தமிழர்கள் நாடற்றவர்களாக ஆக்கப்பட்டபோது ஐ.நா. சபையில் அதை எதிரொலித்தோம். தமிழகத்துக்கு வந்த அகதிகளுக்கு முகாம்கள் அமைத்துக் கொடுத்தோம். கோடிக்கணக்கில் நிவாரணங்கள் கொட்டிக் கொடுத்தோம். கடையடைப்புகள், கறுப்புக் கொடி ஊர்வலங்கள், உண்ணாவிரதங்கள், தீக்குளிப்புகள் என எங்கள் தார்மிக ஆதரவைத் தொடர்ந்து வெளிப்படுத்தி வந்தோம்.

ஆனால், வந்தாரை வாழ வைத்த தமிழ் மக்களால் சொந்த பந்தங்களின் சோகத்தில் பங்கெடுக்க முடியாமல், அதைத் துடைக்க முடியாமல் போய்விட்டது. எங்கள் உணர்வுகள் மதிக்கப்பட வில்லை. எங்கள் ஆலோசனைகள் காதில்லாதவனிடம் சொன்ன

ரகசியங்களைப் போல் வீணாகிவிட்டன. எங்கள் உதவிகள் தரிசு நிலத்துக்குப் பாய்ச்சிய தண்ணீராகப் போய்விட்டது.

**யாழினி** : ஆனால், தமிழக அரசியல் தலைவர்கள் ஆட்சியில் இருந்தபோது ஒருவிதமாகவும் எதிர்க்கட்சியில் இருந்தபோது ஒருவிதமாகவுமே நடந்து கொண்டிருக்கிறீர்கள். இலங்கைப் பிரச்னை என்பது உங்களைப் பொறுத்தவரையில் உங்கள் அரசியல் தேவைகளைப் பூர்த்தி செய்யப் பயன்படுத்தப்பட்ட ஒன்று மட்டும்தானே.

**தமிழ்** : அது உண்மையல்ல. நாங்கள் அரசியல் சதுரங்கத்தில் பல காய்களை உருட்டிவிளையாடுவதுண்டு. ஆனால், இலங்கைத் தமிழருக்கு ஆதரவு தந்ததும் அடக்கி வாசித்ததும் அவர்களுடைய நடத்தைகளின் அடிப்படையில் மட்டுமே. உண்மையில் ஆதரவாளர்களாக இருந்த எங்களை எதிர் நிலைக்குக் கொண்டு சென்றதே அவர்கள்தான்.

நாங்களும் தனி நாடு கேட்டுப் போராடியவர்கள்தான். இந்தி மொழி கட்டாயமாகத் திணிக்கப்பட்டபோது நாங்களும் அதை எதிர்க்கத்தான் செய்தோம். இந்தி இருக்குமானால் இந்தியா இருக்காது என்று முழங்கத்தான் செய்தோம். வடக்கு வாழ்கிறது. தெற்கு தேய்கிறது என்று போர்ப்பறை கொட்டத்தான் செய்தோம். நாளைக்கே தேவைப்பட்டால் அந்த வீர முழக்கங்களை மீண்டும் எழுப்பத் தயங்க மாட்டோம்.

ஆனால், கூட்ட ாட்சிக்குள்ளேயே தனி நாட்டாட்சிக்கு வாய்ப்பு கிடைத்தபோது நாங்கள் அதை தொலைநோக்குப் பார்வை யோடு ஏற்றுக் கொண்டோம். தனி நாடு கோரிக்கையை தவறென்று தெரிந்ததும் விட்டுவிட அரசியல் முதிர்ச்சி வேண்டும். ஆறரை கோடித் தமிழினம் இன்று நூறரைக் கோடி இந்திய தேசியத்தை வழி நடத்தும் நிலைக்கு உயர்ந்திருக்கிற தென்றால் அது எங்கள் பொறுமையினாலும் சாதுரியத்தினாலும் தான். தனியாகப் போவதல்ல. தலைமைப் பதவியை ஏற்பது... அதுவே சாதுரியம். எந்த இந்திய அரசு இந்தியைத் திணிக்க விரும்பியதோ அதே அரசு இன்று தமிழை செம்மொழி என்று உலகறிய உயர்த்திப் பிடித்திருக்கிறது. ஈழப் புலி பாய்ந்து சாதிக்காததைத் தமிழ்ப் புலி பதுங்கியே சாதித்திருக்கிறது.

ஈழத் தமிழருக்கு தந்த வெளிப்படையான ஆதரவு காரணமாக தமிழகத்தில் ஆட்சிகள் கலைக்கப்பட்டிருக்கின்றன. எத்த

னையோ பேர் சிறையில் அடைக்கப்பட்டுள்ளனர். சமூகத்தில் தனிமைப்படுத்தப்பட்டுள்ளனர். அதைக் கண்டெல்லாம் மனம் கலங்கவில்லையே. ஆதரவை ஒருபோதும் பின்வாங்கவில் லையே. தேசம் வேறென்றாலும் இனம் ஒன்றல்லவா? தேச உணர்வுகள் எட்டி நிற்க வைத்தன. இன உணர்வுகள் கட்டி அழத் தூண்டின. அழையா விருந்தாளியாக நாங்கள் அவர்கள் வீட்டின் முன் எத்தனை முறை போய் நின்றிருக்கிறோம் தெரியுமா... இன்னொரு நாட்டின் பிரச்னையைத் தீர்க்க எங்களால் எவ்வளவு முடியுமோ அதற்கும் மேலாகச் செய்து வந்திருக்கிறோம்.

இன்னொரு விஷயத்தையும் நாம் கவனத்தில் கொள்ள வேண்டும். நாமெல்லாரும் நாகரிக மனிதர்கள். கடந்த காலங் களில் மன்னர்கள் தங்களுடைய விருப்பு வெறுப்புகளை ஒட்டு மொத்த மனித சமூகத்தின் மீதும் திணிப்பார்கள். ஒரு ராஜா இன்னொரு ராஜாவுடன் சண்டைக்குப் போவார். அதற்குப் பெரிய காரணமெல்லாம் இருக்காது. இந்த ராஜாவுக்கு அந்த ராஜாவைப் பிடிக்காது. அவ்வளவுதான். அதற்காக ஆயிரக்கணக் கில் அடித்துக்கொண்டும் வெட்டிக்கொண்டும் மடிவார்கள். மக்களுடைய தரப்பு என்று ஒன்று அதில் இருக்கவே இருக்காது. மன்னருக்கு எதிரான மாற்றுக் கருத்துக்கு அங்கு இடமே கிடயாது.

ஆனால், நாம் அதையெல்லாம் கடந்து வந்துவிட்டோம். இது மக்களாட்சி காலம். எடுத்தோம் கவிழ்த்தோம் என்று எதையும் செய்யக்கூடாது. ஜனநாயகப் பாதையில் போகிற நாம் அதிகாரத்தில் இருப்பவர்களுக்கு நமது எதிர்ப்பை முதலில் அமைதிப் போராட்டங்கள் மூலம் தெரியப்படுத்துவோம். அதில் எந்த பதிலும் கிடைக்கவில்லையென்றால் அதே போராட் டத்தை விரிவுபடுத்தி தீவிரப்படுத்துவோம். பேச்சுவார்த்தைகள் நடத்துவோம். கேட்டது எல்லாமே கிடைக்கவில்லையென்றா லும் கிடைத்ததை வைத்துக்கொண்டு நம்மை பலப்படுத்திக் கொண்டு இறுதிக் குறிக்கோளை மேலும் வலுவோடு வலியுறுத்துவோம். அப்படியாக கொஞ்சம் கொஞ்சமாகத்தான் லட்சியத்தை அடைவோம். மக்களை மையமாகக் கொண்ட அரசியல் போராட்டம் என்பது அப்படித்தான் நடக்க வேண்டும்.

அப்பாவிகளின் உயிரை பணயம் வைக்கும் அதிகாரம் எவ்வளவு பெரிய கொம்பனுக்கும் எந்தப் புனிதக் கோட்பாடுக்கும் கிடை யாது.

கிடையாது. இதுதான் ஜனநாயக உலகின் அடையாளம். ஆரம்பத்தில் அமைதியாகப் போராடிப் பார்த்தோம். எதுவும் கிடைக்கவில்லை. எனவே ஆயுதத்தைக் கையில் தூக்கினோம் என்று சொல்வதில் எந்த நியாயமும் கிடையாது. அமைதியான போராட்டம்தான் இலக்குக்கான ஒரே வழிமுறை.

மூத்தோரின் நல்வாக்குகளும் முது நெல்லிக்கனியும் முதலில் கசக்கும். பிறகு இனிக்கும். லேசாகக் கசந்தபோதே துப்பிவிட்ட குழந்தையைப் பார்த்து மவுனமாக அழத்தானே முடியும்.

பிரபாகரனின் சர்வாதிகார மாளிகையின் மூடப்பட்ட அராஜக ஜன்னல்களில் மோதி மோதி எங்கள் நல்லாதரவின் புறாக்கள் துடிதுடித்து விழுந்தன. அதன் கால்களில் கட்டப்பட்ட புரிந்துணர்வுக் கடிதங்கள் பிரிக்கப்படாமலேயே போயின. கள்ளத் தோணிகள் பல போய் வந்தன. ஆனால், நல்ல தோணி ஒன்றுகூட அனுமதிக்கப்படவில்லை. உண்மையான அக்கறை கொண்டவர்களுக்கும் இலங்கையில் இருந்தவர்களுக்கும் இடையிலான இணைப்பு நதி உறைந்தே போய்விட்டிருந்தது. இக்கரையில் நட்பின் பதாகையைக் கையில் பிடித்தபடி கால் கடுக்கக் காத்து நின்றோம். அக்கரையில் அந்த அக்கறை இருந்திருக்கவில்லை. தாயன்பின் பரிசல்கள் பயணிக்க, இறுதி வரை உருகவேயில்லை இடையில் இருந்த தவறான புரிதலின் பனிப்பாளங்கள்.

**யாழினி** : பங்களாதேஷ், திபெத் அகதிகளுக்கு இருந்த உரிமைகளோ சலுகைகளோகூட இலங்கைத் தமிழர்களுக்கு இருந்திருக்கவில்லையே... தமிழகம் எங்களை மாற்றாந்தாய் மனப்பான்மையோடுதானே நடத்தியிருக்கிறது. அடைக்கலம் தேடி வந்த அகதிகளுக்கே இதுதான் கதி. ஆறு மணியாகி விட்டதென்றால் முகாமுக்குத் திரும்பி விடவேண்டும். அவ்வப் போது காவல் நிலையத்தில் தகவல் தெரிவிக்கவேண்டும். சொத்து வாங்க முடியாது. வாடகைக்குக்கூட வீடு கிடைக்காது. வேலைகள் சுலபத்தில் கிடைக்காது. இவையெல்லாம் எந்தவித ஒட்டுறவும் இல்லாமல் ஒப்புக்குத்தான் செயல்பட்டு வந்திருக் கிறீர்கள் என்பதைத்தானே எடுத்துக்காட்டுகிறது.

**தமிழ்** : இல்லையம்மா. ஆரம்பத்தில் தங்கத் தாம்பாளத்தில் வைத்துத்தான் தாங்கினோம். ஆனால், உண்ட வீட்டுக்கே ரெண்டகம் நினைத்தால்? மலர் செண்டுகள் மட்டுமே கண்டிருந்த

விமான நிலையத்தில் வெடி குண்டுகள் வெடித்தன. மழை பெய்து மட்டுமே சேறான எங்கள் சந்தைகள் முதன் முறையாக ரத்தத்தால் நனைந்தன. இவ்வளவு ஏன்... மாலைகளும் பொன்னாடைகளும் மட்டுமே போர்த்தப்பட்ட தமிழகத்தில் முதல் முறையாக உயிருடன் இருந்தவருக்கு மலர் வளையம் சுமத்தப்பட்டது. அமைதிப் பூங்காவுக்குள் நச்சுப் பாம்புகள் ஊடுருவ ஆரம்பித்தன. வேலியைப் பலப்படுத்து வதைத் தவிர வேறு என்னம்மா செய்ய முடியும்?

***யாழினி*** : அமைதிப் பேச்சுவார்த்தைக்கான பொறுப்பை இந்திய அரசிடம் விட்டுக் கொடுத்த நீங்கள் அந்தக் குழுவில் இடம் பெற்றிருக்க வேண்டுமல்லவா? பிற மாநிலத்தவர்களிடம் பொறுப்பைவிட்டது தவறுதானே... அதுவும்போக, இந்திய உளவுத்துறைதான் போராளி இயக்கங்களிடையே சண்டையை மூட்டிவிட்டதாக தகவல்கள் வந்த பிறகும் அவர்களை நம்பி சும்மா இருந்தது உங்கள் தவறுதானே?

***தமிழ்*** : இந்திய உளவுத்துறை சில சதிகளில் ஈடுபட்டது என்னவோ உண்மைதான். ஆனால், ஊசி இடம் கொடுக்காமல் இருந்திருந்தால் நூல் நுழைந்திருக்க முடியுமா என்ன... அதுவும்போக, இந்திய அரசின் உத்தரவுப்படிதானே நாங்கள் அதில் நடக்க முடியும். தமிழர்கள் அந்தக் குழுவில் இடம் பெற்றால் உணர்ச்சிவசப்பட்டு ஏதாவது செய்துவிடுவார்கள் என்ற எண்ணத்தினால்தான் பிற மாநிலத்தவரிடம் பொறுப்புகள் ஒப்படைக்கப்பட்டன. ஆனால், அவர்கள் செய்த ஒவ்வொன்றும் எங்களிடம் கேட்ட பிறகே செய்யப்பட்டன. தமிழகம் தன்னால் முடிந்ததைச் செய்தது. இந்தியா தன்னால் முடிந்ததைச் செய்தது.

***யாழினி*** : முடிந்ததைச் செய்வதா முக்கியம். வேண்டியதைச் செய்வதல்லவா அவசியம்.

***தமிழ்*** : அது சரிதான். ஆனால், அதற்கு வாய்ப்பு எங்கே தரப் பட்டது? ஒரு தலைவன், தன் பின்னால் நடுநிலையாளர்களும் இன்ன பிறரும் ஏன் எதிரணியிலிருந்து சிலரும்கூட அணிவகுத்து நிற்க போதிய நியாயங்களை ஏற்படுத்திக் கொடுப்பவனாக இருக்கவேண்டும். விமர்சன மழைத்தூறல்கள் இடைவிடாமல் பொழியும்போது தாங்கிக்கொள்ளவொரு தார்மிகக் குடையைக் கொடுக்கவேண்டும். ஆனால், எங்களை முடிவற்றுப் பெய்யும் மழையில் நனையவிட்டார்கள். அடுத்தவருக்காக எவ்வளவு நேரம்தான் ஒருவர் மழையில் நனைவது?

**யாழினி** : நாங்கள் உங்களுக்கு அடுத்தவர்தான் இல்லையா?

**தமிழ்** : என்ன செய்வது தாயும் பிள்ளையும் என்றாலும் வாயும் வயிறும் வேறுதானே அம்மா? ஒருவர் தனக்கு நேரும் இழப்புகளை முன்வைத்து நியாயம் கேட்க வேண்டுமென்றால், அவர் எந்த தவறும் இழைக்காமல் இருக்கவேண்டும். நான் ஐம்பது தவறுகள்தான் செய்திருக்கிறேன். அவர் 100 தவறுகள் செய்திருக்கிறாரே. என் பக்கம் அணி வகுத்து நிற்க வேண்டியது தானே என்ற வாதத்தில் எந்த நியாயமும் இல்லை. உனது காலை ஒருவர் வெட்டிவிட்டார் என்றால் நீ என்ன செய்யவேண்டும். ஒடிந்த காலுடன் நீதிமன்றம் ஏறி புகார் கொடுக்கவேண்டும். அதைவிட்டுவிட்டு, பதிலுக்கு நீ போய் அவருடைய கையை வெட்டி, ஒரு கையில் அருவாளையும் இன்னொரு கையில் வெட்டப்பட்ட எதிரியின் கையையும் எடுத்துக்கொண்டுவந்து நீதி கேட்டால் எப்படிக் கிடைக்கும்?

புலிகள் செய்த ஒவ்வொரு கொலையும் சிங்கள ராணுவத் தினரின் ஒன்பது கொலைகளை நியாயப்படுத்திவிட்டன. போர் என்று வந்துவிட்டால் நான் ஒருவரை கொன்றால் நீயும் ஒருவரைத்தான் கொல்லவேண்டும் என்று கணக்குப் பேச முடியாது. யானைக்கு தரையில் பலம். முதலைக்கு நீரில் பலம். யானையை வெட்டவெளியில் எதிர்கொண்டார்கள். முதலை யைப் பார்த்ததும் முண்டாவை தட்டிக்கொண்டு பாய்ந்து நீரில் குதித்து சண்டை போடப் போனார்கள். சிங்கத்தை அதன் குகைக்குள்ளே சென்று தாக்குவது வீரமும் அல்ல. விவேகமும் அல்ல. பலம் குறைந்தவர்கள், பலம் மிகுந்தவர்களை எதிர்க்க மிகவும் சரியான வழி அமைதியான வழியிலான போராட்டம் தான். கொரில்லா தாக்குதல் போராளிகளுக்கு வெற்றியைத் தரலாம். ஆனால், மக்களுக்கு அது அழிவையே தரும்.

தமிழகத்தில் இருந்த அகதிகள் முகாமில் வசதிகள் குறைவாக இருப்பது பற்றி எங்கள் மீது சிலர் புகார்கள் எழுப்புவதுண்டு. ஆனால், அதை கனத்த மனதுடன்தான் செய்தோம். புருஷனிடம் கோவித்துக்கொண்டு தாய்வீட்டுக்கு வந்துவிடும் மகளிடம் உண்மையான பாசத்தை வெளிக்காட்டினால் எங்கே மகள் பிறந்த வீட்டிலேயே இருந்துவிடுவாளோ என்ற பயத்தில் கொஞ்சம் பாராமுகமாக நடந்துகொள்ளும் தந்தையை உங்களுக்குத் தெரிந்திருக்கும். அந்த நிலையில்தான் இருந்தோம்.

இனி ஈழம் சாத்தியமில்லை என்பது தெரிந்த மறுகணமே இங்கு தங்கியிருக்கும் ஈழத் தமிழர்களுக்கு இந்தியக் குடியுரிமை வாங்கித்தருவதாக அறிவித்தோம். 100 கோடி நிவாரணம் ஒதுக்கினோம். இப்போது சட்டசபையில் இலங்கை பகைநாடு என்று தீர்மானம் கூட இயற்றிவிட்டிருக்கிறோம். எழுவருக்கான தூக்கை ஆயுள் தண்டனையாகக் குறைத்தது மத்திய அரசு. நாங்களோ ஒருபடி மேலே போய் அவர்களை விடுதலை செய்ய உத்தரவிட்டிருக்கிறோம். இந்த விஷயத்தில் இதைவிட நாங்கள் என்னதான் செய்ய முடியும்?

உண்மையில் இந்திய தேசத்தின் மீதான பாசத்தால் எங்கள் ஒரு கை கட்டப்பட்டது. நேசத்துக்குரியவன் தன் தலையில் தானே மண்ணள்ளிப் போட்டுக்கொண்டு செய்த மோசத்தால் இன்னொரு கை கட்டப்பட்டது.

ஒரு நிரபராதி, தவறான வக்கீலைத் தேர்ந்தெடுத்ததன் மூலம் தண்டனை பெறவேண்டிவந்துவிட்டது. பார்வையாளர் நாற்காலிகளில் முன்வரிசையில் அமர்ந்தபடி மவுன சாட்சியாகப் பார்த்த வழக்கு விசாரணை நாங்கள் பார்க்க விரும்பிய ஒன்றல்ல.

கறை படியாத கரங்களுக்குச் சொந்தக்காரர்களாகிய எங்கள் கைகளில் படிந்த ரத்தம் எம் கண்களில் இருந்து கசிந்ததுதான்.

ஓநாய்களிடமிருந்து தப்பிப்பதற்காக தன் மந்தை ஆடுகளை விஷப் புல்வெளிக்கு ஓட்டிச் சென்றான் ஒரு மேய்ப்பன். ஆடுகள் குறித்து நாங்கள் அழுவதைத் தவிர வேறெதையும் செய்ய முடியாமல் போய்விட்டது. யாமோ கள்வர்? சொல் குழந்தாய்... யாமோ கள்வர்?

***

# 6
# ஈழத் தமிழர் அல்ல...
# இந்துத் தமிழர்!

புஷ்பக விமானம் குழந்தைகளை, சிதிலமடைந்து கொண்டிருக் கும் பிரமாண்ட கட்டடத்தை நோக்கி அழைத்துச் செல்கிறது. அதன் உச்சியில் காவி நிறக் கொடி பதறியபடியே பறந்து கொண்டிருக்கிறது. அதற்குக் கீழே உள்ள சிலையில் இருக்கும் சிங்கங்கள் முகத்தைத் திருப்பிக்கொண்டு ஒவ்வொன்றும் ஒவ்வொரு திசையைப் பார்த்தபடி நின்றுகொண்டிருக்கின்றன.

அரண்மனையைச் சுற்றியிருக்கும் தோட்டத்தில் வளர்ந்திருக்கும் பல்வேறு பூச்செடிகளை வெட்டிவிட்டு ஒரே நிறத்திலான பூக்கள் கொண்ட செடிகளை நட்டுக் கொண்டிருக்கிறார்கள்.

சிலர் முகப்பில் இருந்த பிருமாண்டச் சிலையின் கையில் இருந்த பழங்கால ஆயுதங்களை பெயர்த்து எடுத்துவிட்டு புதிய ஆயுதங்களை பொருத்திக் கொண்டிருக்கிறார்கள். வேறு சிலர் அரண் மணையின் தூண்களை இடித்துக் கொண்டிருக்கின்றனர். இன் னும் சிலர் அழகிய வேலைப்பாடுகள் மிகுந்த சிலைகளை சுக்கல் சுக்கலாக உடைத்து ஜல்லியாக மாற்றிக் கொண்டிருக்கின்றனர்.

குழந்தைகள் வந்ததை ஒருவரும் பொருட்படுத்தாமல் தங்கள் வேலைகளிலேயே குறியாக இருக்கிறார்கள். குழந்தைகள் நேராக அந்த அரண்மனையின் உள்ளே செல்கிறார்கள். ரத்தம் தோய்ந்த தொட்டில் முதலில் உள்ளே நுழைகிறது. அதன் பின்னால் குழந்தைகள் ஒவ்வொருவராக வருகிறார்கள். ஒரு தூணருகே நின்று கொண்டிருந்தவர் தொட்டிலையும் குழந்தை களையும் பார்த்ததும் வேதனையுடன் பதறியபடியே விரைந்து வருகிறார். கடைசியாக தொப்பி அணிந்த குழந்தை வருவதைப் பார்த்ததும் காவி உடை அணிந்த அவருடைய

வேகம் சட் டென்று குறைகிறது. முகத்தில் ஒருவித அலட்சியம் வந்து குடிகொள்கிறது.

காவி உடை அணிந்தவர், 'என்ன' என்பதுபோல் தலையை அசைத்து விறைப்பாகக் கேட்கிறார்.

**யாழினி** : நாங்கள் ஒரு போரில் கொல்லப்பட்டவர்களுக்கு நியாயம் கேட்டு வந்திருக்கிறோம்.

**காவி (எந்தவித சலனமும் இல்லாமல்)**: போர் என்றால் சாவுகள் சகஜம்தான்.

**யாழினி** : அந்த மரணங்களுக்குக் காரணமானவர்களைக் கண்டுபிடிக்க வந்திருக்கிறோம்.

**காவி** : அது ஒன்றும் பிரம்ம ரகசியம் அல்ல. எல்லாருக்கும் தெரிந்ததுதான்.

**யாழினி** : என்னது, எல்லாருக்கும் தெரியுமா? தெரிந்துமா அவர்களை யாரும் எதிர்க்காமல் இருக்கிறார்கள்.

**காவி** : ஆமாம். அவர்கள்தான் தங்கள் எதிரிகள் அனைவரையும் தமக்குள் சண்டை போட்டுக்கொள்ளும்படித் திசை திருப்பி விடுவதில் கெட்டிக்காரர்களாயிற்றே.

**யாழினி** : நாங்கள் எந்த நாட்டைச் சேர்ந்தவர்கள் என்றே தெரியாமல் எதிரி யார் என்று தெரியும் என்று சொல்கிறீர்களே அது எப்படி?

**காவி** : ஆமாம். இந்த உலகத்துக்கே எதிரி ஒரே ஒரு பிரிவினர் தான். நீங்கள் எந்த நாட்டைச் சேர்ந்தவராக இருந்தாலும் உங்கள் எதிரியும் அவர்கள்தான்.

**குழந்தைகள்** : நாங்கள் இலங்கையைச் சேர்ந்தவர்கள்.

**காவி**: அதுதான் முதலிலேயே சொன்னேனே... உங்கள் எதிரியும் அவர்கள்தான்.

**யாழினி** : யாரைச் சொல்கிறீர்கள்...

**காவி**: வேறு யாராக இருக்க முடியும். உலகம் முழுவதும் கவிழத் தொடங்கியிருக்கும் ராட்சஸ சிலுவையின் நிழலில் பதுங்கிப் பாய்ந்துவரும் கிறிஸ்தவ ஓநாய்கள்தான்.

**யாழினி** : இலங்கையில் நடக்கும் சண்டை சிங்களர்களுக்கும் தமிழர்களுக்கும் இடையில்தானே நடக்கிறது. கிறிஸ்தவர்கள் எங்கிருந்து வருகிறார்கள்?

**காவி**: குழந்தையல்லவா? குழந்தைத்தனமாகவே கேட்கிறாய். இலங்கையில் நடக்கும் பிரச்னையின் மூல வேர் எங்கு இருக்கிறது தெரியுமா... கப்பலில் வரும்போது கடலில் இருந்த நண்டுகளைக்கூட விட்டு வைக்காமல் மதம் மாற்றி வந்த டச்சுக்கூட்டம் சிங்கள கடற்கரையில் தங்கள் கூடாரத்துக்காக என்றைக்குக் குழி தோண்ட ஆரம்பித்ததோ அன்றே இலங்கையின் அழிவுக்கு அஸ்திவாரம் தோண்டப்பட்டு விட்டது. 1500களில் வந்திறங்கிய அந்த கிறிஸ்தவக் கூட்டம் 'இலங்கை என்பது ஒரு தீவு... இரண்டு தேசங்கள்' என்று பிரிவினையின் விதைகளை சரித்திரத்தின் சதுப்பு நிலத்தில் ஆழமாக ஊன்றினார்கள். பின்னால் வந்த ஆங்கிலேயர்கள் அந்தச் செடியை நீர் ஊற்றி வளர்த்தார்கள்.

அந்த கிறிஸ்தவர்கள் இலங்கையில் அன்று ஊன்றிய பிரிவினை விதைதான் இன்று மரமாக வளர்ந்து கிளைகளில் எல்லாம் மண்டையோடுகள் தொங்க இலைகளில் இருந்தெல்லாம் ரத்தத்துளிகள் சொட்ட இலங்கை முழுவதுக்குமாக தலைவிரித்து ஆடிக் கொண்டிருக்கிறது.

'டிவைட் அண்ட் ரூல்' என்ற தாரக மந்திரத்துடன் ஆட்சியைக் கைப்பற்றியவர்கள் சிறுபான்மையாக இருந்த தமிழர்களுக்கு ஆதரவு கொடுத்து அவர்களைத் தங்கள் பக்கத்தில் அமர்த்திக் கொண்டார்கள். காலனிய நாடுகளை விட்டுச் சென்ற பிறகு 'டிவைட் அண்ட் டெஸ்ட்ராய்' என்ற மந்திரத்தை உச்சாடனம் செய்ய ஆரம்பித்திருக்கின்றனர். அதற்குத் தோதாக நாட்டை விட்டுச் செல்லும்போது அழகாக ஆட்சியை சிங்களக் கிறிஸ்தவர் களின் கைகளில் பத்திரமாக ஒப்படைத்துவிட்டுச் சென்றிருக் கிறார்கள். ஒன்றாக இருந்த இந்தியாவைப் பிரித்து ரத்தக்களறி ஆக்கினார்கள். இந்திய பிரிவினையில் ஒரே வருடத்தில் ஒரு கோடி பேர் இடம் பெயர்ந்தனர். பத்து லட்சம் பேர் கதறக் கதறக் கொல்லப்பட்டனர். சயனைட் போல் உடனடி விளைவு. இலங்கைக்கு மென் விஷம். 30 வருடங்களில் லட்சக்கணக் கானோர் அகதிகளாக அலைகின்றனர். ஆயிரக்கணக்கானோர் படுகொலை செய்யப்பட்டுள்ளனர். ஆமை

புகுந்த வீடு விளங்காது என்பார்கள். ஆனால், அதைவிட உண்மை கிறிஸ்தவன் புகுந்த நாடு விளங்காது என்பது.

**யாழினி** : கிறிஸ்தவர்கள் வருவதற்கு முன்னாலும் அங்கு தமிழர் – சிங்களர் சண்டை நடந்துதானே வந்திருக்கிறது. அல்லது அவர்கள் போன பிறகாவது அதைத் தொடராமல் இருந்திருக் கலாமே?

**காவி:** நியாயமான கேள்விதான். இந்த உலகில் மனித இனம் பழங்குடிகளாக, நாடோடிகளாக இருந்த காலத்தில் எல்லா இடங்களிலுமே தமக்குள் அடித்துக்கொண்டு மடிந்துதான் வந்திருக்கிறார்கள். அதன் பிறகு மொழியின் அடிப்படையில், தேசத்தின் அடிப்படையில், மதத்தின் அடிப்படையில் வாழ ஆரம்பித்தபோதும் தமக்குள் சண்டையிட்டுத்தான் வந்திருக் கிறார்கள். இந்தியாவில் ஒவ்வொரு மாநிலமும் இன்னொன் றுடன் சண்டையிட்டு வந்திருக்கிறது. சேர சோழ பாண்டியர்கள் என தமிழகத்துக்குள்ளேயேகூடச் சண்டைகள் நடந்திருக் கின்றன. கிறிஸ்தவர்கள் மத்தியில்கூட ரோமன் கத்தோலிக்கர்கள் பிராட்டஸ்டண்ட்கள் என்று வெட்டு குத்துகள் சரமாரியாக நடந்துதான் வந்திருக்கிறது.

ஃப்ரான்ஸ், இங்கிலாந்து, டச்சு, ஸ்பெயின், ஜெர்மனி, இத்தாலி என எல்லா தேசங்களும் தமக்குள் சண்டையிட்டுக் கொண்டு தான் வந்திருக்கின்றன. அமெரிக்காவும் இங்கிலாந்தும் சண்டையிட்டுக்கொண்டுதான் இருந்தன. ஆனால், இன்று அந்த நாடுகளில் எல்லாம் அமைதி திரும்பி சுபிட்சம் நிலவ ஆரம்பித்து விட்டது. ஆனால், பிற மதத்தினர் வாழும் பகுதிகளில் மட்டும் கடந்தகாலச் சண்டைகள் ஓயாமல் நடைபெற்றுக்கொண்டே இருக்கின்றன. இது ஏன் என்று ஒருவர் சிறிது யோசித்துப் பார்த்தாலே உண்மை விளங்கிவிடும்.

**யாழினி** : பிற மதத்தினரிடையே ஒற்றுமை இல்லை. அவர்கள் அடிப்படையில் சண்டையை விரும்புபவர்கள்.

**காவி:** அதுதான் இல்லை. கடந்த காலக் காயங்களை மறந்துவிட்டு வாழத்தான் எல்லாருமே விரும்புகிறார்கள். ஆனால், பிற மதத்தினர் வாழும் பகுதியில் இருக்கும் இடை வெளிகளைப் பெரிதாக்கி, காயங்களை ஆறவிடாமல் கிறிஸ் தவர்கள் கீறிவிட்டுக் கொண்டே இருக்கிறார்கள். கிறிஸ்தவர்கள் வாழும் ஐரோப்பிய அமெரிக்காவில்

அதை மற்ற மதத்தினர் செய்வதில்லை. தமக்குள் அடித்துக் கொண்டு மடிந்த ஓநாய்கள் ஒன்று கூடிவிட்டன. உலகில் இருக்கும் பசுக்கள், ஆடுகள், ஒட்டகங்கள் என சாது மிருகங்கள் அனைத்தையும் வேட்டை யாடக் கிளம்பிவிட்டன.

இன்று உலகின் எந்தவொரு நாட்டையும் எடுத்துக்கொண்டு பார்த்தாலும் இந்த உண்மை தெரியும். ஒரு நாடு சுபிட்சமாக இருக்கிறதா? அங்கு அமைதி நிலவுகிறதா? அது கிறிஸ்தவர் நாடாக இருக்கும். எங்கெல்லாம் சண்டையும் சச்சரவும் வெட்டும் குத்தும் நடக்கிறதோ அது கிறிஸ்தவர் அல்லாத மதத்தினர் வாழும் தேசமாக இருக்கும். அவர்களுடைய அஜெண்டா மிகவும் எளிமையானது. உலகில் இருக்கும் அனைவரையும் கிறிஸ்தவராக மாற்றி ஐரோப்பிய-அமெரிக்க ஏகாதிபத்தியத்துக்குத் துணைபோக வைக்கவேண்டும். இல்லை யென்றால் தமக்குள் அடித்துக்கொண்டு மடிந்து போகும்படிச் செய்வார்கள். ஐஹூ தூணித ச்ஹூஹு ணணிt தீடிtட தண்... தூணித ச்ஹூஹு ச்ஞ்ச்டிணண்t தண்.

சிறுபான்மையினரிடம் சுய உரிமைப் போராட்டத்தை நடத்தச் சொல்லி தூண்டிவிடுவார்கள். பெரும்பான்மையிடம் நாட்டின் இறையாண்மையைக் காப்பாற்றும்படி அறிவுறுத்துவார்கள். இரு தரப்புக்கும் அதி நவீன ஆயுதங்களை அணி அணியாக அனுப்பி வைப்பார்கள். இதுதான் அவர்களுடைய அயலுறவுக் கொள்கை. உலகின் எந்த வளம் எந்தப் பகுதியில் இருந்தாலும் அதைச் சுரண்டுவது... தான் தயாரிக்கும் ஆயுதங்களுக்கான சந்தையைப் பலப்படுத்த உள்நாட்டுக் கலவரங்களையும் அண்டைநாடு களுடன் சண்டைகளையும் தூண்டுவது, தீவிரவாத பிரிவினை இயக்கங்களுக்கு மறைமுக உதவிகள் செய்வது, கிறிஸ் தவத்தைத் தவிர பிற மதங்களைப் பூண்டோடு அழிப்பது என்ற தன் செயல்திட்டத்தை வெகு சாமர்த்தியமாக நிறைவேற்றிக் கொண்டுவருகிறார்கள்.

**யாழினி** : ஆனால், இலங்கையில் சண்டை நடந்த காலத்தில் அகதிகளாக மக்கள் அலை அலையாகப் புறப்பட்டபோது அவர்களுக்கு அடைக்கலம் கொடுத்ததே ஆஸ்திரேலியா, கனடா, ஃபிரான்ஸ் போன்ற கிறிஸ்தவ தேசங்கள்தானே.

**காவி:** அங்குதான் குழந்தாய் நீ மட்டுமல்ல. உலகமே ஏமாந்து விடுகிறது. அகதிகளுக்கு அடைக்கலம் கொடுப்பது என்பது குழந்தையைக் கிள்ளிவிட்டு தொட்டிலை ஆட்டிவிடும் கதை

தான். தப்பு தப்பு... இந்த உவமையை நான் சொல்லவே கூடாது. கொலையைச் செய்துவிட்டு சவப்பெட்டிக்கான செலவை ஏற்றுக்கொள்ளும் காருண்யம்தான் இது. சிங்கள அரசுக்கும் விடுதலைப் புலிகளுக்குமான ஆயுதங்கள் யாரிடம் இருந்து கிடைத்தன. இதே கிறிஸ்தவ தேசங்களிடமிருந்துதானே. அதை வாங்குவதற்கான பணம் யாரால் தரப்பட்டது. சிங்கள அரசுக்கு வளர்ச்சிப் பணிகளுக்கு, தீவிரவாதத்தை ஒடுக்க என்ற பெயரிலும் விடுதலைப் புலிகளுக்கு புலம் பெயர்ந்த அகதிகள் மூலமாகவும் பணம் தரப்பட்டது. ஆக, அகதிகளுக்கு உதவு கிறோம்; வளரும் நாடுகளுக்கு உதவுகிறோம் என்ற பெயரில் நல்ல பெயரையும் சம்பாதித்தாயிற்று. தங்கள் ஆயுத விற்பனைக் கான சந்தையையும் உறுதிப்படுத்தியாயிற்று. ஒரே கல்லில் இரண்டு மாங்காய். பிற மதங்களை அழிக்கவும் செய்தாயிற்று. கிறிஸ்தவம் வேரூன்றவும் வழி செய்தாயிற்று.

வரலாற்றைத் திரிப்பதன் மூலம் இரு பிரிவினரிடையே வேற்று மையை வளர்த்து அவர்களை எதிரிகளாக்குவது; இருவருக்குமே ஆயுதங்களை வழங்குவது; இருவரையுமே தமக்குள் அடித்துக் கொண்டு மடிய வைப்பது. மிகவும் அருமையான திரைக்கதை. இலங்கையில் இது வெற்றிகரமாக நடத்தப்பட்டுவிட்டிருக் கிறது. அடுத்ததாக இந்தியா குறிவைக்கப்பட்டிருக்கிறது.

கடைசிக் கட்டப் போர் குறித்து அமெரிக்கா தாக்கல் செய்துள்ள அறிக்கையைப் பார்த்தால் இன்னொரு உண்மை தெரியும். அந்த அறிக்கையில் தமிழர்களுக்கு அடைக்கலம் தந்தது எல்லாமே கிறிஸ்தவ தேவாலயங்கள்தான். பிற மதக் கோயில்கள், மசூதி களில் மக்கள் தங்கியிருந்தால் அது பொதுவாக வழிபாட்டுத் தலம் என்று மொட்டையாகக் குறிப்பிடப்படும். தேவாலயங் களில் அடைக்கலம் புகுந்திருந்தால் அது மட்டும் தெளிவாகக் குறிப்பிடப்படும். இதற்குப் பின்னாலும் தெளிவான மிரட்டல் ஒளிந்திருக்கிறது. நீங்கள் கோவில்களில் தஞ்சம் புகுந்தால் கோவில்கள் தரைமட்டமாக்கப்படும். மசூதிக்குள் ஒளிந்தால் மசூதி தகர்க்கப்படும். தேவாலயத்தில் தஞ்சம் புகுந்தால் மட்டுமே நீங்கள் தப்பிக்க முடியும். கடைசி கட்டத்தில் அங்கிருந்து உதவியவர்கள் எல்லாமே பாதிரியார்கள்தான். பாதிரியார்களிடம் சரணடைந்தவர்கள் மட்டுமே ரட்சிக்கப் பட்டிருக்கிறார்கள். இப்போது புரிகிறதா போரை நடத்தியது யார் என்பது?

*யாழினி :* ஆனால், சிங்கள அரசையும் விடுதலைப்புலிகளையும் நடத்தியது அவர்கள் இல்லையே. போரை நேரடியாக முன்னெடுத்தது இவர்கள்தானே.

*காவி:* அது முழு உண்மையில்லை. இலங்கையின் அரசுப் பொறுப்பில் இருந்த முக்கியமானவர்களில் பெரும்பான்மை யானவர்கள் கிறிஸ்தவர்கள்தான். டட்லி சேனநாயகாவில் ஆரம்பித்து ரிச்சர்ட் ரணசிங்க பிரேமதாஸா, ஜூனியஸ் ரிச்சர்ட் ஜெயவர்த்தனே, சாலமன் பண்டாரநாயகா என இன்றைய ராஜபக்சேவரை யாரை எடுத்துக்கொண்டாலும் அவர்கள் எல்லாம் கிறிஸ்தவ வேர் கொண்டவர்களே. அதிகாரத்தைக் கைப்பற்ற பவுத்தர்கள் என்று வேஷம் போட்டுக் கொண்ட வர்கள். அவர்கள் அனைவருமே, அமைதியைக் கொண்டுவருவ தற்காக இந்தப் போரை நடத்துகிறோம் என்றார்கள். உலகில் பொதுவாக போரை நிறுத்தினால்தான் அமைதி திரும்பும். இங்கோ போர் நடத்தினால்தான் அமைதி திரும்புமாம். வேதா கமத்தில் எந்த புனிதத் தூதர் இதைச் சொல்லியிருக்கிறாரோ?

விடுதலைப் புலிகள் மட்டும் விதிவிலக்கா என்ன... அவர் களுடைய ஆஸ்தான ஆலோசகர் ஆண்டன் பாலசிங்கம் ஒரு கிறிஸ்தவர். அவர் என்ன செய்தார்? அமைதிப் பேச்சுவார்த்தை என்ற பெயரில் நடைமுறைக்கு சாத்தியமில்லாத கோரிக்கைகளை முன்வைத்து அமைதி வரவிடாமல் தடுத்தார். இவ்வளவு ஏன்.? பிரச்னைகளுக்கெல்லாம் மூல காரணமான தமிழர்களின் தந்தை என்று சொல்லப்படும் செல்வநாயகம் ஒரு கிறிஸ்தவர். எவ்வளவு திட்டமிட்ட கொடூரமான திரைக்கதை பாருங்கள்? தமிழ் கிறிஸ்தவர்களை வைத்து தமிழர்களைத் தூண்டி விட்டார்கள்... சிங்களக் கிறிஸ்தவர்களை வைத்து சிங்களர் களைத் தூண்டிவிட்டார்கள். இதன் விளைவாக இந்துத் தமிழர் களும் பவுத்த சிங்களர்களும் வெட்டிக்கொண்டு குத்திக் கொண்டு செத்து மடிந்தார்கள். கிறிஸ்தவ சக்திகள் உள்ளுக்குள் புன்னகைத்தபடி ஓரமாக நின்று ரசித்தன.

பிரபாகரனை ஆரம்பத்திலிருந்தே மூளைச் சலவை செய்தது கிறிஸ்தவ திருச்சபைதான். 1970களில் அவர் வங்கிக் கொள்ளையில் ஈடுபட ஆரம்பித்த போதிலிருந்தே அவருடைய காட்ஃபாதராக இருந்தது கிறிஸ்தவ பாதிரிகள்தான். தமிழ் இனத்தின் விடுதலைக்காகப் போராடுவதாக அவர் நினைத்துக் கொண்டார். ஆனால், அவரைப் பின்னால் இருந்து இயக்கிய கிறிஸ்தவ சக்திகளுக்கு வேறு கணக்குகள்

இருந்தன. பிரபாகரன் பாவம் வெறும் அம்புதான். வில்லும் வில்லைப் பிடித்திருக்கும் கைகளும் வேறு குழந்தைகளே.

**யாழினி** : இந்தப் போரில் பல கிறிஸ்தவ பாதிரிகளும் பத்திரிகையாளர்களும் அரசியல்வாதிகளும் கொல்லப்பட்டிருக் கிறார்களே... பிரபாகரன் முதன் முதலில் கொன்றது கூட ஆல்ஃபிரெட் துரையப்பா என்ற கிறிஸ்தவரைத்தானே.

**காவி** : ஏன் கொன்றார்கள்?

**யாழினி** : உலகத் தமிழ் ஆராய்ச்சி மாநாட்டில் நடந்த அசம்பாவிதங்களுக்கு பழிவாங்க அவரைக் கொன்றார்கள்.

**காவி** : மிக மிகத் தவறு. இலங்கையில் நடந்த ஒரு மாநாட்டுக்கு இலங்கை அதிபரை அழைக்காதது, மாநாட்டை யாழ்பாணத்தில் நடத்தியது, அனுமதி பெற்ற தேதியையும் தாண்டி மாநாட்டை நடத்தியது, அனுமதி மறுக்கப்பட்டவர்களை பேச அரங்குக்கு அழைத்து வந்தது, மின் கம்பம் சரிந்தது என எத்தனையோ காரணங்கள் இருக்கின்றன. அந்த அசம்பாவிதங்களுக்கு துரையப்பா நூற்றில் ஒரு சதவிகிதம்கூடக் காரணம் இல்லை. ஆனாலும் அவர் கொல்லப்பட்டார். அதற்கான காரணம் என்ன தெரியுமா? ரொம்பவும் சிம்பிள். கிறிஸ்தவரான அவர் ஞாயிறு தோறும் இந்துக்கோயிலுக்குச் செல்பவராக இருந்தார். இதுதான். ஆல்ஃபிரெட் துரையப்பாவை எங்கு வைத்துக் கொன்றார் தெரியுமா? வரதராஜ பெருமாள் கோவிலின் வாசலில் வைத்துக்கொன்றார் பிரபாகரன். பின்னால் பொங்கிப் பெருகி வழிந்த ரத்த அருவியின் முதல் துளி அது. பிரபாகரன் தன் மகனுக்கு சூட்டிய அழகுப் பெயர் என்ன தெரியுமா? சார்லஸ்..!

**யாழினி** : அது விடுதலைப் போரில் உயிர் துறந்த ஒரு மாவீரனின் நினைவாகச் சூட்டப்பட்ட பெயர் அல்லவா?

**காவி:** அப்படித்தான் சொல்வார்கள். வீர மரணம் எத்தனையோ பேர் அடையத்தான் செய்தனர். ஆனால், பிரபாகரனுக்கு சார்லஸ் மட்டுமே நினைவுக்கு வந்திருக்கிறார். கிறிஸ்தவ எஜமானர் களுக்கு விசுவாசம் காட்டவேண்டாமா? உண்மையில் பிரபாகரனுக்கு கொடுக்கப்பட்ட அசைன்மெண்ட் என்ன தெரியுமா தமிழர்களை அதாவது இந்துக்களையும் சிங்களர் களையும் அழிப்பது. அதை அவர் மிகச் சிறப்பாக செய்து முடித்திருக்கிறார். ஆனால், அவருக்கு அதற்குக்

கிடைத்த பரிசு அநாதைபோல் மரணம்! வேலை முடிந்துவிட்டது. கழட்டி விட்டுவிட்டார்கள்.

**யாழினி** : பிரபாகரன் சிங்களப் படையால் சுற்றி வளைக்கப்பட்டு அல்லவா உயிரிழந்தார். இதில் கிறிஸ்தவ சதி எங்கிருந்து வருகிறது?

**காவி** : கிறிஸ்தவ சதியின் வல்லமையே அதுதான். எந்தவொரு செயலுக்கும் மேலே வெண்ணிறத்தில் சாம்பல் படிந்தது போல் சாதுவாக ஒரு காரணம் இருக்கும். உள்ளுக்குள் ஒரு கிறிஸ்தவக் காரணம் நெருப்பாகக் கனன்று கொண்டிருக்கும். அருகில் சென்று தொட்டுப் பார்ப்பவர்களுக்கே அந்த அழிவின் வெப்பம் தெரியும். பிரபாகரன் மரணத்திலும் அப்படித்தான். நான் உங்களை ஒன்று கேட்கிறேன்... பிரபாகரனுடைய மரணத்தை இந்த உலகில் பெரும் ஆர்வத்துடன் யார் எதிர்பார்த்துக் காத்திருந்தார்கள் தெரியுமா?

**யாழினி** : சிங்கள அரசியல்வாதிகள்தான்.

**காவி** : அதுதான் இல்லை. அவர்கள் அவரது இருப்பை உள்ளூர விரும்பினார்கள். ஏனென்றால், அப்போதுதான் அவர்களுடைய அராஜகங்களைத் தொடர முடியும். உங்களுக்கு இன்னொரு வாய்ப்பு தருகிறேன். யார் என்று யூகியுங்கள் பார்க்கலாம்.

**யாழினி** : விடுதலைப் புலிகளால் கொல்லப்பட்ட அப்பாவி சிங்களர் அல்லது தமிழர் யாராவது?

**காவி** : அதுவும் இல்லை. கடைசியாக ஒரு வாய்ப்பு தருகிறேன்.

**யாழினி (சிறிது யோசித்தபடியே)** : புலிகளால் பாதிக்கப்பட்ட வேறு யாராவது... (சட்டென்று யாழினி பேச்சுமூச்சற்று உறைந்துபோகிறாள்)

**காவி** : மிகவும் சரியாக யூகித்துவிட்டாய்.

**தில்ஷன்** : ஆனால், அவர்கள்தான் ராஜீவ் கொலை வழக்கில் சிக்கியவர்களுக்கு மரண தண்டனைகூடக் கொடுக்கவேண்டாம் என்று கருணையோடு மன்னிப்பு அல்லவா வழங்கினார்.

**காவி (அலட்சியமாக)** : கருணையா... ராஜீவ் கொலை தொடர்பாக யாருக்காவது தூக்கு தண்டனை கொடுக்க அவர் சம்மதம் தந்தார் என்றால் அந்தத் தூக்குக் கயிறு நேராக அவரது கழுத்தைச் சுற்றிவளைக்கும் என்ற பயம்.

**யாழினி** : நீங்கள் சொல்வதை நம்பவே முடியவில்லையே. இதற்கான ஆதாரம்?

**காவி** : சில சதிகளை ஒருபோதும் நிரூபிக்க முடியாதம்மா. சதிகாரர்களின் சாமர்த்தியம் அது.

**யாழினி** : ஆனால், எந்த அடிப்படையில் இவ்வளவு பெரிய குற்றச்சாட்டை முன்வைக்கிறீர்கள்.

**காவி** : நிரூபிக்கத்தான் முடியாது என்றேன். உண்மையாக இருக்காது என்றோ யூகிக்க முடியாதென்றோ சொல்ல வில்லையே. குற்றவியல் ஆராய்ச்சியின் பால பாடம் என்ன தெரியுமா? ஒரு குற்றம் நடக்கிறதென்றால், அதனால் அதிக லாபம் பெறுபவர் எவரோ அவரே அதை செய்திருக்கும் வாய்ப்பு மிக அதிகம். இதன் அடிப்படையில் நூல் பிடித்துக்கொண்டு சென்றால், நான் சொல்வது உண்மை என்பது தெரியவரும்.

லண்டனில் ராஜீவ் படித்த கல்லூரியில் ஒரு மாணவி சேர்ந்தார். உலகின் மிகவும் தற்செயலாக நடந்ததாகச் சொல்லப்படும் அந்த நிகவுழ்தான் மிகவும் அதி நுட்பத்துடன் திட்டமிடப்பட்ட சதி. அந்த நொடியில் இருந்தே ராஜீவின் மரணக் கடிகாரத்தின் மணல் துகள்கள் உதிர ஆரம்பித்துவிட்டன. ஆக்ஸ்போர்ட் பல்கலைக் கழகத்தின் புல்வெளியில் ராஜீவின் கழுத்தைச் சுற்றிப் போடப் பட்டது காதல் கரங்கள் அல்ல. சஞ்சய் காந்தியின் விமான விபத்து... இந்திரா காந்தியின் படுகொலை... என தடைகள் ஒவ்வொன்றாகத் தகர்க்கப்பட்டன. ராஜீவின் மரணம் கடைசி தகர்ப்பு. அது பிரபாகரனின் மூலம் நிறைவேற்றப்பட்டது.

**யாழினி** : புலிகள் ஏன் அதைச் செய்ய முன் வந்தார்கள்? ராஜீவ் காந்தி செய்த சில விஷயங்கள் அவர்களுக்குப் பிடிக்கவில்லை என்பது உண்மைதான். அதற்காகக் கொல்லும் அளவுக்குப் போவார்களா? அதனால் அவர்களுடைய இயக்கத்துக்கு சர்வதேச அளவில் பெரும் பின்னடைவு அல்லவா ஏற்படும். அது தெரியாதவர்களா அவர்கள்.

**காவி** : அவர்கள் அதைச் செய்ய முன் வந்ததற்கு பல காரணங்கள் உண்டு. மேலோட்டமாகத் தெரிவது புலிகளுக்குப் பிடிக்காத வகையில் ராஜீவ் மேற்கொண்ட சில நடவடிக்கைகள். ஆனால், அதற்காக கொல்லும் அளவுக்குப் போக அவர்கள் ஒருபோதும் தயாராக இருக்கவில்லைதான். ஆனால், அதற்கு அவர்கள்

தயார்படுத்தப்பட்டார்கள். ராஜீவ் இருக்கும்வரை ஈழத்தில் மாநில ஆட்சிக்கு மேலாக வேறு எதுவும் கிடைக்காது. அவரைக் கொன்றால் அதற்கடுத்து இந்திய ஆட்சி என் கைக்கு வரும். நான் இந்திய ராணுவத்தை அனுப்பியாவது ஈழம் மலர நிச்சயம் உதவுவேன் என்று உத்தரவாதம் தரப்பட்டது. பிரபாகரன் அதை நம்பினார்.

பிடிபட்டால் சர்வதேச அளவில் தங்கள் இயக்கத்தின் பெயருக்கு ஏற்படும் களங்கம் ஏற்படுமே என்று அவர் கலங்கியபோது, ரிச்சர்ட் ஜெயவர்த்தனா மூலம் சிங்களக் கைக்கூலியை வைத்து ஒரு பொய்யான தாக்குதல் முயற்சியை அரங்கேற்றப்பட்டது. இஸ்ரேலிய மொஸாட் மூலமாகவும் சில திரை மறைவு சதிகள் மேற்கொள்ளப்பட்டன. எல்லாமே கிறிஸ்தவ சதியம்மா.

***யாழினி*** : பாலஸ்தீன அதிபர்கூட ராஜீவிடம் படுகொலைக்கு சில நாட்கள் முன்னதாக எச்சரிக்கை கொடுத்தாரே.

***காவி*** : ஆமாம். அதுவும் அந்த சதியின் ஓர் அங்கமே. அது போன்ற சம்பவங்கள் தந்த தைரியத்தினால்தான் பிரபாகரன் இதற்கு உடன்பட்டார். அதோடு, என்ன ஆனாலும் வழக்கை இந்திய அதிகாரிகள்தானே செய்வார்கள். நான் கவனித்துக் கொள்கிறேன் என்று உறுதி தரப்பட்டது. இது போதாதென்று இந்திராகாந்தி இறந்தபோது, 'பெருமரங்கள் விழும்போது பூமி சிறிது அதிரத்தான் செய்யும்' என்று சீக்கியப் படுகொலைகளை நியாயப்படுத்தினார். எனவே, சீக்கியர்களுக்கும் ராஜீவைக் கொல்லவேண்டும் என்ற வெறி இருந்தது. பழியை இவர்கள் யார் மேலாவது போட்டுத் தப்பிவிடலாம் என்று பிரபாகரனுக்கு மூளைச்சலவை செய்யப்பட்டது. அந்த நம்பிக்கையின் பேரில் தான் புலிகள் அத்தனை பெரிய செயலைச் செய்ய முன்வந்தனர். ஆனால், மற்றவர்களைவிட தங்களை நம்பும் குணம் அவர்களுக்கு உண்டு. யார் கொன்றார்கள் என்பதே தெரியாமல் செய்து முடிக்கத்தான் அவர்கள் திட்டம் தீட்டினார்கள்.

***யாழினி*** : ஆனால், கேமரா காட்டிக் கொடுத்துவிட்டது.

***காவி*** : அது வேறொரு சதியின் அங்கம். அந்தப் பெரும் விபத்தில் புகைப்படக்காரரர் இறந்துவிட்டார். ஆனால், அவர் பயன்படுத்திய கேமரா மட்டும் சேதமடையாமல் எப்படித் தப்பியது? கிறிஸ்தவ லாபியின் டபுள் கேம் அது. புலிகளை ஒரு கட்டுக்குள் வைக்க செய்யப்பட்ட சதி அது. அவர்கள்தான் செய்தது என்பது தெரியாமல்

போனால் செய்யச் சொன்னவர்களுக்கு இன்னும் அபாயம் அல்லவா. அதனால் அந்த கேமரா அங்கு போடப்பட்டது. அது தேர்தல் காலம். ராஜீவுக்குப் பிரதமராக வாய்ப்புகள் மங்கலாக இருந்த நேரம்.

**யாழினி** : ஆனால், ராஜீவ் ஆட்சிக்கு வந்துவிடும் வாய்ப்புகள் அதிகமாக இருந்ததால்தானே புலிகள் அந்தக் கொலையைச் செய்ததார்கள்.

**காவி** : இல்லை. அது உண்மை இல்லை. ராஜீவ் மத்திய ஆட்சியை கேலிக் கூத்தாக்கிக் கொண்டிருந்த நேரம். போபார்ஸ் கேஸ் மூலம் 1989 தேர்தலில் படுதோல்வியைச் சந்தித்த அவருடைய நிலைமை எந்த வகையிலும் சீரடைந்திருக்க வில்லை. போபார்ஸ் கேஸை துரிதப்படுத்தினார்கள் என்பதற்காக வி.பி.சிங்கின் ஆட்சியைக் கலைத்திருந்தார். கைப் பொம்மையாக நியமித்த சந்திரசேகர் ஆட்சியையும் அல்ப காரணம் சொல்லிக் கவிழ்த்திருந்தார். எனவே, அப்போதைய தேர்தலில் ராஜீவுக்கு ஆட்சிக்கு வரும் வாய்ப்பு மிக மிகக் குறைவாகவே இருந்தது.

அதனால், அனுதாப அலை மூலம் மீண்டும் ஆட்சிக்கு வரலாம்; நாமே ஒரு சிறிய விபத்தை ஏற்பாடு செய்து, அதில் இருந்து சிறு காயங்களுடன் தப்பித்து தேர்தலைச் சந்திப்போம். எளிதில் வெற்றி கிடைக்கும் என அவருக்குத் தலையணை மந்திரம் ஓதப்பட்டது. அப்பாவி ராஜீவ் அதை நம்பினார்.

சதித்திட்டம் அவருக்கு விளக்கப்பட்டது. நீங்கள் தமிழகத்தில் சுற்றுப்பயணம் மேற்கொண்டு ஸ்ரீபெரும்புதூரில் உரையாற்றப் போகும்போது நேராக மேடைக்குச் செல்லவேண்டாம். மேடைப்படிகளுக்கு அருகில் குண்டு வெடிப்பதுபோல் ஏற்பாடு செய்திருக்கிறோம். நீங்கள் அந்த நேரத்தில் மக்கள் கூட்டத்தில் நமது கட்சியினருக்கு அருகில் சந்தனமாலையுடன் ஒருவர் காத்திருப்பார். அந்த இடத்துக்குப் போய் நின்றுகொள்ளுங்கள். சுற்றிலும் நமது பாதுகாப்பு வீரர்கள்தான் இருப்பார்கள்.

மேடைக்கு அருகில் குண்டு வெடித்துச் சிதறும்போது அதில் பொருத்தப்பட்டிருக்கும் ஆணி போன்றவை மேல் நோக்கித் தான் சிதறும். நீங்கள் குனிந்து இருந்தால் உடம்புக்கு மேலாக அது தெறித்துப் போய்விடும். நீங்கள் குனிவதற்குத் தோதாக கையில் சந்தன மாலையுடன் ஒருவர் அங்கு காத்திருப்பார். அவர் மாலையை அணிவித்துவிட்டு உங்கள் காலில் விழுவார். நீங்கள் அவரைத்

தூக்கிவிடும் சாக்கில் குனிந்து கொள்ளுங்கள். மேடையின் படியில் வெடிக்கும் குண்டு வெடித்துச் சிதறி உங்களுடைய உடம்பில் லேசான சிராய்ப்பை மட்டுமே ஏற்படுத்தும். கவலைப்படாதீர்கள் என்று திட்டம் அவருக்குச் சொல்லப்பட்டது. அதை ராஜீவ் நம்பினார். புலிகளிடம் பொறுப்பு ஒப்படைக்கப்பட்டது. ஆனால், வெடிகுண்டை மேடையின் படியில் பொருத்தாமல் சந்தனமாலையைக் கையில் வைத்திருப்பவரின் மடியில் பொருத்தினார்கள். பெரிய அளவில் காயம் ஏற்படாமல் இருக்க குனியச் சொன்னார்கள். அந்தோ... அதுதான் அவருக்கு உலையும் வைத்தது. ஒருவேளை காலில் விழுந்தவரைத் தூக்க முயற்சி எய்யாமல் இருந்திருந்தால் குண்டு வெடித்த அதிர்ச்சியில் பின்பக்கம் சாய்ந்து தப்பியிருக்கக்கூடும். என்ன செய்ய. பாதுகாப்பான இடம் என்று சொல்லப்பட்ட இடத்துக் கீழ்தான் படுகுழி வெட்டப்பட்டிருந்தது.

ஈழத் தமிழர்களுக்கு மாநில அதிகாரம் பெற்றுத்தரப் பாடுபட்ட மிஸ்டர் கிளீன் ஸ்ரீ பெரும்புதூரில் முன் இரவில் வந்து சேர்ந்தார். மேடையைப் பார்த்தார். கட்சித் தலைவர்கள் அனைவரும் அங்கு கூடியிருந்தனர். படியருகே சிலர் நின்றிருந்தனர். இன்னும் சிறிது நேரத்தில் இறந்துவிடப்போகிறார்களே என்று அவர்களை ஒருமுறை ஏக்கத்துடன் பார்த்தார். பெரு மரங்கள் சாயும்போது சிறிய அதிர்வு இருக்கத்தான் செய்யும் என்று சொன்னவரா யிற்றே. ஒரு மாபெரும் யாகம் வெற்றி பெற வேண்டுமென்றால் சில உயிர்களை பலியிடுவதில் தவறில்லை என்று உள்ளுக்குள் நினைத்திருப்பார்.

ஆனால், பாவம் அன்றைய யாகத்தின் பலி ஆடு அவரே என்பது அவருக்குத் தெரிந்திருக்கவில்லை. மேடைக்குப் போக வேண்டியவர் நேராகக் கூட்டத்துக்குள் கண்களை ஓட்டினார். சற்று தொலைவில் மங்கலான விளக்கொளியில் சந்தனமாலை பளபளத்தது. ராஜீவ் அதை நோக்கி நடந்தார். மாலை கழுத்தில் அணிவிக்கப்பட்டது. அப்படியே காலில் விழுந்து கும்பிட்டார் மாலையை அணிவித்தவர். விழுந்தவரைத் தூக்கிவிடக் குனிந்தார் ராஜீவ். குனிந்தவர் நிமிரவில்லை.

இதைச் செய்து முடித்த பிரபாகரன் உயிருடன் இருப்பது திட்டத்தை வகுத்துத் தந்தவருக்கு எப்போதுமே பெரும் அச்சுறுத்தலாகவே இருந்துவந்தது.

தீர்த்துக்கட்ட சரியான நேரத்தை எதிர்பார்த்துக் காத்திருந்தார். அரசியல் தளத்தில் மக்கள் இயக்கமாக வளராமல் ராணுவ வெற்றிகளை மட்டுமே இதுவரை பெற்று வந்ததாலும் ராஜீவ் கொலையினாலும் சர்வதேச அரங்கில் புலிகளின் பெயர் பெரிதும் களங்கப்பட்டுக் கிடக்கிறது. இந்தநிலையில் ஈழத்துக்கு ஆதரவாக நேரடியாக எதுவும் பேச முடியாது. எனவே, முதலில் சர்வதேச அரங்கில் புலிகள் பரிதாபத்தை சம்பாதிக்கவேண்டும். அதற்கு அவர்கள் கொரில்லா தாக்குதலை நிறுத்தவேண்டும். சிங்கள ராணுவத்தைத் தவறுகள் செய்ய வைக்கவேண்டும். அதை சர்வதேச அரங்கில் அம்பலப்படுத்தி அவர்களை வலுவிழக்கச் செய்யவேண்டும். புலிகள் மீதான தீவிரவாத முத்திரை மறக்கடிக்கப்பட்டு அவர்களுடைய ஆயுதப் போராட்டத்துக்கு ஒரு கொடூர நியாயம் கற்பிக்கப்பட வேண்டும். எனவே தடுப்பாட்டம் ஆடுங்கள்.

சிங்கள ராணுவம் எவ்வளவுதான் சுற்றி வளைத்தாலும் கடைசி நேரத்தில் இந்திய நீர்மூழ்கிக் கப்பல் வந்து பிரபாகரனைப் பாதுகாப்பான இடத்துக்குக் கொண்டுசெல்லும். அதற்குத் தோதாக புலிகள் கப்பல்கள் எளிதில் வந்து போக முடியும் படியான முள்ளிவாய்காலுக்கு ஒதுங்க வேண்டும். இதுதான் பிரபாகரனுக்குச் சொன்ன வியூகம். ராஜீவ் காந்தியப் போலவே பாவம் பிரபாகரனும் அதை நம்பினார்.

கடைசி யுத்தத்தில் பிரபாகரன் தடுப்பாட்டம் ஆடினார். சோனியாவின் இந்தியா எப்படியும் கைவிடாது என்று கடைசிவரை நம்பிக்கையை வெளிப்படுத்தி வந்தார். செய்த உதவிக்கு நன்றிகாட்டப்படுமென்று நம்பினார். அவர் முதலும் கடைசியுமாகச் செய்த ஒரே தவறு அதுதான். சிங்கள ராணுவம் சுற்றி வளைத்தது. சொல்லிவைத்தது போலவே தமிழக ஊடகங்களில் இருந்து சர்வதேச ஊடகங்கள் வரை 'அப்பாவி ஈழத் தமிழர்'களின் வேதனையை பக்கம் பக்கமாக எழுதித் தள்ளின. இணைய நதிகளில் ஈழ ரத்தம் பெருக்கெடுத்து ஓடியது. பிரபாகரன் இந்தப் புதிய வியூகம் குறித்து சிரித்துக்கொண்டார். எல்லாம் திட்டமிட்டதுபோல் நடப்பதை எண்ணி பெருமிதம் கொண்டார். ஆனால், விதி அவரைப் பார்த்து சிரிக்கத் தொடங்கியது. அது அவருக்குத் தெரிய வந்தபோது பாவம் அவரால் எதுவும் செய்ய முடியவில்லை.

இந்திய பொம்மை அரசு, ஈழத்துக்கு ஆதரவாகப் பேசுவதற்கு பதிலாக சிங்களர்களுக்கு சாதகமாக சாய ஆரம்பித்தது. ஐநா சபையில் புலிகளுக்கு எதிராக பிரசாரம் செய்ய ஆரம்பித்தது. பிரபாகரனுக்குத் தான் ஏமாற்றப்படுவது தெரியவந்தது. பிரபாகரன் மேலிடத்துக்கு ஒரு மிரட்டல் விடுத்தார். நினைவிருக்கிறதா? பிரியங்கா-நளினி சந்திப்பு... வேலூர் தங்கக் கோவிலுக்கு வந்தவர் உண்மையில் சந்தித்தது மத்திய சிறையில் இருந்த நளினியைத்தான். யார் சொல்லி ராஜீவைக் கொன்றோம் என்பதைச் சொல்லிவிடுவோம் என்று ரகசியச் செய்தி ஜன்பத்துக்குச் சென்றது. ஆனால், அவர் கலங்கவில்லை. யாரும் அதை நம்பமாட்டார்கள் என்பது அவருக்குத் தெரியும்.

சட்டென்று சுதாரித்துக்கொண்ட பிரபாகரன் பி.ஜே.பி. பக்கம் நகர்வதுபோல் காயை நகர்த்தினார். அது எப்படியும் சம்பந்தப் பட்டவர்களைக் கலங்கடிக்கும் என்று நினைத்தார். ஆனால், காலம் கடந்துவிட்டிருந்தது.

பிரபாகரனுக்கு அருகிலேயே ஒரு உளவாளியை விதைத்திருந் தது கிறிஸ்தவ லாபி. முள்ளி வாய்க்கால் பக்கம் ஒதுங்கிய பிரபாகரன் தன்னிடம் சொல்லப்பட்ட திட்டத்தின்படியே இந்தியா அனுப்பிய கப்பலில் நம்பி ஏறினார். ஆனால், அது எலிக்கு வைக்கப்பட்ட பொறி. 1970-களில் ஆரம்பித்த வங்கிக் கொள்ளையில் இருந்து தனக்கு வழிகாட்டியாக இருந்த கிறிஸ்தவ சக்திகளின் கைப்பாவையாக இருந்த பிரபாகரன் கடைசியில் அந்த சதிகாரரர்களாலேயே கொல்லப்பட்டார். ராஜீவ் கொலை வழக்கில் குற்றம் சாட்டப்பட்டவர்களைக் தூக்குக் கயிற்றில் இருந்து மீட்டார் என்று பாராட்டப்படும் அதே நபர்தான் பிரபாகரனையும் கொன்றார். ஒட்டு மொத்த தமிழர் இனத்தையும் கதறக் கதறக் கொன்றார்.

**யாழினி** : நீங்கள் சொல்வதை நம்ப முடியவில்லையே.

**காவி** : உண்மை எப்போதும் கற்பனையைவிட அதிர்ச்சி தருவதாகத்தான் இருக்கும். சதிகாரரர்களை நார்க்கோ அனாலிசிஸுக்கு உட்படுத்தினால் உண்மை புலப்பட்டுவிடும். ஓநாய்க்கு யார் கட்டுவது மணி?

தெற்காசிய அரசியல் தலைவர்களின் அகால மரணம் என்பது ஏதோ அங்கு நடக்கும் உள் நாட்டுப் பிரச்னைகளின் விளைவால் நடக்கும் ஒன்று அல்ல. நீ அந்த பசுவைக் கொல்லு... நான் இந்த ஆடைக்

கொல்றேன் என்று கிறிஸ்தவ ஓநாய்கள் திட்ட மிட்டு நடத்தும் ரத்த வேட்டை. பாகிஸ்தானில் ஜுல் ஃபிகர் அலி பூட்டோ, ஜியா உல் ஹக், பெனசீர் பூட்டோ. இந்தியாவில் சஞ்சய், இந்திரா, ராஜீவ்... நேபாளத்தில் மன்னர் குடும்பம், பங்களாதேஷில் முஜிபூர் ரஹ்மான், ஜியாஉர் ரஹ்மான். இலங்கையோ பூண்டோடு அழிக்கப்பட்டு வருகிறது.

**யாழினி** : அமெரிக்காவில்கூட கென்னடி, லிங்கன் என படுகொலை செய்யப்பட்டிருக்கிறார்கள். ஐரோப்பாவிலும் பல தலைவர்கள் கொல்லப்பட்டிருக்கிறார்கள்.

**காவி** : அது என்னமோ உண்மைதான். அதற்கான காரணங்கள் வேறாக இருக்கலாம். ஆனால், இன்றைய காலகட்டத்தில் எந்தவொரு நாட்டின் எந்தவொரு நிகழ்வும் கிறிஸ்தவத் தூண்டுதல் இல்லாமல் நடக்கவில்லை என்பது மட்டும் நிஜம்.

**யாழினி** : ஆனால், செஞ்சிலுவைச் சங்கத்தின் சார்பில் உதவிக்கு வந்த பெரும்பாலானவர்கள் அந்த கிறிஸ்தவர்கள்தானே. அகதிகளாக அலைய நேரும் மக்களுக்கு ஆதரவு தருவது கிறிஸ்தவ தேசங்கள்தானே.

**காவி:** அதை அப்படித்தான் செய்யவும் செய்வார்கள். அகதிகளைத் தங்கள் நாட்டுக்கு அழைத்தால்தானே அதன் மூலம் பணப்பட்டுவாடா செய்து போராளிகளை ஆயுதங்கள் வாங்கிக் குவிக்க வைக்க முடியும். பாலூட்ட வருவதுபோல்தான் வருவார்கள். மார்புக் காம்பில் நஞ்சு தோய்த்திருப்பது குடித்த பிறகுதானே தெரியவரும். இது இன்று நேற்று செய்வதா என்ன? ஆதி காலந்தொட்டே அதுதானே வழக்கமாக இருந்திருக்கிறது.

ஒவ்வொரு நாட்டுக்குள் நுழைவதற்கும் அவர்கள் அந்த தந்திரத்தைத்தானே பயன்படுத்தி வந்திருக்கிறார்கள். மருத்துவ வசதி செய்கிறேன், கல்வி தருகிறேன் என்று ஒவ்வொரு நாட்டுக்குள்ளும் நுழைந்து அங்கிருப்பவர்களின் நன்மதிப்பை பெறுவார்கள். அந்தப் பகுதி மக்களிடையே இருக்கும் சிறு சிறு இடைவெளிகளை ஊதிப் பெரிதாக்குவார்கள். கிறிஸ்தவ வர்த்தகத்துக்கு வழி அமைத்துக் கொடுப்பார்கள். அவர்கள் கிறிஸ்தவ அரசுக்கு வழி வகுத்துக் கொடுப்பார்கள். கிறிஸ்தவ பார்ப்பனர்களும் கிறிஸ்தவ சத்ரியர்களும் கிறிஸ்தவ வைசியர் களும் உலக சூத்திரர்களையும் பஞ்சமர்களையும்

அழித்து ஒழிப்பார்கள். இதுதானே காலனி நாடுகளில் கிறிஸ்தவம் செய்துவந்த திருவிளையாடல்கள்.

யோசித்துப் பார்... காலனி நாடுகளை எப்படியெல்லாம் சுரண்டினார்கள். கடைசியில் சுதந்திரம் கொடுத்துவிட்டுப் போகும்போது அவர்களில் ஒரு ஐரோப்பிய கிறிஸ்தவருடைய நகத்தில் ஒரு கீறல்... உடம்பில் ஒரு சிராய்ப்பு ஏற்பட்டதா? இந்தியாவில் ரத்தால் வரையப்பட்ட பிரிவினைக் கோடின் கதை உனக்குத் தெரியுமா? கத்தியின்றி ரத்தமின்றி ஒரு யுத்தத்தை நடத்தி, ஏகாதிபத்திய பிரிட்டிஷ் சாம்ராஜ்ஜியத்தை வென்று விட்டோம் என்று கர்வப்பட்டுக் கொண்டிருந்தோம். ஆனால், கிறிஸ்தவன் தான் ஆண்ட நாடுகளை வெறுமனே விட்டுவிட்டுச் செல்லவில்லை. நல்லிணக்க நன்னீர் கிணறு களில் பிரிவினையின் விஷத்தைக் கலந்துவிட்டுச் சென்றிருக் கிறான். சமத்துவ நெல்வயல்களில் வெறுப்பின் தீயை வைத்து விட்டுச் சென்றிருக்கிறான். சகோதரத்துவ பூமியெங்கும் சந்தேகத்தின் கண்ணிவெடிகளைப் புதைத்துவிட்டுச் சென்றிருக் கிறான். நேரடி ஆதிக்கத்தை கைவிட்டு விட்டு ஒவ்வொரு பகுதியில் இருக்கும் மக்கள் அனைவரும் தமக்கான சிதையின் விறகுகளைத் தாங்களே எடுத்து வைக்கும்படி செய்து வரு கிறான். நந்த வம்சம் கடலோரத்தில் முளைத்த நாணல்களைக் கொண்டு தமக்குள் தாக்கி மடிந்ததுபோல் பிற மதத்தினர் தமக்குள் அடித்துக்கொண்டு சாகிறார்கள்.

செப் 11–க்குப் பிறகு இஸ்லாமியத் தீவிரவாதிகளின் நேரடி தாக்குதல் இலக்காக கிறிஸ்தவ பூமி இருக்கக்கூடாது என்று இந்தியாவைக் கேடயமாகப் பிடிக்கும் தந்திரத்தை ஆரம்பித் திருக்கிறார்கள். இனி, தாலிபான்கள் அமெரிக்காவை விட்டு விட்டு இந்தியாவைக் குறி வைப்பார்கள். ஏற்கெனவே பாகிஸ் தானுக்குக் கோடிகளைக் கொட்டிக் கொடுத்து இந்தியர்கள் மீது மேலும் வெறுப்பைக் கக்க வேதங்கள் ஓதியாயிற்று. இரான் இராக்கில் இனி மேல் தோண்டினால் எண்ணெய்க்கு பதிலாக ரத்தம் பீறீட்டு வரும் அளவுக்கு அங்கு வன்முறை தலைவிரித்து ஆடுகிறது. ஆஃகானிஸ்தானை நிர்மூலமாக்கியாற்று. உலகில் இருந்த ஒரே இந்து ராஜ்ஜியம் நேபாளத்தில் மாவோயிஸ்ட்கள் மூலமாக தகர்க்கப்பட்டிருக்கிறது. இந்து மஹா சமுத்திரத்தின் மணி மாலை என்று புகழப்பட்ட இலங்கை இன்று தூக்குக் கயிறாக

மாற்றப்பட்டிருக்கிறது. உலக கேன்வாஸில் போப் எனும் ஓவியர் இடைவிடாது வரையும் கிறிஸ்து எனும் சாத்தானின் உருவத்துக்கு தேவைப்பட்டுக் கொண்டே இருக்கிறது உலராத சிவப்பு மை. போப்பாண்டவன் கண்களை மூடியபடி ஜெபமாலையின் ஒவ்வொரு கண்ணியை உருட்டும் போதும் புறச் சமயத்தவரின் நாட்டில் ஒரு வெடி குண்டு வெடிக்கிறது. வெள்ளை அங்கியின் சிவப்பு நாடாவை அவன் இறுக்கிக் கட்டும்போது ரட்சிக்கப்படாத பாவிகள் மூச்சு முட்டி இறக்கிறார்கள். தேவாலயங்களின் ஆலய மணி பிற மதத்தினருக்கு சாவு மணியாக ஒலிக்கிறது.

அதே நேரம் கிறிஸ்தவ தேசத்துக்கு ஒரு பிரச்னை என்றால் அனைவரும் ஒன்று சேர்ந்துவிடுவார்கள். கிழக்கு தைமூரின் கதை தெரியுமா உங்களுக்கு... இந்தோனேஷியாவிடமிருந்து சுதந்திரம் கேட்டுப் போராடியது. ஐ.நா சபையும் இன்னபிற கிறிஸ்தவ தேசங்களும் ஓடிவந்து கேட்டதை வாங்கிக் கொடுத்தன. அதற்குக் காரணமென்ன... கிழக்கு தைமூரில் 97 சதவிகிதத்தினர் ரோமன் கத்தோலிக்க கிறிஸ்தவர்கள். சோழியன் குடுமி சும்மா ஆடுமா?

இதில் ஒரு கொடூரம் என்னவென்றால், எங்கு ஒரு பிரச்னை என்றாலும் அதைத் தீர்த்து வைக்கும்படி கிறிஸ்தவ தேசங்களையும் அவற்றின் கட்டுப்பாட்டில் இருக்கும் ஐக்கிய நாடுகள் சபையிடமும்போய் அனைவரும் கையேந்துகிறார்கள். கத்தியால் குத்தியவனிடமே போய் கருணை மனு கொடுத்தால் என்ன ஆகும்? இந்துவும் முஸ்லீமும் ஒன்று சேர்ந்தால் இந்தியாவில் அமைதி திரும்பும். சிங்களர்களும் தமிழர்களும் ஒன்று சேர்ந்தால் இலங்கையில் அமைதி திரும்பும். அண்டை வீட்டுக்காரன் அல்ல; பின்னின்று ஆட்டுவிக்கும் அந்நிய தேசத்து கிறிஸ்தவர்கள்தான் அழிக்கப்படவேண்டியவர்கள் என்ற உண்மையை உணர்ந்து கொள்ளும்போதுதான் இதுபோன்ற பிரச்னைகள் தீரும். அதைவிட்டு மத்யஸ்தம் செய்ய கிறிஸ்தவ தேசங்களை நாடினால் என்ன நியாயம் கிடைக்கும். ஆடுகளின் பிரச்னையை ஓநாயிடம் முறையிட்டா தீர்த்துக்கொள்ள முடியும்?

**யாழினி** : அப்படியானால் எங்கள் மரணத்துக்கும் அவர்கள்தான் காரணம் என்கிறீர்களா?

**காவி:** நிச்சயமாக அவர்களேதான் காரணம். நதியின் கரையெங்கும் முளைக்கும் மரங்களுக்கு ஊற்றருகே ஊன்றப்படும் விதைதானே காரணமாக இருக்க முடியும். போதாத குறைக்கு பறவைகளின்

எச்சத்தால் முளைக்கும் பிற மரங்களையெல்லாம் இவர்கள் வெட்டி வீழ்த்திவிடுகிறார்கள். கனிகளை வைத்து அல்லவா தீர்மானிக்க வேண்டும் எந்த மரங்களை வளரவிட வேண்டும் என்று... மேலும் உங்களுடைய நிலைமைக்கு இன்னொரு முக்கிய பிரிவினரும் காரணம்.

**குழந்தைகள்** : யார் அவர்கள்?

**காவி (குல்லா அணிந்த சிறுவனைப் பார்த்து)** : நீ கொஞ்சம் வெளியில் நிற்கிறயா? (இர்ஃபான் என்னவென்று புரியாமல் முழிக்கிறான்).

**யாழினி** : இல்லை அவனும் இருக்கட்டும். எதுவானாலும் சொல்லுங்கள்.

**காவி (சிறிது தயங்கியபடியே)**: இலங்கைப் பிரச்னை இவ்வளவு மோசமாக முக்கியமான காரணம் இதுதான் (இர்ஃபானின் தலையில் இருக்கும் குல்லாவைத் தொட்டுக் காட்டிச் சொல்கிறார்.)

**இர்ஃபான் (அதிர்ந்துபோய்)** : நாங்கள் காரணமா?

**காவி:** ஆமாம். கிறிஸ்தவர்கள் முதல் காரணம் என்றால் நீங்கள் முக்கியமான காரணம். இலங்கையில் தமிழர்கள் சுய ஆட்சி கேட்டு போரை ஆரம்பித்தபோது தமிழ் முஸ்லீம்கள் மட்டும் அவர்களுக்கு உறுதுணையாகக் களத்தில் இறங்கியிருந்தால் பிரச்னை இந்த அளவுக்குப் பெரிதாகியிருக்காது. ஆனால், நீங்கள் உங்களைத் தமிழர்களாக அடையாளம் காணவில்லை. இஸ்லாமியராக மட்டுமே அடையாளம் கண்டுகொண்டீர்கள். உங்கள் இனத்தின் வழக்கமே அதுதான். எந்த தேசத்தில் இருந்தாலும் அந்த தேசத்தை நீங்கள் நேசிக்க மாட்டீர்கள். பன்றிக்கு என்னதான் அறுசுவை உணவை படைத்தாலும் அது மலத்தையே விரும்பி உண்பதுபோல் உங்களுக்கு வேறு எந்த அடையாளத்தின் மூலம் எவ்வளவு வசதி வாய்ப்புகள் கிடைத்தாலும் நீங்கள் இஸ்லாம் என்ற ஒன்றுக்கு மட்டுமே விசுவாசமாக இருப்பீர்கள். இலங்கையிலும் அதையே செய்தீர்கள். அதுதான் ஈழ விடுதலைப் போரை பலவீனப்படுத் தியது. யாழ்பாணத்தில் இருந்து 80,000 பேரை போட்டது போட்டபடி புறப்பட்டுப் போகச் சொன்னதில் எந்தத் தவறும் இல்லை. துரோகிகளைப் பின் வேறு எப்படி நடத்த முடியும்?

**யாழினி** : அப்படியானால் இஸ்லாமியர்கள்தான் இந்தப் பிரச்னைக்கெல்லாம் காரணமா?

**காவி:** அப்படி ஒரேயடியாகச் சொல்லமுடியாதுதான். ஆனால், அவர்கள் தமிழர்களுடன் ஒற்றுமையாக இருந்திருந்தால் இந்தப் பிரச்னை எப்பதோ சுமுகமாகத் தீர்ந்திருக்கும் என்பது மட்டும் நிச்சயம். அந்தவகையில் அவர்கள்தான் காரணம் என்று சொல்வதில் தவறேதும் இல்லை. பதுங்கிப் பதுங்கித் தாக்கும் ஓநாய்க் கூட்டத்தைவிட காலைச் சுற்றியிருக்கும் பாம்பைக் கொல்வதுதானே முதல் தேவை.

குழந்தைகள் அவரிடம் விடைபெற்றுத் தொட்டிலைத் தள்ளியபடியே சோகமாக வெளியேறுகிறார்கள்.

# 7

# இஸ்லாமியரின் கபர்களை

இஸ்லாமியர்களே தோண்டிக்கொள்கிறோம்

குழந்தைகள் சோர்ந்துபோய் அடுத்த இடத்துக்குப் போகின்றனர். அந்த இடத்தில் இருப்பவர்கள் விசித்திரமான தோற்றத்தில் இருக்கிறார்கள். அவர்களுடைய கால்கள் ஒரு திசையைப் பார்த்துக் கொண்டிருக்கின்றன. தலை வேறொரு திசையைப் பார்த்துக் கொண்டிருக்கிறது. காந்த ஊசி எப்போதும் வடக்கைக் காட்டுவதைபோல் இவர்களுடைய தலை எப்போதும் மேற்கை நோக்கியே இருக்கிறது.

**யாழினி (அவர்களில் ஒருவரிடம் அருகில் போய் நிற்கிறது)** : நீங்கள் மட்டும் சரியாக நடந்து கொண்டிருந்தால் பிரச்னை இந்த அளவுக்குப் பெரிதாகி இருக்காது அல்லவா?

**இஸ்லாமியர்** : உலக மக்களுக்கு இலங்கைப் பிரச்னை என்றால் அங்கு பெரும்பான்மையாக இருக்கும் சிங்களர்களுக்கும் சிறுபான்மையாக இருக்கும் தமிழர்களுக்கும் இடையிலான பிரச்னை என்றுதான் தெரியும். தமிழ் ஈழம் என்பதுதான் ஒட்டு மொத்த தமிழர்களின் இலக்கு என்றே பெரும்பாலான ஊடகங்களில் சித்திரிக்கப்படுகிறது. ஆனால், அங்கு இஸ்லாமியர் என்றொரு தனி சிறுபான்மை இனமும் இருக் கிறது. அதன் தேவைகள், கனவுகள், உரிமைகள், இலக்குகள் எல்லாம் வேறுபட்டவை என்ற விஷயம் யாருக்கும் தெரிவ தில்லை. அப்படியே தெரிந்திருந்தாலும் அதை அங்கீகரிப்பது இல்லை. அதனால்தான் 25,000 இஸ்லாமியர்களை போட்டது போட்டபடி, தலைமுறை தலைமுறையாக தாங்கள் வாழ்ந்து வந்த நிலத்தைவிட்டுவிட்டு இரண்டு மணி நேரத்துக்குள் துரத்தியடித்தவர்களை 'சுதந்திரப் போராளிகள்' என்று தலையில் தூக்கி வைத்துக்கொண்டு

கொண்டாடுகிறது. அல்லாவைத் தொழுதுவிட்டு வருகிறேன் என்று சொல்லிவிட்டுப் போன குழந்தைகளை அவர் முன்னாலேயே கொன்று குவித்தவர்களை வீரர்கள் என்று போற்றுகிறது.

இலங்கையில் சிறுபான்மையினராக தமிழர்கள் மட்டுமல்ல... இஸ்லாமியர்களும் இருக்கிறார்கள். இலங்கை முழுவதும் பரவலாக வசிப்பதோடு கிழக்குப் பகுதியில் பெரும்பான்மையினராகவும் வசித்துவருகிறார்கள். இன்று நேற்று அல்ல... தமிழர்கள் இந்த இலங்கையில் வாழும் காலந்தொட்டே இஸ்லாமியரும் வாழ்ந்துவருகிறார்கள். தமிழ் பேசுகிறோம் என்ற ஒரே காரணத்தினால் நாங்கள் தமிழர்கள் ஆகிவிடுவதில்லை. எங்களுக்கென்று ஒரு தனி அடையாளம் இருக்கிறது. அதைக் காப்பாற்றிக் கொள்ளும் உரிமை எங்களுக்கு இருக்கிறது.

தாயும் பிள்ளையும் என்றாலும் வாயும் வயிறும் வேறு என்று சொல்வார்கள். தாயுக்கும் பிள்ளைக்குமே அந்த கதி... இங்கோ தனித்தனியான இரு நபர்களுக்கும் சேர்த்து ஒருவரே சாப்பிட்டுக் கொள்கிறேன் என்கிறார். உன் சிறகுகளை வெட்டிக் கொடுத்து விடு... நான் உன்னைச் சுமந்துகொண்டு பறக்கிறேன் என் கிறார்கள். எதற்கு? உங்களுக்காவும் சேர்த்து நாங்களே சவப் பெட்டி தயாரித்துவிடுகிறோம் என்கிறார்கள். எங்களுக்காக யாரும் போராட வேண்டாம். எங்கள் எதிரிகளை நாங்களே தீர்மானித்துக் கொள்கிறோம்.

***யாழினி*** : புலிகள் வென்றிருந்தால் அல்லது அதற்கு நீங்கள் உதவி செய்திருந்தால் உங்களுக்கு எந்தத் துன்பமும் வந்திருக்காதே.

***இஸ்லாமியர்*** : பிரச்னையின் ஆணிவேரே இதில்தான் இருக் கிறது. விடுதலைப் புலிகள் தாங்கள்தான் ஒட்டுமொத்த தமிழ் சமூகத்தின் பிரதிநிதிகள் என்று சொல்லிக்கொண்டார்கள். அது முதலாவது தவறு. இரண்டாவதாக அவர்கள் மிகவும் தவறான கோரிக்கைகளை முன்வைத்துப் போராடினார்கள். இரண்டுமே இஸ்லாமிய தமிழ் சமூகத்துக்கு உடன்பட்டான விஷயம் அல்ல. இதை நான் சற்று விளக்கிச் சொல்கிறேன்.

விடுதலைப் புலிகள் மொழியை முதன்மைப்படுத்தி போராடுகிறார்கள். இஸ்லாமியரான எங்களுக்கு தேசம், இனம், மொழி இவையெல்லாமே இரண்டாம்பட்சமானவைதான். தமிழ்த்தாய் வாழ்த்து பாடச் சொல்லி கட்டாயப்படுத்தினால் முடியாது என்று

தான் சொல்வோம். அல்லாவைத்தவிர வேறு யாரையும் வாழ்த்திப் பாடமாட்டோம். நாங்கள் முதலில் இஸ்லாமியர்கள். அதன் பிறகுதான் தமிழர்கள்.

அதுமட்டுமல்லாமல் இலங்கை விஷயத்தில் இரண்டாவது பெரிய சிறுபான்மை இனத்தவரான எங்களுக்கு நியாயம் எது என்பது தெரிந்திருக்கிறது. நாங்கள் எத்தனை சதவிகிதம் இருக்கிறோமோ அதற்கு உரிய பிரதிநிதித்துவம் தரவேண்டும் என்று மட்டுமே கேட்கிறோம். அதனால்தான் பதினைந்து சதவிகிதம் மட்டுமே இருந்த தமிழர்கள் ஆரம்பத்தில் 50-50 சதவிகித அதிகாரப் பகிர்வு கேட்டபோதே நாங்கள் அவர்களை ஆதரிக்கவில்லை. அதன் பிறகு தனி நாடு வேண்டும் என்று கேட்டதை நாங்கள் எப்படி ஆதரிப்போம்? சிறுபான்மையான நாங்கள் பயந்துவிட்டோம் என்று பழிக்கிறார்கள். உண்மைக்கு நெருக்கமாக இருப்பது என்பதைக் கோழைத்தனம் என்று சொல்வீர்கள் என்றால் நாங்கள் கோழைகளாக இருப்பதையே விரும்புகிறோம். துரோகிகள் என்று தூற்றுகிறார்கள். எதிரில் நிற்பவர்களை எதிரிகளாக்கிக்கொண்டு தன் தலையில் தானே மண்ணை அள்ளிப் போட்டுக் கொள்வதுதான் வீரம் என்றால் அத்தகைய வீரம் எங்களுக்குத் தேவையில்லை.

**யாழினி** : சிங்களர்கள் எதிர்க்கப்படவேண்டியவர்கள்தானே?

**இஸ்லாமியர்** : அல்ல. அவர்கள் அப்படி ஒன்றும் சிறுபான்மை யினரைத் தரக்குறைவாக நடத்திவிடவில்லை. எங்களுக்கும் தமிழர்களுக்கும் உரிய அங்கீகாரம் கொடுத்தே வந்திருக் கிறார்கள். இன்னும் சொல்லப்போனால், தமிழர்களுக்கு அவர்கள் எத்தனை சதவிகிதம் இருக்கிறார்களோ அதற்கு அதிகப்படியான பிரதிநிதித்துவம் கிடைக்கத்தான் செய்திருந்தது. சிங்களர்கள், அதிகாரம் தங்கள் கையில் இல்லாதபோது கைவிட்டுப்போன ஒன்றை அதிகாரம் கையில் கிடைத்ததும் சரி செய்ய முயன்றார்கள். இதில் என்ன தவறு இருக்கிறது? திருட்டுத்தனம் செய்தவரைப் பிடித்து திருடியதை எல்லாம் திருப்பிக் கொடுத்துவிடு என்று சொன்னால் அவருக்குக் கோபம் வரத்தான் செய்யும். அதற்காக திருட்டை ஆதரிக்க முடியுமா என்ன? நேற்றுவரை நான் திருடிக் கொண்டிருந்தேன்... இனியும் தொடர்ந்து திருட அனுமதித்துத்தான் ஆகவேண்டும் என்று சொன்னால் யார்தான் அதற்கு சம்மதிப்பார்கள்?

சிங்களர்கள் அதிகமாக இருக்கும் ஒரு நாட்டில் சிங்களத்தை ஆட்சி மொழியாக அறிவித்தார்கள். இதில் என்ன தவறு இருக் கிறது? நாங்கள் வர்த்தகத்தில் ஈடுபட்டு வந்தவர்கள் என்பதால் எங்களுக்கு தமிழும் தெரிந்திருந்தது. சிங்களமும் தெரிந்திருந் தது. எனவே, நாங்கள் சிங்கள வழிக் கல்வியை ஏற்றுக் கொண்டோம். இதில் துரோகம் எங்கே வந்தது?

தமிழர்கள் அனைத்து துறைகளிலும் அவர்களுடைய இருப்புக்கு மீறிய அங்கீகாரத்தைப் பெற்றிருந்தார்கள். எனவே கல்வித் துறை யில் பின்தங்கி இருந்த சிங்களர்களுக்கு முன்னுரிமை தரப் பட்டது. அந்த சட்டத்தைக் கொண்டுவந்தது எங்கள் கல்வி அமைச்சர்தான். இதற்காக நாங்கள் வெட்கமோ வேதனையோ படவில்லை. ஒரு நியாயமான செயலைத் துணிச்சலுடன் செய்தோம். அவ்வளவுதான். உடனே தமிழர்கள் அய்யோ... பெரும்பான்மை சிறுபான்மையை நசுக்குகிறது... நாங்கள் பிரிந்துபோகிறோம் என்று கூக்குரலிட ஆரம்பித்தார்கள். அமைதியாகப் போராடினோம். பலன் கிடைக்கவில்லை... அதனால் ஆயுதத்தை எடுத்தோம் என்கிறார்கள். ஒரு தவறை அமைதியாகச் செய்தால் மட்டும் அது சரியாகிவிடுமா?

தமிழ்ப்பகுதியில் வாக்கெடுப்பு நடத்தினால் தமிழர்களுக்கு ஆதரவாகத்தான் தீர்ப்பு கிடைக்கும். அதை வைத்துக்கொண்டு நாட்டைப் பிரித்துக் கொடு என்று கேட்பது எந்தவகையில் நியாயம்? நாளைக்கே பிள்ளைமார்களிடையே வாக்கெடுப்பு நடத்தினால் அவர்கள் தங்கள் சாதிக்கு ஆதரவாகத்தான் வாக்களிப்பார்கள். தலித்துகளிடம் கேட்டால் அவர்களுக்கு சாதகமாக வாக்களிப்பார்கள். உடனே அவர்களுக்கென்று கொஞ்சம் பங்குபோட்டுக் கொடுக்க முடியுமா? இன்று அண்டையில் இருக்கும் இந்தியா முதல் அமெரிக்கா, ஆஸ்திரே லியா, கனடா என எந்த நாட்டை எடுத்துக்கொண்டாலும் விடுதலைப் புலிகளின் தனி நாடு கோரிக்கைக்கு ஒருவருமே ஆதரவு தெரிவித்ததில்லை. ஏனென்றால் அது தர்மமல்ல. அப்படி தர்மமாகாத ஒரு செயலுக்கு இஸ்லாமியர் துணை போகாதது எப்படித் தவறாகும்?

சிறுபான்மை பெரும்பான்மை உறவு என்பது கணவன் மனைவி உறவைப் போன்றது. கணவன் கொடுமைப்படுத்தினால் அப்போது கூட மனைவி முதலில் அவனைத் திருத்தி குடும்பம் சரிவர நடக்க முயற்சி செய்யவேண்டும். முடியவே முடிய வில்லை என்றால்தான் விவாகரத்துக் கோரி மனு தாக்கல் செய்யலாம். அதைவிட்டுவிட்டு

கணவன் எந்த கொடுமையும் செய்யாதபோதே, நாளைக்கு நான் தூங்கிக் கொண்டிருக்கும் போது என் தலையில் கல்லைப் போடமாட்டாய் என்பது என்ன நிச்சயம்... என்னைக் கிணற்றில் தள்ளமாட்டாய் என்பதற்கு என்ன உத்தரவாதம் என்று அதீதமாகப் பயந்து அவனை அடிக்க ஆரம்பித்தால் அவனும் வேறு வழியின்றி கையை ஓங்கத்தான் செய்வான். ஆம்பளை அடிச்சா கொஞ்சம் வலி கூடுதலாகத்தான் இருக்கும். என்ன செய்ய... இந்த இடத்தில் அவன் ஆணாயிற்றே. அப்படி உனக்கு அவனுடன் வாழ முடியவில்லை என்றால் ஓடிப் போய்விடு. அதைவிட்டுவிட்டு கணவனின் சொத்தில் பங்கு வேண்டும்... அது வேண்டும்... இது வேண்டும் என்று கேட்டால்? தமிழர்கள் அதைத்தான் செய்கிறார்கள்.

புலிகளுடைய அதிகப்பிரசங்கித்தனமான செயல்களினால் தமிழர்களுக்கு அதிக இழப்பைச் சந்திக்க நேர்ந்தது. நாங்கள் அப்படி செய்யவில்லை என்பதால் சிங்களர்கள் எங்களை ஒன்றும் செய்யவில்லை. இதைவைத்துக் கொண்டு நாங்கள் சிங்களர்களுக்கு துணைபோகிறோம் என்று எப்படிச் சொல்ல முடியும்? நாங்கள் நியாயத்தின் பக்கம் நின்றோம். நடுநிலை வகித்தோம். அதற்காக விடுதலைப் புலிகளால் நாங்கள் பட்ட வேதனை இருக்கிறதே சொல்லி மாளாது. நாளை ஈழம் என்ற ஒன்று மலர்ந்ததென்றால் இன்று சிங்களர்களிடம் சிறுபான்மை யினரான தமிழர்கள் படும் துயரத்தைவிட அதிக துயரத்தை தமிழர்களிடம் நாங்கள் பட வேண்டியிருக்கும்.

யாழ் நிலத்தில் இருந்த எங்கள் விளை நிலங்கள் முழுவதும் விடுதலைப் புலிகளால் கையகப்படுத்தப்பட்டன. எங்கள் வீடுகள், கடைகள் சூறையாடப்பட்டன. எங்கள் மசூதிகள் தரைமட்டமாக்கப்பட்டன. எங்களில் பலர் வர்த்தகத்தில் ஈடுபட்டிருந்தனர். இதனால் எங்களுக்கு இலங்கை முழுவதும் சென்றுவர வேண்டியிருந்தது. அந்த ஒரு காரணத்தினாலேயே நாங்கள் ஒற்றர்கள் என்று முத்திரை குத்தப்பட்டோம். எங்களில் சிலர் இலங்கை ராணுவத்தில் பணி புரிந்திருக்கக்கூடும். சிலர் உளவுத்துறையில் பணியாற்றி இருக்கக்கூடும். அதைச் சாக்காக வைத்துக்கொண்டு யாழ்ப்பாணத்தில் இருந்த இஸ்லாமியர் அனைவரும் துரத்தியடிக்கப்பட்டனர்.

ஆயிரத்துத் தொள்ளாயிரத்து எண்பதுகளில் புலிகள் முஸ்லிம் களையும் தங்கள் இயக்கத்தில் சேர்க்க ஆரம்பித்திருந்தார்கள்.

முஸ்லிம்களுக்கென்றே தனிப்பட்ட பிரசாரக் குறிப்புகளை விநியோகம் செய்தார்கள். அவையெல்லாம் சுமார் 28 பக்கங்கள் கொண்டவையாகவும் பாஸ்போர்ட் போன்றும் இருந்தன. அதில் மாவட்ட வாரியான முஸ்லிம்கள் மக்கள்தொகை விவரம், இலங்கை வரைபடம் உள்ளிட்ட விவரங்களுடன் சிங்களர்கள் தமிழர்களுக்கும், முஸ்லிம்களுக்கும் பொதுவான எதிரிகள். ஆகவே, அவர்களுடன் போரிடுவதில் தமிழர்களுடன் கைகோர்க்குமாறு விண்ணப்பிக்கப்பட்டிருந்தது. அம்பாரை மாவட்டத்தில் பெரும்பான்மையாக இருந்த முஸ்லிம்களைச் சில காலத்தில் சிங்களர்கள் எண்ணிக்கையில் மிஞ்சிவிடுவார்கள் என்கிற அச்சத்தையும் தூண்டுமாறு அமைந்திருந்தது அந்தப் பிரசுரம். தமிழ் ஈழம் மட்டும்தான் முஸ்லிம்களுக்கு நிம்மதியான, பாதுகாப்பான வாழ்வைத் தரமுடியும் என்றும் அதில் சொல்லப்பட்டிருந்தது.

ஆனால், இவை எல்லாமே சடுதியில் மாறின. 1990 அக்டோபரில் யாழ்ப்பாணத்தில் இருந்த சுமார் 24,000 முஸ்லிம்களையும் ஒரு தேநீர்க் கோப்பையைக் கவிழ்த்துக் கொட்டுவதுபோல் காலி செய்தார்கள் புலிகள். புலிகளைப் பொறுத்தவரையில் நாங்கள் போராளிகள் அல்ல; துரோகிகள். அதற்கான தண்டனை தான் அந்த வெளியேற்றம் என்றார்கள்.

‘இன்னும் கொஞ்ச நாளில் யாழ்ப்பாணம் முழுக்கத் தமிழர்கள் வாழும் பகுதியாக ஆகிவிடும். அதற்குப் பிறகு இங்கு எப்போதும் கோயில் மணிச் சப்தம் மாத்திரம்தான் கேட்கும்’ என்று சிலர் சொன்னபோது ‘அதெல்லாம் சும்மா வதந்தி’ என்றுதான் நாங்கள் நம்பினோம். யாழ்ப்பாணத்துக்குத் தெற்கே, சாவகச்சேரியிலிருந்து முஸ்லிம்கள் அனைவரும் வெளியேற்றப் பட்டபோதுகூட நாம போக வேண்டியிருக்காது. நாம புலி களுக்கு கெடுதல் பண்ணினதில்லை என்றுதான் நம்பினோம்.

நாங்கள் ஏற்கனவே இலங்கை ராணுவம் விமானம் மூலம் குண்டு வீசி வந்ததில் பயந்துபோயிருந்தோம். பல குண்டுகள் எங்கள் வீட்டின் அருகிலேயே விழுந்தன. நிம்மதியாகத் தொழக்கூட முடிந்ததில்லை. வீடுகளில் விளக்குகள் எரிந்தால் குண்டுகள் வீசப்பட்டுவிடும் அபாயம் இருந்தது. எனவே விளக்கு, மெழுகு வர்த்திகளை ஏற்றி அதை மேஜைக்கடியில் வைத்துக் கொள்வோம். இரவுகளில் விமானச் சத்தம் கேட்டால் உடனே மெத்தைக்கடியில் அல்லது கனமான கற்கள்

இல்லாததால் குளியலறையில் ஒளிந்துகொள்வோம். சில நேரங்களில் குளியலறையில் படுத்துக்கொள்வோம். யோசித்துப் பாருங்கள். உங்கள் வீடு முழுவதும் வலுவான சுவர்களைக் கொண்ட அறைகள் ஏராளம் இருந்தும் குளியலறையில் குடும்பத்துடன் படுத்துக்கொள்ள நேரும் அவலத்தைக் கொஞ்சம் நினைத்துப் பாருங்கள். வலுவானவை என்றும் பாதுகாப்பானவை என்று நாங்கள் நம்பிய அனைத்துமே எங்களை எப்போது வேண்டு மானாலும் மூச்சுகூட விடமுடியாமல் நெரித்துக் கொன்று விடக்கூடும் என்றாகிப் போன நிலைமை.

அடுத்ததாக மன்னார், கிளிநொச்சி, முல்லைத் தீவு பகுதிகளில் இருந்த முஸ்லிம்களை வெளியேறச் சொன்னார்கள். அடுத்து எங்களைத்தான் சொல்வார்கள் என்று பேச்சு எழுந்தது. புலி களின் இந்தச் செயலுக்கு அவர்கள் தரப்பில் எந்த விளக்கமும் சொல்லப்படவில்லை. ஆனாலும் இலங்கை ராணுவத்துக்கும் ஐ.பி. கே.எஃப்புக்கும் முஸ்லிம்கள் உளவாளிகளாகச் செயல் பட்டதாகச் சொல்லப்பட்டது.

வெளியேற்றப்படுவதற்கு இரண்டு நாட்களுக்கு முன்னதாக ஒரு முஸ்லிம் குழுவினர் புலிகளிடம் போய், ‘நாங்கள் நிறையக் கதைகள் கேள்விப்படுகிறோம். எங்களை வெளியேறும்படிச் சொல்லப்போகிறீர்களா?” என்று கேட்டிருக்கிறார்கள். அதற்குப் புலிகள் ‘அப்படியெல்லாம் எதுவுமே கிடையாது” என்று சொல்லியிருக்கிறார்கள். நாங்கள் அவர்களை நம்பினோம்.

இருந்தாலும் ஒரு பாதுகாப்பாக இருக்கட்டுமே என்று என் தகப்பனார் நாங்கள் அனைவரும் கொழும்புக்குப் பெயர்ந்து செல்ல அனுமதி கோரி புலிகளிடம் சென்றிருந்தார். நவம்பர் முதல் தேதி புறப்படத் திட்டமிட்டிருந்தோம்.

அக்டோபர் 30’ம் தேதி, பளிச்சென்ற வெயிலில் தொடங்கிப் பிறகு மழையில் கரைந்த நாள். வீதியில் ஒரு ஒலிபெருக்கி கட்டிய ஜீப் போனது. ஒவ்வொரு முஸ்லிம் குடும்பத்திலும் இருக்கும் ஆண்கள் ஒஸ்மானியா கல்லூரி மைதானத்தில் நடக்க இருக்கும் பொதுக்கூட்டத்தில் கலந்து கொள்ளவேண்டும் என்று உத்தரவிடப்பட்டது. மூர் தெருவில் இருந்த எல்லா ஆண்களும் போனதும்தான் அந்த பயங்கரம் மொட்டவிழ்ந்தது. ஆயுதம் தாங்கிய புலிகள் படை வந்து எல்லா வீடுகளிலும் நகைகளையும் பணத்தையும் மிரட்டிப் பறிக்க ஆரம்பித்தது.

யாழ்ப்பாணத்தில் இருக்கும் முஸ்லிம்கள் எல்லாருக்கும் காலி செய்துகொண்டு போக மதியம்வரை காலக்கெடு வைத்திருப்ப தாகச் சொல்லப்பட்டது. 'நீங்கள் வெளியேறத் தவறினால் உங்கள் வீடுகளில் இருக்கும் இளம் பெண்களுக்கோ, உடமைகளுக்கோ, உயிருக்கோ நாங்கள் பொறுப்பல்ல" என்று ஒரு புலிகள் அமைப்பின் தளபதி சொன்னார்.

துணிமணிகளும், தலைக்கு ஐநூறு ரூபாய் பணமும் எடுத்துக் கொண்டு எல்லாரும் மனோஹரா தியேட்டர் அருகில் கூடி னோம். அங்கிருந்து குழுக்களாக வெளியே ஏற்றிச் செல்லப் பட்டோம். சில பெண்கள் இந்த நிகழ்வுக்குச் சிலநாட்கள் முன்னாலிருந்தே தமது உடைகளில் ரகசிய உள்பாக்கெட்டுகள் தைத்து முடித்திருந்தனர். அந்தப் பாக்கெட்டுகளில் சுமார் ஐம்பது பவுன் நகைகளை ஒளித்து வைக்க முடிந்தது.

புறப்படுவதற்குச் சில நாட்களுக்கு முன்னால் குண்டு விழுந்த போது எங்கள் உடமைகள் சிதறியிருந்ததும், அவற்றைத் தேடி எடுத்துக் கொள்ளுமுன் நாங்கள் புறப்பட வேண்டியிருந்தது. உரிய சான்றிதழ்கள் இல்லாததால் ஓய்வூதியம் கூடக் கிடைக்க வில்லை. சுமாரான தொகையை ஓய்வூதியமாய்ப் பெற மிகவும் சிரமப்படவேண்டியிருந்தது. ஒருவேளை என்னுடைய ஆவணங்களே வேண்டும் என்று கட்டாயப்படுத்தியிருந்தால் என்னால் எப்படிக் கொடுத்திருக்க முடியும்? பிரபாகரனைப் போய்க் கேள் என்றுதான் சொல்லியிருப்பேன்.

பழைய துணிகள், மீதமிருந்த மளிகை சாமான்கள் இவற்றை எல்லாம் தமிழ் வேலைக்காரிக்கும் அவளுடைய அப்பாவுக்கும் தந்து விட்டுக் கிளம்பினோம். வெளியூருக்குப் போகும்போது என்னென்ன செய்வோமா அவற்றையெல்லாம் செய்தோம். வெளியில் கிடக்கிற பொருட்களை எல்லாம்கொண்டு வந்து வீட்டுக்குள் போட்டு அறைகளைப் பூட்டி, ஜன்னல்களைச் சாத்தி, வெளிக்கதவைப் பூட்டினோம். சரியாகப் பூட்டியிருக் கிறதா என்று சோதித்தோம்.

காலை சுமார் பதினொன்றே முக்கால் மணியளவில் மூர் தெரு காலியாக இருந்தது.

மூர் தெருவில் இருபுறமும் ஆயுதம் தாங்கிய புலிகள் வீடுகள் காலியாவதை மேற்பார்வை பார்த்துக்கொண்டிருந்தார்கள். சோதனைச் சாவடிகள் ஆங்காங்கே அமைக்கப்பட்டுப் போகிற

வர்களிடமிருந்து விலைமதிப்பான பொருட்கள் கவரப்பட்டன. பெண்களை ஒரு வீட்டுக்குள் வைத்துப் பெண் புலிகள் ஆடை களைக் களைந்து சோதித்தார்கள். நகைகள் மொத்தத்தையும் எடுத்துக்கொண்டார்கள். எங்கள் குடும்பத்தினர் ஒளித்து வைத்த நகைகளையும் கொடுக்க வேண்டியதாயிற்று.

மூர் தெருவில் இருந்த முஸ்லிம்களில் பெரும்பாலோர் வசதியானவர்கள். ஒவ்வொரு குடும்பத்திலும் ஓரிருவர் அரபு நாடுகளில் வேலை செய்து பணம் அனுப்பிக்கொண்டிருந் தார்கள். ஒரு பாட்டி தன்னுடைய தலையணையில் நகைகளை ஒளித்து வைத்திருந்தார். தனக்கு இருதய நோய் இருக்கிறது என்றும் தலையணை மிகவும் அவசியம் என்றும் சொன்னார். முதலில் புலிகள் அவரைச் சந்தேகிக்கவில்லை. சோதனை முடிந்து வெளியில் காத்திருக்கும்போது ஒரு புலிக்குச் சந்தேகம் வந்து தலையணையை வாங்கிக் கத்தியால் குத்திக் கிழித்தபோது நகைகள் அருவிபோல் கொட்டின. புலிகளிடம் துப்பாக்கிகள் இருந்தன. அவர்கள் சொன்னதைச் செய்வதைத்தவிர வேறு வழி இருந்திருக்கவில்லை. ‘உங்களிடம் இருக்கும் பொருட்கள் எல்லாம் தமிழ் மண்ணுக்குச் சொந்தமானவை. நீங்கள் உங்களை மட்டுமே எடுத்துச் செல்லுங்கள்’ என்று புலிகள் உரத்த குரலில் சொன்னார்கள்.

இஸ்லாமியர்களை உளவாளிகளாகச் சந்தேகித்துத்தான் துரத்தியடித்தார்கள் என்பது உண்மைதான். ஆனால், அவர்களிட மிருந்த பணத்தைப் பறிப்பதும் ஒரு நோக்கமாக இருந்தது.

முஸ்லிம்கள் இழந்த நிலம், வீடு, கால்நடைகள், நகை, பணம் இவற்றின் மொத்த மதிப்பு சுமார் 110 மில்லியன் டாலர்கள் என்று கணக்கிடப்பட்டுள்ளது. இது போக யாழ்ப்பாணத்தின் 35 தலையாய பணக்கார முஸ்லிம் வியாபாரிகள் கடத்தப்பட்டுப் பிணைத்தொகை பெறப்பட்டது. இப்படிக் கடத்தப்பட்ட ஒருவரின் மனைவியிடம் கோடி ரூபாய் கேட்கப்பட்டது.

பரிசோதனைகள் முடிய நான்கு மணிவரை ஆனது. அதுவரை யாருக்கும் ஒரு சொட்டுத் தண்ணீர்கூடக் கொடுக்கவில்லை. எல்லாம் முடிந்து மனோஹரா தியேட்டர் அருகில் வந்த பிறகுதான் சிலர் பிஸ்கட்களும் பழங்களும் கொடுத்தனர். அதுவும் புலிகள் அல்ல. சாதாரணத் தமிழ் மக்கள்தான் அன்பினால் கொண்டுவந்து கொடுத்தார்கள். அவர்களால் அது மட்டுமே முடிந்தது.

பஸ்ஸிலும், படகிலும், மீண்டும் பஸ்ஸிலும் என்று அந்த மழை பெய்த இரவில் முஸ்லிம்கள் புலிகள் ஏற்பாடு செய்திருந்த போக்குவரத்து சாதனங்களில் பயணித்தோம். பஸ்ஸில் இருந்த ஸ்பீக்கரில் 'காக்கயரே காக்கயரே எங்கே போறீங்க...' என்ற பாடல் ஒலித்தது நினைவிருக்கிறது. தற்செயலா... திட்டமிட்டு ஒலிக்கப்பட்டதா தெரியவில்லை. அதைக் கேட்டதும் எங்கள் நெஞ்சு சுக்கு நூறாக உடைந்தது. வெந்த புண்ணில் அந்தப் பாடல் வேலைப் பாய்ச்சியது.

6.30க்குப் புறப்பட்ட பேருந்து சாவகச்சேரிக்கு அருகில் கேரத்தீவை அடைந்தது. அங்கிருந்து 9.30 வாக்கில் படகில் ஏறிப் புறப்பட்டோம். மழை விடாமல் பெய்துகொண்டிருந்தது. நனைந்தபடியே அந்த இரவில் பயணித்தோம். 15 நிமிடத்தில் மறு கரையை அடைந்தோம். அங்கிருந்த புலிகளின் பஸ்ஸில் ஏறினோம்.

பஸ்ஸில் நபர் ஒன்றுக்கு ஐநூறு ரூபாய் கட்டணம் கேட்கப் பட்டது. 'எங்களை விரட்டியடிப்பதே நீங்கள்தான். இதற்குக் கட்டணம் வேறா?' என்று கேட்டபோது வந்த பதில், 'பணம் தராதவர்கள் பஸ்ஸில் ஏற முடியாது'.

ஒருவழியாக இருந்த பணத்தைக் கொடுத்து பேருந்தில் ஏறினோம். ஆனால், மழையில் சாலைகள் சிதிலமடைந்ததால் காலை ஐந்து மணிக்குப் பிறகு பஸ்கள் நின்று போயின. அதற்குப் பிறகு 20 அல்லது 30 பேர்களாகக் கொஞ்சம் பணம் கொடுத்து டிராக்டர்களில் செல்ல முற்பட்டார்கள். புலிகளின் கடைசி செக் போஸ்டுக்கு அருகில் டிராக்டர் சேற்றில் புதைந்துவிட்டது. அல்லது வண்டியின் உரிமையாளர் அப்படி நடித்தாரோ என்னவோ. அங்கிருந்து ஆளரவமற்ற பாதையினூடே இரண்டு மூன்று கிலோ மீட்டர்கள் நடந்து இலங்கை ராணுவ செக் போஸ்டை அடைந்தோம். இலங்கை ராணுவத்தின் செக் போஸ்டில் யாரும் யாரையும் நிர்வாணப்படுத்திச் சோதிக்க வில்லை. செக் போஸ்டில் காத்திருந்த எங்கள் குடும்பத்தினரின் உறவினர் அவர்களை அங்கிருந்து தங்கள் வீட்டுக்கு அழைத்துச் சென்றனர். 36 மணி நேரம் கழித்து ஒரு வாய் பருக்கையை உண்ண முடிந்தது. உயிரைக் கையில் பிடித்துக்கொண்டு ஓடியதால் பசியோ தாகமோ எதுவுமே தெரியவில்லை.

அநுராதபுரத்தை அடைந்து அங்குருந்து கொழும்புக்கு ரயில் ஏறினோம். எங்கள் உடைகள் சேறாகிக் கிழிந்து மிக மோசமாக இருந்தன. ரயிலில் எங்களைப் பைத்தியங்களைப் பார்ப்பது போல்

பார்த்து விலகினர். கிட்டத்தட்ட இரண்டு நாட்கள் கழித்து உறவினர் வீட்டை அடைந்தோம்.

என் குடும்பம் ரொம்பவும் அதிர்ஷ்டக்காரக் குடும்பம். 2011ம் ஆண்டு வந்த ஒரு அறிக்கை அன்றைக்கு வெளியேற்றப் பட்டவர்கள் எத்தகைய துன்பங்களுக்கு ஆளானார்கள் என்று கதை கதையாகச் சொல்கிறது. பிரசவத்தில் குழந்தை இறந்து புதைத்த தாயார், படகு சவாரியில் கடலில் விழுந்து இறந்த மாமியார், இலங்கை ராணுவத்துக்கும் புலிகளுக்கும் இடையில் சிக்கிச் சீரழிந்தவர்கள் என்று பல சோகக் கதைகள்.

அக்டோபரில் நடந்த இந்த வெளியேற்றம் யாழ்ப்பாணத் தினருக்கு ஆச்சரியமாகவோ அதிர்ச்சியாகவோ இருந்திருக்கு மானால் அவர்கள் விழிப்பாக இல்லை என்றே அர்த்தம். அந்த ஆண்டின் கோடைக்காலத்திலேயே மட்டக் களப்பில் புலிகளுக்கும் முஸ்லிம்களுக்கும் இடையில் விரிசல் உண்டாகத் தொடங்கியிருந்தது.

மட்டக்களப்புக்கு அருகில் இருக்கும் காட்டாங்குடியின் மக்கள் தொகையில் தொண்ணூறு சதவீதம் முஸ்லிம்கள். 1990ம் ஆண்டு ஜுன் மாதம், போர் நிறுத்தம் முடிந்திருந்த சமயம். புலிகள் ஆயுதங்களையும் நிலைகளையும் புதுப்பித்துக் கொண்டிருந் தார்கள். ஆகஸ்ட் மூன்றாம் தேதி வெள்ளிக்கிழமை மாலை தொழுகை நடந்துகொண்டிருந்த நான்கு மசூதிகளைச் சூழ்ந்து கொண்ட புலிகள் தானியங்கித் துப்பாக்கிகளும் கைக்குண்டு களும் கொண்டு தாக்க ஆரம்பித்தார்கள். சுமார் இருநூற்றைம்பது அப்பாவி முஸ்லிம்கள் கொல்லப்பட்டார்கள்.

பாதிப்புக்குள்ளான மீர் ஜும்மா மசூதியையும் ஹுசைனியா மசூதியையும் இப்போதுகூட நீங்கள் போய்ப் பார்க்கலாம். ஹுசைனியா மசூதியில் கொல்லப்பட்டவர்கள் குறித்த விவரங்கள் அடங்கிய பட்டியல் இப்போதும் இருக்கிறது. மசூதியின் தூண்களிலும், சுவர்களிலும் குண்டுகள் பாய்ந்த அடையாளங்கள் அப்படியே இருக்கின்றன.

1985 ஆம் ஆண்டிலேயே சச்சரவுகள் ஆரம்பமாகிவிட்டன. 1986 ஆம் ஆண்டு அரசாங்கம் முஸ்லிம்களை முழுவதுமாகக்கொண்ட பாதுகாப்புப் படையை அமைத்தபோது உறவு இன்னும் மோச மானது. அடுத்த ஆண்டே கொலைகள் ஆரம்பமாயின. காட்டான்குடிக்குப்

போய்க்கொண்டிருந்த 30 முஸ்லிம் பயணிகள், அம்பாரையில் ஏகப்பட்ட முஸ்லிம் போலீஸ் காரர்கள், ஹஜ் யாத்திரை போய்த் திரும்பிக்கொண்டிருந்த ஆண்களும், பெண்களும், குழந்தைகளும் என்று கொலைகள் தொடர்ந்தன.

புலிகள் அமைப்பின் முஸ்லிம் ஒருவர் மர்மமான முறையில் கொல்லப்பட்டபோது காட்டான்குடியைச் சேர்ந்த 75 முஸ்லிம்கள் விசாரணைக்காக அழைத்துச் செல்லப்பட்டார்கள். அவர்களை அதற்குப் பிறகு யாரும் பார்க்கவே இல்லை. இஸ்மாயில் இதே போன்ற 50 பேர் அடங்கிய இன்னொரு குழுவில் சிக்கினார். ஆயுதம் தாங்கிய மூன்று புலிகளால் காவலில் வைக்கப்பட்டார்கள் எல்லாரும்.

'யார் அவனைக் கொலை செய்தது?' என்று திரும்பத் திரும்பக் கேட்டார்கள். எங்களுக்கு எதுவும் தெரியாது என்று சொன்னோம். நிச்சயம் எங்களைக் கொன்றுவிடுவார்கள் என்றுதான் நினைத்தோம். எங்கள் குழுவில் இருந்த சிலருக்கு அந்தப் புலிகளைத் தெரியும் என்பதால் தப்பினோம்."

1990 கோடையில் தமிழ் குடிமக்களையும் வியாபாரிகளையும் அந்தப் பகுதியிலிருந்து செல்லவும், உள்ளே நுழையவும் ராணுவம் அனுமதிக்கவில்லை. முஸ்லிம்கள் மட்டுமே போய் வர அனுமதிக்கப்பட்டனர். மளிகை உள்ளிட்ட பொருட்கள் அவர்கள் வசம் மட்டுமே இருந்தது. ஜூன் மாதத்தில் புலிகள் காட்டான்குடியை முற்றுகையிட்டுக் கடைகளைச் சூறையாடித் தங்களுக்கு வேண்டிய பொருட்களைக் கொள்ளையடித்தார்கள். இந்தச் சம்பவம் நடக்கும்போது தெரியாத்தனமாக வெளியில் வந்த ஒரு முஸ்லிம் உடனே கொல்லப்பட்டார். லாரி ஒன்றில் பொருட்களை எடுத்துவந்த முஸ்லிம்கள் கொல்லப்பட்டு அந்த லாரியிலிருந்த பொருட்களும் கொள்ளையடிக்கப்பட்டன.

ஆகஸ்ட் 3ம் தேதி இரவு எட்டு மணி தொழுகைக்கு இஸ்மாயிலும், சில நண்பர்களும், சராப்தினின் இரண்டு பிள்ளைகளுமாய் ஹுஸைனியா மசூதிக்குப் போனார்கள். பாதித் தொழுகை நடந்துகொண்டிருந்தபோது தூரத்தில், அநேகமாய் மீர் ஜும்மா மசூதியில் துப்பாக்கி சுடும் சப்தம் கேட்டது.

தொழுகையில் இருந்த ஒருவர் 'சுடறாங்க, சுடறாங்க, ஓடுங்க' என்றார்.

அந்த மசூதிக்கு ஒரே ஒரு வாயில்தான் இருந்தது. எல்லாரும் புறப்பட்டு ஓடுவதற்குத் தயாராவதற்குள் புலிகள் மசூதியின் கேட்டுக்கு வந்துவிட்டார்கள்.

‘எங்கள் எல்லாரையும் வெளியில் வரச் சொன்னார்கள். ஒரு காலையும் ஒரு கையையும் இழந்த ஆசிரியர் ஒருவர் இருந்தார் எங்களுடன். அவர், ‘இங்கே யாரிடமும் துப்பாக்கிகள் இல்லை’ என்றார்.

‘வெளியில் வராவிட்டால் நாங்கள் சுடுவோம்” என்றார்கள்.

எத்தனை பேர் வெளியில் இருந்தார்கள் என்று தெரியவில்லை. இஸ்மாயிலுக்கு அவர்கள் பேசுவது மாத்திரம் கேட்டது. எட்டிப் பார்த்தபோது அவர்கள் எல்லாரும் சிவிலியன் உடையில் இருந்தார்கள். தாக்குதல் நடத்தியது இலங்கை ராணுவத்தினர் என்று ஒரு வதந்தி பின்னால் வந்தது.

‘தமிழர்கள் பேசும் தமிழுக்கும் சிங்களர்கள் பேசும் தமிழுக்கும் வேறுபாடு உண்டு. ஆகவே வந்தவர்கள் இலங்கை ராணுவத்தினர் அல்ல என்பதை நான் அறிவேன்.

மசூதி மூன்றுபுறம் சூழப்பட்டு மூன்று புற ஜன்னல்கள் வழியாகவும் கைக்குண்டுகளை எறிந்தார்கள். கதவருகில் இருந்த கிரில்லின் இரும்பு மலர்கள் வழியாகத் துப்பாக்கியை நுழைத்துச் சுட ஆரம்பித்தார்கள். துப்பாக்கிக் குண்டுகளும் எறி குண்டுகளும் மசூதியின் சுவர்களையும் தூண்களையும் துளைத்தன.

என் மேல் இரண்டு பேர் விழுந்து அவர்கள் ரத்தமெல்லாம் என்னை நனைத்தது. அவர்களுக்கு அடியில் நான் கிடந்ததால் தான் துப்பாக்கி ரவைகளுக்கு இரையாகாமல் தப்பினேன்.

கொஞ்ச நேரத்தில் கதவு தாளிடப்படவில்லை, சும்மாதான் சாத்தியிருக்கிறது என்பதை அறிந்த புலிகள் உள்ளே வந்தார்கள். உள்ளே ஒரே இருள். ஏற்றி வைக்கப்பட்டிருந்த ஒரே ஒரு எண்ணெய் விளக்கில் பெரிதாக வெளிச்சமில்லை.

‘காயம்படாதவங்க இருந்தா எழுந்திருங்க. காயம்பட்டவங்களை ஆஸ்பத்திரிக்குக் கூட்டிப் போகலாம்” என்றார்கள்.

சராப்தினின் ஆறு வயது மகன் அக்ரம் துள்ளியெழுந்து ‘நான் வீட்டுக்குப் போகணும். எனக்கு இங்கே இருக்கப் பிடிக்கல்லை”

என்றான். புலிகள் அவன் வாயில் துப்பாக்கியை நுழைத்துச் சுட்டார்கள்.

உள்ளே நுழைந்த புலிகள் மறுபடி ஒரு சுற்று சுட ஆரம்பித்தார்கள். மசூதி இருளடைந்து இருந்ததால் ஒருவர் டார்ச் லைட்டை அடித்தார். ஏதேனும் அசைவு தெரிந்தால் இன்னொருவர் சுட்டார். அப்போதுதான் என் வயிற்றில் குண்டு பாய்ந்தது. மொத்தத் தாக்குதலும் சுமார் பத்து நிமிஷ நேரம்தான். அடுத்த இரண்டு வாரங்களை நான் ஆஸ்பத்திரியில் கழிக்க வேண்டியிருந்தது. புலிகள் அங்கிருந்து நான்கு மைல் தூரத்தில் இருந்த எரவூர் என்கிற இடத்தில் அடுத்த தாக்குதலை நிகழ்த்தி மேலும் 100 முஸ்லிம்களைக் கொன்றார்கள். நான் இரண்டு ஆண்டுகளுக்கு ஆஸ்பத்திரியில் சேர்வதும் வருவதுமாகவும் பல்வேறு சிகிச்சைகளைச் செய்து கொள்வதுமாக இருந்தேன். பழைய மாதிரி திரும்ப நடப்பது எப்படி என்று கற்றுக் கொள்ள வேண்டியிருந்தது.

விவசாயிகள், பள்ளி ஆசிரியர்கள், ஆட்டோ ஓட்டுநர்கள் என போருக்கும் வன்முறைக்கும் எந்த சம்பந்தமும் இல்லாத இஸ்லாமியர்கள் ஆயிரக்கணக்கில் படுகொலை செய்யப் பட்டுள்ளனர். பிரபாகரன் என்ற ஒற்றை மனிதனின் மனதில் மையம் கொண்டிருந்த பிரிவினைவாதப் புயல் இலங்கையை நிர்மூலமாக்கிவிட்டது. ரத்தமழையை முடிவற்றுப் பொழியும் வன்முறை மேகங்களை அது தொடர்ந்து அனுப்பிவந்தது. அமைதிக்கான பெருமரங்களை அது வேரோடு சாய்த்தது. சகோதரத்துவத்துக்கான கேணிகளை அது மண்ணிட்டு மூடியது. ஸ்நேகத்தின் மின் இணைப்புகளை ஒரேயடியாகத் துண்டித்தது. பரஸ்பர நம்பிக்கையின் பாலங்களைத் தரைமட்டமாக்கியது. ஒருமைப்பாட்டு நெடுஞ்சாலைகளை நிரந்தரமாகத் தூர்த்து விட்டது. புயல் கரையைக் கடந்துவிட்டது. ஆனால், மழை ஓயவில்லை.

சிங்களர்களின் அராஜகங்கள் குறித்து மட்டுமே பெருமளவில் பேசப்பட்டுவருகிறது. விடுதலைப் புலிகளின் அட்டூழியங்கள் எதுவும் வெளியே தெரியவந்ததில்லை. இன அழித்தொழிப்பு சிங்கள அரசால் மட்டுமல்ல... புலிகளாலும் செய்யப்பட்டது.

காஷ்மீரின் பனிமலையில் கிடத்தப்பட்ட பிணங்களை ருவாண்டாவில் ஏரிக்கரையருகில் படு கொலை செய்யப்பட்ட உடல்களை, பாலைவனச் சூரியனின் ஒளியில் எரித்திரேய ராணுவத்தால் கொல்லப்பட்ட சோமாலிய உடல்களை யெல்லாம்

பார்த்துக் கலங்காத பத்திரிகை நிருபர்கள்கூட புலிகளின் கொடூரச் செயல்களைப் பார்த்து முகத்தை மூடிக்கொண்டு ஓடினார்கள். ஆனால், புலிகள் அமைப்போ இந்த நாசகாரச் செயல்கள் அனைத்தையும் செய்துவிட்டு, தமக்கு இதில் எந்தப் பங்கும் இல்லை. மூன்றாவது சக்தி ஒன்று இப்படிச் செய்கிறது. தமிழர்களுக்கும் இஸ்லாமியர்களுக்கும் இடையே விரோதத்தை வளர்க்க முயல்கிறது என்று பொய்யுரைகளைப் பரப்பிவந்தது. இவ்வளவு ஏன்... சிங்களர்களால், கறுப்பு ஜூலை அன்று கொல்லப்பட்ட தமிழர்களைவிட மிக அதிகமான தமிழர்கள் கொல்லப்பட்டது புலிகளால்தான்.

இத்தனை நடந்த பிறகும் அமைதிக்கான பேச்சுவார்த்தைகளில் இஸ்லாமியர் தரப்பாக யாரையும் பேச அனுமதிக்கவிடாமல் தடுத்தும் வந்தது. சுனாமி பேரழிவு நடந்தபோது அதில் பெரும்பாலும் பாதிக்கப்பட்டது இஸ்லாமிய சமூகத்தினர்தான். உலக நாடுகள் கொடுத்த நிவாரணப் பொருட்களைப் பகிர்ந்து கொள்வது தொடர்பான ஒப்பந்தத்தில் இஸ்லாமியர் தரப்பும் பங்கெடுக்க வேண்டும் என்று விரும்பினோம். சிங்கள அரசு இஸ்லாமியர் தரப்பும் பங்கெடுக்கவேண்டும் என்று நார்வே தூதுக் குழுவிடம் தெரிவித்திருந்தது. ஆனால், புலிகளோ எல்லாவற்றையும் நாங்களே பார்த்துக் கொள்கிறோம். தமிழர்கள் வேறு... இஸ்லாமியர்கள் வேறு அல்ல என்று சொல்லிவிட்டது. ஒப்பந்தத்தில் கையெழுத்திட இஸ்லாமியர் தரப்பையும் அழைப்போம் என்று வாக்குறுதி கொடுத்திருந்த சிங்கள அரசும் எங்களை ஏமாற்றிவிட்டது.

இப்போது புலிகள் இல்லை. ஆனால், புலிகளை அழித்த சிங்கம் எங்களைப் பார்த்து கர்ஜிக்க ஆரம்பித்திருக்கிறது. சமீபத்தில் ஒரு மசூதி இடிக்கப்பட்டதை என் கண்ணால் பார்த்தேன். பவுத்த துறவிகள் காவி உடையை அணிந்திருந்தனர். உடன் வந்தவர்கள் வெள்ளை உடை அணிந்திருந்தனர். கையுறை, கடப்பாரை எனத் தேவையான கருவிகள் அனைத்தையும் கொண்டு வந்திருந்தனர். தங்களை யாரும் தடுக்கமாட்டார்கள் என்ற துணிச்சலும் நம்பிக்கையும் அதில் தெரிந்தது. சிங்கள ரவையா அமைப்பின் கொடிகள் பக்கத்தில் இருந்த மரத்தில் கட்டப்பட்டன. இந்தப் புனிதப்பணியைச் செய்வது யார் என்பது உலகுக்குத் தெரிந்தாக வேண்டுமல்லவா. பிறகு தர்காவின் சுவர்களை இடிக்க ஆரம்பித் தனர். பச்சை நிறத்தில் சமாதி மீது துணி போர்த்தப்பட்டிருந்தது. அதைக் கிழித்துத் தீ வைத்துக் கொளுத்தினர்.

அங்கு இரண்டு குர்ரான் புத்தகங்கள் இருந்தன. ஒன்றைக் கிணற்றில் வீசி எறிந்தார்கள். இன்னொன்றைத் தீயில் இட்டுக் கொளுத்தினார்கள். ஒரு துறவி அனைத்தையும் நின்று மேற்பார்வையிட்டுக்கொண்டிருந்தார். அங்கே தற்காலிகக் காவல் மையத்தில் ஒரே ஒரு காவலர் அங்கு நடப்பவற்றுக்கும் அவருக்கும் எந்த சம்பந்தமும் இல்லை என்பதுபோல் மௌனமாக அனைத்தையும் வேடிக்கை பார்த்துக்கொண்டு நின்றிருந்தார்.

இப்போது இலங்கையில் அமைதி நிலவுகிறது, ஆனால் அது மயான அமைதி. இதுவரை எல்லாவற்றையும் நாங்கள் அமைதியாகச் சகித்துக்கொண்டோம். எமது வருங்காலத் தலைமுறையும் அப்படியே சகித்துக்கொண்டு இருக்கும் என்று யாரும் எண்ண வேண்டாம். இனியும் ஓட முடியாது என்றொரு நிலைவருமானால் திரும்பி நின்று தாக்க ஆரம்பிப்பார்கள் எங்கள் இளைய தலைமுறையினர். அது இந்த தேசம் தனது சவப் பெட்டிக்குத் தானாகவே அடித்துக்கொள்ளும் கடைசி ஆணியாக இருக்கும்.

\*\*\*

# 8
# ஒரு தீவு... இரு நாடுகள்

குழந்தைகள் அடுத்ததாக, ஈழத்துக்குச் செல்கின்றன. எதிரில் வருபவர்களுக்கு இடம் கொடுக்கவோ பக்கத்தில் யாரையும் உடன் அழைத்துச் செல்லவோ வாய்ப்பில்லாத ஒத்தையடிப் பாதை நீண்டு கிடக்கிறது. போதாத குறையாக அது கரடு முரடாகவும் இருக்கிறது. குழந்தைகள் தட்டுத் தடுமாறியபடியே அதில் போகிறார்கள். போகும் வழியில் நுனிக் கிளையில் அமர்ந்தபடி சிலர் அடிக்கிளையை வெட்டிக் கொண்டிருப்பதைப் பார்க்கிறார்கள். குழந்தைகள் அவர்களைத் தாண்டிப் போகிறார்கள்.

இன்னொரு இடத்தில் குஞ்சுகளைப் பிடிக்க கழுகுகள் கூட்டம் சுற்றிச் சூற்றி வருகிறது. தாய்க் கோழி வீரத்துடன் அவற்றை எதிர்த்து விரட்டுகிறது. ஆனால், ஒரு கழுகுடன் சண்டை போடும்போது இன்னொரு கழுகு குஞ்சுகளைக் கவ்விக் கொண்டு பறந்துவிடுகிறது. அதை எதிர்க்கப் போகும்போது இன்னொன்று வேறொரு குஞ்சைக் கதறக் கதறக் கொத்தி எடுத்துச் சென்றுவிடுகிறது. குழந்தைகள் அந்த இடத்தையும் தாண்டிப்போகிறார்கள். நீண்ட நெடிய அந்த ஒத்தையடிப் பாதை கடைசியில் ஒரு பாழடைந்த வீட்டில் போய் முடிகிறது. குழந்தைகள் உள்ளே செல்கின்றன. அங்கிருப்பவர்கள் குழந்தைகளை வரவேற்று இருக்கையில் அமரச் சொல்கிறார்கள்.

பக்கத்து அறையில் யாரையோ அடிக்கும் சத்தம் மிக மெதுவாகக் கேட்கிறது. லேசாகத் திறந்திருக்கும் ஜன்னல் வழியாக ஒரு குழந்தை உள்ளே பார்க்கிறது. மார்பு வரை தாடி வைத்த ஒருவரைத் தரதரவென்று இழுத்து வந்து அறைக்குள் தள்ளுகிறார்கள். கையில் இருக்கும் துப்பாக்கியைத் திருப்பிப் பிடித்து நெஞ்சில் ஓங்கி இடிக்கிறார்கள். அடிபட்டவர் நெஞ்சைப் பிடித்தபடி கீழே துவண்டு விழுகிறார்.

அவரது தலை முடியைக் கொத்தாகப் பிடித்து, 'எப்படி எப்படி... இன்னை செய்தாரை ஒறுத்தல் அவர் நாண நன்னயம் செய்து விடலா.? தாயோளி உனக்கென்ன... காலுக்கு மேல காலைப் போட்டுட்டு ஓலைச் சுவடில கிறுக்கி வெச்சுட்டுப் போயிட்ட... உன் அக்கா தங்கச்சியை உன் கண்ணு முன்னால கதறக் கதறக் கற்பழிச்சிருந்தா நீ எழுதியிருப்பியா நாண நன்னயம் செய்யின்னு. முதல்ல எழுதறதுக்கு இருக்கற கையில நாலு போட்டா எழுத்தாணி பிடிச்சிருக்க முடியுமா உன்னால (துப்பாக்கியால் மணிக்கட்டில் ஓங்கி அடிக்கிறார். இடுப்பில் இருந்த ஓலைச் சுவடியை எடுத்து அவர் மேல் வீசி) எங்க இப்ப எழுது பார்ப் போம் இன்னா செய்தாரை (அடிபட்டவரின் கை நடுங்குகிறது).

பள்ளிக்கூடம் தெரியுமா... உனக்குத் தெரியாம எப்படி இருக்கும். நீங்கதான அதை ஆரம்பிச்சு வெச்சதே... எதுக்கு ஆரம்பிச்சீங்க. நாலு எழுத்து படிச்சு நல்லது கெட்டது தெரிஞ்சுக்கிட்டு முட்டி மோதி வாழ்க்கையில ஜெயிக்கணுங்கறதுக்குத்தான. சின்னஞ் சிறுசுங்க சீருடை போட்டுக்கிட்டு கலகலன்னு ஓடி வந்துச்சுங்க. அதுங்க கைல சிலேட்டும் குச்சியும்தான் இருந்துச்சு. ஆயுதமா இருந்துச்சு. அந்தப் பள்ளிக்கூடத்து மேல ஷெல் அடிச்சதை நீ பாத்திருக்கியா... பிள்ளைங்கல்லாம் ஓடிப் பிடிச்சு விளையாடுவாங்க. அதுதான எல்லா ஊர்லயும் உள்ள விளையாட்டு. மேல விமானச் சத்தம் கேட்டா விழுந்தடிச்சு ஓடிப்போய் குழிக்குள்ள பதுங்கற விளையாட்டை நீ பாத்திருக்கியா? பாத்திருக்கியா சொல்லு... (அவர் மிரண்டு போய் இல்லை என்கிறார்). ஈழத்துல அதுதான் நடந்தது. அவன்கிட்ட நன்னயம் பாராட்டச் சொல்றியா நீ...

பள்ளிக்கூடக் கரும்பலகையை உடைத்து சவப்பெட்டி செய்த கதை தெரியுமா உனக்கு. உன் பொண்டாட்டி எங்க... கிணத்துல நடு அந்தரத்துல வாளியை நிக்கச் சொன்னா நிக்குமாமே... அவ்வளவு பத்தினியாமே... அவளைச் சுத்தி நின்னு பத்து பேரு கதறக் கதறக் கற்பழிச்சாத் தெரியும் உனக்கு. ஓலைச் சுவடியை எல்லாம் கொளுத்திப் போட்டுட்டு எழுதுகோலைத் தூக்கி எறிஞ்சிட்டு எங்க கூட வந்திருப்ப. ஏ.கே. 47 என்ப ஏனை ஷெல் என்ப இவ்விரண்டும் கண்ணென்ப சொரணையுள்ள மனிதருக்கு அப்படின்னு எழுதியிருப்ப.

குழந்தை அதற்கு மேல் பார்க்க முடியாமல் இருக்கையில் சென்று அமர்கிறது. சிறிது நேரத்தில் குழந்தைகள் இருக்கும் அறைக்குள் ஒருவர் நுழைகிறார்.

**விடுதலைப் புலி** : வாங்கோ... எப்படி இருக்கிறீர்கள். என்ன விஷயமாய் இந்தப் பக்கம்?

**யாழினி**: நியாயம் கேட்டு வந்திருக்கிறோம்.

**வி.பு.** : நாங்களும் அதைத்தானே தேடிக் கொண்டிருக்கிறோம்.

**யாழினி** : நாங்கள் எல்லோருக்குமான நியாயத்தைக் கேட்கிறோம். நீங்கள்தானே எல்லாவற்றையும் ஆரம்பித்தது. எல்லாப் பிரச்னையும் உங்களால்தானே. உங்களை நம்பி களத்தில் இறங்கியது புலிவாலைப் பிடித்த கதையாய் ஆகிவிட்டதே. பாராசூட் என்று நம்பி மாட்டிக்கொண்டு குதித்த பை வெறும் காற்றடைத்த பையாகிப் போய்விட்டதே.

சிறிது நேரம் அமைதியாக இருப்பவர் தொண்டையைக் கனைத்துக் கொள்கிறார்.

**விடுதலைப் புலி** : இந்த உலகத்தில் மரணத்தைவிடக் கொடியது தவறாகப் புரிந்துகொள்ளப்படுவது. காயத்தைவிட வலி மிகுந்தது புறக்கணிக்கப்படுவது.

நாங்கள் இறந்து கொண்டிருக்கிறோம். இந்த உலகம் எங்கள் தியாகத்தைத் தவறாகப் புரிந்துகொள்கிறது. நாங்கள் காயங்களின் வலியில் கதறுகிறோம். எங்கள் கதறல் புறக்கணிக்கப்படுகிறது. அராஜகவாதியின் கொடூரங்களைவிட நடுநிலையாளர்களின் மவுனமே எங்களைப் பெரிதும் கலங்க வைக்கிறது. என்று கலையும் இந்த மவுனம்?

வீட்டின் ஒரு மூலையில் ஒரு அப்பாவியை நான்குபேர் சுற்றி நின்று அடித்துக் கொல்கிறார்கள். அவரது அலறல் வீட்டின் அனைத்து சுவர்களிலும் பட்டு எதிரொலிக்கிறது. வீட்டின் இன்னொரு அறையில் இருப்பவர்களோ காதில் பாட்டுக் கருவியை மாட்டிக்கொண்டு ஆடிக் கொண்டிருக்கிறார்கள். முற்றத்தில் அடுக்கி வைக்கப்பட்டிருக்கும் பிணங்களின் மீது கால் பட்டுவிடாமல் கவனமாகப் பார்த்துக்கொண்டு துளசி மாடத்தைச் சுற்றி வருகிறார்கள்.

வீட்டின் நடுக்கூடத்தில் ஒரு பெண்ணை நான்கு பேர் கதறக் கதற கற்பழித்துக் கொண்டிருக்கிறார்கள். அவர்களோ தங்கள் குழந்தையின் பள்ளிச் சீருடையின் சுருக்கங்களை நேர் செய்து கொண்டிருக்கிறார்கள். அவர்களைச் சுற்றி கையில் தட்டேந்தி, காலி

வயிற்றில் தட்டிக் காட்டி ஒரு வாய் சோற்றுக்காக எங்கள் குழந்தைகள் மன்றாடிக் கொண்டிருக்கிறார்கள். அவர்களோ உண்ட அறுசுவை உணவு செரிக்க வெற்றிலையின் காம்பு கிள்ளி சுண்ணாம்பு தடவிக் கொண்டிருக்கிறார்கள்.

தொடரும் எங்கள் வேதனை முடிவுக்கு வர வேண்டுமானால், நீடிக்கும் உலகின் புறக்கணிப்பு முடிவுக்கு வரவேண்டும். இந்த பிரச்னைகளுக்கெல்லாம் உண்மை காரணம் யார் என்பதைத் தெரிந்துகொண்டாக வேண்டும்.

பொன் ஆபரணத்தில் பதிக்கப்பட்ட வைரக் கல்போல் இருந்த இலங்கை ஒரு சயனைட் குப்பிபோல் ஆகிவிட்டது. தாமரை மொட்டுபோல் குவிந்திருந்த இலங்கை இன்று தூக்குக் கயிறுபோல் தொங்கிக் கொண்டிருக்கிறது. கடலில் கலந்த கண்ணீர் துளிபோல் உருத்தெரியாமல் ஆகிக்கொண்டிருக்கிறது. சூரியனின் கதிர்கள் பட்டு கடல் நீர் ஆவியாகி மேகமாகி, குளிர்ந்து காற்றில் மிதந்து, மலைகளில் பொழிந்து நன்னீர் ஆறாக மாறுவதுபோல், அந்த ஒற்றைக் கண்ணீர் துளி கடலில் இருந்து மேலெழவேண்டும். உலகம் முழுவதற்குமான படிப்பினையின் கரு மேகமாக அது சூல் கொள்ளவேண்டும். சரித்திரத்தின் காற்றில் மிதந்தபடி நகரும் அது மனசாட்சியின் மலைகளால் தடுக்கப்பட்டு சகோதரத்துவத்தின் முடிவற்ற துளிகளைப் பொழிய வேண்டும். வெறுப்பின் தரிசு மண்டிக் கிடக்கும் மண்ணில் கருணையின் மழை பெய்தாகவேண்டும்.

நீல அலைகள் வந்து உரசும் இலங்கையின் வெண்மணல் கடலோரங்களில் கேட்ட அலறல் காற்றில் இன்னும் அலைந்துகொண்டிருக்கிறது. கோயில் பிரகாரங்களிலும் பள்ளிக்கூடச் சுவர்களிலும் சிதறிய ரத்தம் ஒருநாளும் காயாது.

இது உலகம் பார்க்கத் தவறிய நெடுந்தொடரின் சில காட்சிகள்... படிக்கத் தவறிய நாவலின் சில பக்கங்கள்... கேட்கத் தவறிய பாடலின் சில வரிகள்... இவற்றை உலகம் பார்த்திருக்க வேண்டும். படித்திருக்கவேண்டும். கேட்டிருக்கவேண்டும். ஆனால், உலகமோ கலை இரவுக் கொண்டாட்டங்களிலும் திரைப்பட இசை நாடா வெளியீட்டு விழாக்களிலும் மூழ்கிக் கிடக்கிறது. அங்கே எம் பூமியில் மருத்துவமனைகளில் குண்டுகள் வீசப்பட்டபோது உலகம் மானாட மயிலாட என்று கூத்தடித்தது. கருத்தடை மாத்திரைகள் வலுக்காட்டாயமாக திணிக்கப்பட்டு எம் இனப் பெண்கள்

கற்பழிக்கப்பட்டபோது ஊரறிந்த வேசிகளின் இல்லாத கற்பைக் காப்பாற்ற தெருவில் இறங்கிக் கொடி பிடிக்கிறது.

நான் உங்களை ஒன்று கேட்கிறேன். பதில் சொல்லுங்கள்... மார்ச் 8 க்கு என்ன முக்கியத்துவம் தெரியுமா?

இர்ஃபான் : தெரியும். சர்வதேச மகளிர் தினம்.

வி.பு. : பிப் 14 க்கு என்ன விசேஷம் தெரியுமா?

யாழினி : காதலர் தினம்.

வி.பு : ஜனவரி 1

மதி : ஆங்கிலப் புத்தாண்டு தினம்.

வி.பு : ஜூலை 24?

குழந்தைகள் பதில் தெரியாமல் முழிக்கின்றன.

வி.பு : எந்தப் பள்ளியிலும் இதைச் சொல்லிக் கொடுக்க மாட்டார்கள். ஆயிரக்கணக்கான தமிழர்கள் கொல்லப்பட்ட தினம். லட்சக்கணக்கான தமிழர்கள் அகதிகளாக அலைய ஆரம்பித்த தினம். கறுப்பு ஜூலை...

வி.பு : மே 31?

உதட்டைப் பிதுக்குகின்றன குழந்தைகள்.

வி.பு : யாழ் நூலகம் எரிக்கப்பட்ட தினம். தமிழ் இனத்தின் தலைமுறை தலைமுறையாக கைமாறப்பட்ட, இனி ஒருபோதும் திரும்பக் கிடைக்க முடியாத அறிவுச் செல்வம் சிங்கள நாய்களால் எரியூட்டப்பட்ட நாள். செப் 26?

பதில் தெரியாமல் முழிக்கின்றன.

வி.பு : செப் 15

பதில் தெரியாமல் முழிக்கின்றன.

வி.பு : மாவீரன் திலீபன் உண்ணாவிரதம் ஆரம்பித்த நாள் செப் 15. செப் 26 அவன் உயிர் துறந்த தினம். அவன் உயிர் துறந்தபோது நான் அருகில் இருந்தேன். உண்ணாவிரதமிருந்து உயிர் துறப்பது என்பது எவ்வளவு கொடுமை தெரியுமா... காலையில் வயிறு முட்டத் தின்றுவிட்டு ஏர்கூலரைப் பக்கத்தில் வைத்துக்கொண்டு மாலையில்

பழரசம் குடித்து முடிக்கும் சங்கதி அல்ல... நீச்சல் தெரிந்தவனால் நீரில் மூழ்கி இறக்க முடியாது... கடைசி நேர மூச்சுமுட்டலைத் தாங்க முடியாமல் எப்படியும் நீரை விட்டு வெளியேறிவிடுவான் என்று சொல்வார்கள். உணவை மறுத்து உயிரை விடுவதும் அப்படியான ஒரு மரண வேதனையைத்தான் தரும்.

உயிரைப் போக்கிக் கொள்வதில், இருப்பதிலேயே மிகவும் கொடுமையானது பட்டினி கிடந்து உயிர் துறப்பதுதான். சயனைட் தின்று இறப்பதற்குக்கூடப் பெரிய வீரம் தேவையில்லை. கழுத்தில் இருக்கும் குப்பியைக் குனிந்து கடித்தால் போதும். அடுத்த நொடியில் மரணம். வெடிகுண்டை உடலில் கட்டிக்கொண்டு தாக்கி இறப்பதிலும் அதிக வலி கிடையாது. ஒரு பொத்தானை இப்படி அழுத்தினால் போதும் அடுத்த விநாடியில் அனைத்தும் முடிந்துவிடும். ஆனால், பட்டினி கிடந்து இறப்பது அப்படியல்ல... முதலில் கண்கள் இருட்டிக் கொண்டுவரும். கால்கள் தளர்ச்சியுறும். கைகள் தளர்ச்சியுறும். உடல் உறுப்புகள் ஒவ்வொன்றாக செயல் இழக்கும். உடம்பின் ஒவ்வொரு அணுவிலும் ஓராயிரம் கற்களை ஏற்றி வைப்பதுபோல் ஒரு பாரம் அழுத்தும். கழுத்தை நெரிப்பதுபோல் கண்கள் பிதுங்கும். ஒரு துளி நீருக்காக... ஒற்றை பருக்கைக்காக உடல் ஏங்கும்.

நான் பக்கத்தில்தான் நின்று கொண்டிருந்தேன். 11 உதயங்களும் 12 அஸ்தமனங்களும் வந்து வந்து போயின. திலீபன் உயிருக்குப் போராடினான். இல்லை இல்லை... சுதந்திரத்துக்காகப் போராடினான். இந்த உலகில் காடு அழித்து கழனியாக்கப்பட்ட பகுதிகளில் எல்லாம் செழித்துக் கிடந்தன உணவு தானியங்கள். ஆனால், திலீபனுக்கான ஒற்றைப் பருக்கை மட்டும் இந்த உலகில் இருந்திருக்கவில்லை. அவன் சுதந்திர தேசத்தில் விளைந்த ஒற்றை நெல் மணியைக் கேட்டான். பெரும்பான்மையால் சிறுபான்மை அழித்து ஒழிக்கப்படாத நாட்டில் ஓடும் நதியில் இருந்து ஒரு துளி நீர் கேட்டான்... நான் பக்கத்தில்தான் நின்று கொண்டிருந்தேன். சாகும் தறுவாயில் அவனது கண்களில் ஒரு ஒளி. பிரகாசமான ஒளி. ஈழம் மலரப் போவதை அவன் முன்கூட்டியே கண்டான் போலிருக்கிறது. செப் 15-ல் ஆரம் பிக்கப்பட்ட அவனது உண்ணாவிரதம் முடிந்த நாள் செப் 26.

உலகத்தினரின் நாட்காட்டிகள் வேறு... எங்கள் நாட்காட்டிகள் வேறு... நீங்கள் வாழும் உலகம் வேறு. நாங்கள் வாழும் உலகம் வேறு. உங்கள் உலகில் இறக்கும் தந்தையின் உடலுக்கு மகன்கள்

எரியூட்டுவார்கள். எங்கள் உலகில் கொல்லப்படும் மகன்களுக்கு தந்தைகள் எரியூட்டுவார்கள். குடும்பத்தில் ஒரு நபர் அகால மரணமடைந்தாலே ஒருவரால் தாங்கிக் கொள்ள முடியாது. அங்கே ஒரு இனமே அகால மரணமடைந்து கொண்டிருக்கிறது... ஈழத்தில் யாரும் மரித்ததில்லை. கொல்லப்பட்டார்கள்.

உங்கள் உலகில் ஒருவர் நிமிர்ந்து பார்த்தால் வானில் நிலவு தெரியும்... நட்சத்திரங்கள் தெரியும்... குளிர்ந்த காற்று எங்கோ கூவும் குயிலின் ஓசையைச் சுமந்துவரும். எங்கோ மலரும் மலரின் வாசம் உங்கள் நாசியை நிரப்பும். எங்கள் வானில் நிமிர்ந்து பார்த்தால் ஏவுகணைகள் சீறிப் பாய்வது தெரியும். ஷெல்கள் வேகமாக பூமியை நோக்கி வருவது தெரியும். நள்ளிரவில் குளிர் காற்று எங்கள் பூமியில் மரண ஓலத்தை சுமந்து அலையும். அநாதையாகக் கிடந்தழுகும் பிணத்தின் வாடை அல்லது வெடித்துச் சிதறிய உடலின் பச்சை ரத்த வாடை உங்கள் நாசியை வருடிச் செல்லும். உங்கள் உலகம் வேறு... எங்கள் உலகம் வேறு. உங்கள் வானம் வேறு எங்கள் வானம் வேறு.

சுதந்திரம் வேண்டும் என்று கேட்டதால் தீவிரவாதிகளாக அறிவிக்கப்பட்டவர்கள் நாங்கள். மானமாக உயிர் வாழும் உரிமையைக் கேட்டதால் படுகொலை செய்யப்பட்டவர்கள் நாங்கள். எங்கள் குழந்தைகளுக்கு நாங்கள் விளையாட பொம்மைத் துவக்குகளைத் தந்ததில்லை. எங்கள் பச்சிளம் குழந்தைகளைக் கொன்று குவித்த சிங்கள அமைச்சன் என்ன சொன்னான் தெரியுமா... 'நாங்கள் குழந்தைகளைக் கொல்ல வில்லை. எதிர்காலத் தீவிரவாதிகளைத்தான் கொன்றோம்'.

கொதிக்கும் தாரில் உயிருடன் போடப்பட்ட குழந்தைகள் விறைத்துச் சாவதை நீங்கள் பார்த்ததுண்டா? இறந்தது தெரியாமல் தாயின் மார்பில் வாய்வைத்து பால் குடிக்க முயலும் குழந்தையை நீங்கள் பார்த்ததுண்டா? பிறந்த ஓரிரு மாதங்களில் உடம்பில் ஊடுருவிய ஷெல் துண்டுகளை எடுப்பதற்காக அறுவை சிகிச்சை செய்யப்பட்ட குழந்தையை நீங்கள் பார்த்ததுண்டா? களங்கமற்ற சிரிப்புடன் அதன் உடம்பில் மாட்டப்பட்ட குளுகோஸ் டியூபைப் பிடித்து விளையாடிய பிஞ்சுக்கரங்களை நீங்கள் பார்த்ததுண்டா?

நாங்கள் சொல்லவில்லை. அவர்களுடைய புனித நூல்தான் சொல்கிறது சிங்களர்களுக்கு முன்பே அங்கு வாழ்ந்தவர்கள் தமிழர்கள் என்று. இந்தியாவின் கலிங்க தேசத்தில் தவறுகள்

செய்ததற்காக தண்டிக்கப்பட்டு நாடுகட்டத்தப்பட்டது ஒரு நாசகாரக் கூட்டம். அதில் அதிர்ஷ்டவசமாகக் கரை ஒதுங்கிய வர்கள்தான் இலங்கையின் முதல் சிங்களக் குடியேற்றத்தினர். ஆனால், அவர்கள் அங்கு கரையொதுங்கிய காலத்திலேயே பூர்வகுடிகளாக வாழ்ந்து வந்தவர்கள் தமிழர்கள்.

இலங்கையில் 1956-ல் அதை நினைவுகூரும்விதமாக ஒரு தபால் தலைகூட வெளியிடப்பட்டது. கால் பதிக்கும் இளவரசனுக்கு கை கொடுக்கும் வேடர் மகள்! பின்புலத்தில் அவர்கள் ஓட்டி வந்த படகு. சோழர்கள் காலத்தில் வந்த தமிழர்கள், ஆங்கிலேயர் காலத்தில் வந்த மலையகத் தமிழர்களுக்கும் அராபிய தமிழர்களுக்கும் முன்பாகவே அங்கு இருந்திருக் கின்றனர் ஆதி தமிழர்கள்.

ஆளற்ற தீவு யாருக்கு சொந்தம் என்றால் முதலில் காலடி எடுத்து வைத்தவனுக்குத்தான் என்பது உலக நியதி. ஐரோப்பியர்களின் வருகைக் காலம்வரை தமிழ் சாம்ராஜ்ஜியம் தனித்து, தலை நிமிர்ந்தே இருந்து வந்திருக்கிறது. ஈழப் புரவிகள் இலங்கைத் தேரை ஒரு போதும் இழுத்ததில்லை. ஆங்கிலேயர்கள் நிர்வாக வசதிக்காக இரண்டு தேசங்களை ஒன்றாக்கினார்கள். அதுதான் உண்மை. இலங்கையின் இறையாண்மை குறித்துப் பக்கம் பக்க மாக உலகம் பேசுகிறது. முன்பு ஈழத்தின் இறையாண்மையை அழித்துத்தான் அது உருவாக்கப்பட்டதென்ற உண்மையை யாரும் சொல்வதேயில்லை.

தமிழர்கள் இலங்கையின் மக்கள் தொகையில் 18 சதவிகிதம்தான் இருக்கிறார்களாம். அரசு பணிகளில் அதற்கும் மேல் இருக்கிறார் களாம். ஈழத்தை மட்டும் எடுத்துக்கொண்டால் 95%க்கும் மேலானவர்களாயிற்றே அவர்கள். தமிழ் நாட்டில் தமிழர்கள் 90 சதவிகிதம் இருக்கிறார்கள். தென்னிந்தியாவில் அவர்களு டைய பங்கு வெறும் 30%தான் இருக்கும். தென்னிந்தியா முழுவதையும் ஒரு தனி தேசமாக அறிவித்துவிட்டு தமிழர்களை ஒடுக்க ஆரம்பித்தால் அது நியாயமாக இருக்குமா? தேசத்தின் எல்லையை யார், எப்படி வரையறுப்பது?

50%க்கும் மேலாக உயர் பதவிகளில் இருந்தனராம். அது கண்களை உறுத்திவிட்டிருக்கிறது. நாங்கள் உயர் பதவிகளில் இருந்தது என்பது எங்கள் திறமையின் மூலம் சாதித்த ஒன்றுதான். எந்தத் தந்திரத்தின் மூலமும் நாங்கள் முன்னணிப் பதவியை எட்டவில்லை. ஒருமுகப்பட்ட, கடின உழைப்பு. அதுவே எங்கள் வெற்றிக்கு வழி

வகுத்தது. ஆக, சரித்திர நிகழ்வுகளின் அடிப்படையில் பார்த்தாலும் சரி சமகால நிகழ்வுகளின் அடிப்படையில் பார்த்தாலும் சரி, ஈழத் தமிழனுக்கு மானமுள்ள வாழ்க்கை வாழ வேண்டுமானால், தனித்துப் போவதே ஒற்றைத் தீர்வாக இருந்திருக்கிறது.

ஏதோ புலிகள் தனி நாடு கேட்டதால்தான் பிரச்னை இந்த அளவுக்கு மோசமானதாகச் சொல்கிறார்கள் பலர். சுதந்திரம் கிடைத்ததிலிருந்தே சிங்கள அரசின் அராஜகங்கள் படிப்படியாக அதிகரித்தன. சுதந்திரம் பெற்றதும் முதன் முதலாகக் கையெழுத் திடப்பட்ட அரசு உத்தரவு எது தெரியுமா? இந்திய வம்சாவளித் தமிழர்களை நாடு கடத்தும் உத்தரவுதான்.

10 லட்சம் மலையகத் தமிழர்கள் ஓர் இனிய அதிகாலையில் நாடற்றவர்களாக ஆக்கப்பட்டனர். இரவில் வீட்டில் போர்வை போர்த்தியபடி படுத்த ஒருவர் எழுந்து பார்க்கும்போது வெட்டவெளியில் அம்மணமாக நிற்பது போன்ற அதிர்ச்சி. ஒரு நாட்டில் வேறு நாட்டவர் பத்திருவது வருடங்கள் வாழ்ந்து விட்டால் அந்த நாட்டின் குடிமகனாக முடியும் என்று சட்டங்கள் சொல்கின்றன. நூறு வருடங்களுக்கு மேல் மூன்று நான்கு தலைமுறைகள் வாழ்ந்துவிட்டிருந்தனர் இந்திய வம்சாவளியினர். ஒருவர் இருவர் அல்ல; 10 லட்சம் பேர். அவர்கள் இலங்கைத் தேயிலைத் தோட்டங்களில் வேலை செய்வதற்காக ஆங்கிலேயர்களால் அழைத்துவரப்பட்டவர்கள். காடுகளை அழித்துக் கழனிகளாக்கியவர்கள். தேயிலை உற்பத்தி யில் இன்று இலங்கை உலகில் முதல் இடத்தில் இருக்கிறது என்றால் அதற்கு முதலும் கடைசியுமான காரணம் இந்த மலையகத்தமிழர்கள் சிந்திய ரத்தமும் வேர்வையும்தான். மரம்தான் பிரமாண்டமாக வளர்ந்துவிட்டதே... இனி வேர் எதற்கு என வெட்டினர் மூடர்கள்.

மெள்ள மெள்ள வெறுப்பின் அணையில் நீர்மட்டம் உயரத் தொடங்கியது. ஆரம்பத்தில் தமிழர்களுக்கு சொந்தமான இடங்களில் விவசாய வளர்ச்சிப் பணி என்ற பெயரில் சிங்களர் களைக் குடியேறவைத்தனர். தமிழ் நிலங்கள் கையகப்படுத்தப் பட்டு சிங்களர்களுக்குத் தாரைவார்க்கப்பட்டன. அவர்கள் வந்து பவுத்த விகாரைகளைக் கட்டினர். தமிழர்களின் கோயில் கோபுரங்களில் அமைதியாகத் தூங்கிக்கொண்டிருந்த புறாக்கள், பவுத்த விகாரைகளின் வெண்கல மணிச் சத்தத்தைக் கேட்டு அஞ்சி நடுங்கத் தொடங்கின. அந்த மணிகளின் சத்தம் கேட்கும் பகுதிகள்

அனைத்தும் சிங்களர்களுக்கு சொந்தமானது என கொக்கரிக்க ஆரம்பித்தனர். தாயைப் பிரிந்த கோழிக் குஞ்சின் மீது கழுகின் நிழல் கவிழ்வதுபோல் பவுத்த விகாரைகளின் வெண்கல மணி நாதம் இலங்கை முழுவதும் கவிழத் தொடங்கியது.

ஆட்சி மொழியாக இனி சிங்களம் மட்டுமே இருக்கும் என அறிவிக்கப்பட்டது. இலங்கையின் இரண்டு பிரதான சிங்களக் கட்சிகளிடையே தமிழர்களை அடக்குவதில் யாருக்கு முதலிடம் என்ற போட்டி நடக்கத் தொடங்கியது. அரசாங்க அலுவலகங்கள், பள்ளி கல்லூரிகள் ஆகியவற்றின் பிரமாண்டக் கதவுகள் தமிழர்களின் கண் முன்னே தாமாக மூடிக்கொண்டன. இலங்கைத் தமிழ் சமூகம் உண்ணாவிரதங்கள், சத்தியாகிரகப் போர், பேச்சுவார்த்தை என அறவழிகளில் தன் எதிர்ப்பை வெளிப்படுத்திவந்தது. சிங்கள அரசு போராட்டக்காரர்களைக் கொன்று குவித்தது. கொல்லப்பட்டவர்களின் நினைவாக மண்டபங்களும் ஸ்தூபிகளும் எழுப்பி மவுன அஞ்சலி செலுத்தினர் தமிழர்கள். சிங்கள அரசு அந்த நினைவிடங்களையும் தரைமட்டமாக்கியது. அப்போதுதான் தமிழர்களுக்குப் புரிந்தது கொல்லப்படுபவர்களுக்கு நினைவிடங்கள் எழுப்பி மவுன அஞ்சலி செலுத்துவதில் எந்தப் பயனும் இல்லை. அராஜகவாதிகளுக்கு அவர்கள் மொழியில் பதில் சொன்னால் தான் புரியும் என்று. ஈழத் தமிழனின் கையில் ஆயுதம் வந்தது அப்படித்தான்.

தமிழனுடைய துப்பாக்கியில் இருந்து முதல் குண்டு பாய்வதற்கு முன்னால் சிங்களத் துப்பாக்கியில் இருந்து ஓராயிரம் குண்டுகள் தமிழ் சமூகத்தின் மீது பாய்ந்து விட்டிருந்தன. தமிழர்கள், தாக்குவதற்காக ஆயுதம் ஏந்தவில்லை. தற்காத்துக் கொள்ளவே ஆயுதத்தை ஏந்தினர். அதிலும்கூட சிங்கள ராணுவம், அராஜக அரசியல்வாதிகள், உளவாளிகள் ஆகியோரையே புலிகள் கொன்று குவித்தனர். தமிழர்களை அடித்துத் துரத்திவிட்டு அந்தப் பகுதிகளில் குடியேறிய சிங்களர்களையும் தமிழர்கள் மீது தாக்குதல் நடத்திய இஸ்லாமியர்களையும்தான் கொன்று வந்திருக்கின்றனர். நூறு வசவுகளைப் பொறுத்துக்கொண்டு அதன் பிறகே சக்ராயுதத்தை பிரயோகித்த கிருஷ்ணனைப்போல் புலிகள் ஒருவரைக் கொல்வதற்கு முன் அவருடைய பல்வேறு துரோகங்களை, இன்னல்களைப் பொறுத்துக்கொண்டே வந்துள்ளனர். தங்களால் கொல்லப்பட வேண்டியவர் எவரோ அவரை மட்டுமே கொல்லும் அவதார

புருஷர்களாகவே புலிகள் இருந்து வந்துள்ளனர். அவர்களுக்குக் கிடைத்த பட்டமோ பயங்கரவாதிகள்!

உலகத்தினர் தங்கள் வீடுகளில் அழைப்பு மணி ஒலித்தால் அதிகாலையாக இருந்தால் பால்காரர் பால் போட்டதைத் தெரிவித்திருக்கிறார் என்று நிம்மதியாகத் குட்டித் துக்கத்தைத் தொடர்வார்கள். அல்லது பேப்பர்காரர் தினசரியைக் கொண்டு வந்திருப்பார் என்று சோம்பல் முறித்தபடியே எழுந்துவந்து கதவைத் திறப்பார்கள். பகல் நேரத்தில் என்றால் தபால்காரர் என்று விரைந்துவந்து கதவைத் திறப்பார்கள். ஒருவேளை அகாலத்தில் இரவின் நிசப்தத்தைக் கிழித்தபடி அது ஒலித்தால் வேண்டுமானால் அவர்கள் லேசாக கலவரப்படக்கூடும்.

ஆனால், எங்கள் வீடுகளில் ஒலிக்கும் அழைப்பு மணிகள் அப்படிப்பட்டவை அல்ல. எந்த நேரத்தில் ஒலித்தாலும் எங்கள் ஈரக்குலையை நடுங்க வைக்கும். வாசலில் வந்து நிற்பது எங்கள் வீட்டு ஆண்களை விசாரணை என்ற பெயரில் அழைத்துச் செல்ல வந்திருக்கும் சிங்களக் காவலராக இருக்கலாம். எங்களை போட்டது போட்டபடி வீட்டை விட்டுவிட்டு ஓடச் சொல்லும் சிங்களக் காடைகளாக இருக்கலாம். பெண்களைக் கதறக் கதறக் கற்பழித்துக் கொல்ல வந்திருக்கும் கலவரக் கும்பலாக இருக்கலாம்.

அழைப்பு மணிதான் என்றில்லை. வீட்டை நெருங்கும் வாகனங்களின் ஓசை... மாடிப்படிகளில் ஏறிவரும் காலடி ஓசை... ஏன் கோவில்களில் ஒலிக்கும் மணியோசைகூட எங்களைக் குலை நடுங்க வைக்கும். கோயில் மணி ஓசை கேட்டு நடுங்கும் தலைமுறையின் வேதனையை யூகிக்க முடியுமா இந்த உலகத்தால்.

தமிழகத்தில் இருந்து உறவினர்கள் விடுமுறைக் காலங்களில் எங்கள் வீடுகளுக்கு வரும்போது அவ்வப்போது கேட்கும் துவக்குச் சத்தத்தையும் வெடி குண்டுச் சத்தத்தையும் கேட்டு அவர்கள் குழந்தைகள் தீபாவளி நெருங்குகிறது என்றெண்ணி துள்ளிக் குதிக்கும். தமிழகத்துக்கு நாங்கள் வரும்போது அவர்கள் வானில் பறந்த விமானங்களின் ஒலி கேட்டு கட்டிலின் அடியில் ஒளிந்து கொண்ட எங்கள் குழந்தைகளைப் பார்த்து அவர்கள் குழந்தைகளோ கைகொட்டிச் சிரிக்கும். அந்தக் குழந்தைகள் வேறு... எங்கள் குழந்தைகள் வேறு...

ஒரே வானத்தின் கீழ் வசித்தாலும் உலகத்தோரின் சூரியனும் எங்கள் சூரியனும் ஒன்றல்ல... அவர்கள் கடல்கள் சாதுவானவை... மீன் பிடிக்கச் செல்பவர்களை மீனுடன் திருப்பி அனுப்பிவைத்துவிடும். எங்கள் கடல்களைப் போல் காணாமல் போகச் செய்துவிடாது யாரையும். எங்கள் நாட்டில் கொல்லப்படுபவர்களுக்கு சற்றும் குறையாதது காணாமல் போகிறவர்களின் எண்ணிக்கையும். ஒருவர் காணாமல் போய்விடுகிறார் என்றால் என்னதான் செய்யமுடியும் அவரை நம்பி இருக்கும் ஒரு குடும்பம். வருவான் வருவான் என வழி மேல் விழிவைத்துக் காத்திருப்பதா? போனவன் இனி திரும்ப மாட்டான் என நீத்தார் சடங்கு செய்வதா? ஒருவேளை இறந்திருந்தால் மேலுலகில் அவன் ஆத்மா ஒரு வாய் சோறு கிடைக்காமல் கதி கெட்டு அலைவதை நினைத்துப் பார்க்கவே முடியவில்லை. ஒருவேளை உயிருடன் இருந்துவிட்டால்... உயிருடன் இருப்பவனுக்கு பிண்டம் வைப்பதா?

கற்பழிக்கப்பட்டு, தீ வைக்கப்பட்டு, சுடப்பட்டு, வெட்டப் பட்டு கண்முன்னே கொல்லப்படுவர்களின் பெற்றோர்கள் ஒருவகையில் பாக்கியவான்கள். அந்தத் திசையில் இனி அடியெடுத்து வைக்கமுடியாது என முடிவு செய்து கொண்டு திரும்பிவிடலாம். ஆனால், காணாமல் போகிறவர்களின் பெற்றோர்களின் நிலை இருக்கிறதே அது இந்த உலகில் எதிரிகளுக்குகூட நேரக்கூடாது ஆண்டவனே. எங்கெல்லாம் அடையாளம் தெரியாமல் அழுகும் சடலம் கிடக்கிறதோ அங் கெல்லாம் இவர்கள் ஓடிச்சென்று பார்க்கவேண்டிவரும். மருத்துவ மனைக்குக் குற்றுயிரும் குலையுயிருமாக ஒவ்வொரு உயிர் கொண்டுவரப்படும்போதும் அது தன் மகனாக இருக்குமோ எனத் தவிக்கவைக்கும். செய்தித்தாள்களில் அச்சிடப்படும் போராளிகளின் சிதறிய உடலுடன் தன் மகனது உடலைப் பொருத்திப் பார்த்து கலங்கவைக்கும். கண் முன்னே மரிப்பவன் ஒருமுறை மரிக்கிறான். காணாமல் போகிறவனோ?

உலகத்தினரின் காடுகள் அன்பானவை... சுள்ளி பொறுக்கக் காட்டுக்குச் செல்பவர்களை கிழங்குவகைகளும் சேர்த்துத் தந்து பத்திரமாக அனுப்பிவைத்துவிடும். எங்கள் காடுகளைப் போல் கண்ணிவெடி வெடித்து கால் கைகளை முடமாக்கிவிடாது.

அவர்கள் அங்காடிகள் நேர்மையானவை. காலிப் பையும் காசும் கொண்டு சென்றால் காசை மட்டும் வாங்கிக்கொண்டு காய்கனிகளைப்

பைகளில் நிரப்பி அனுப்பிவிடும். எங்கள் அங்காடிகளைப் போல் உயிரைக் காவு கேட்காது. ஊரடங்கு அமலில் இருந்ததால் மருத்துவ சிகிச்சை பெற முடியாமல் இறந்த குழந்தைகளின் கதை தெரியுமா உங்களுக்கு?

அவர்களுடைய ஊரில் கல்லறைகள் என்பவை ஊருக்கு ஒதுக்குப்புறமாக சிறு தோட்டம்போல் அமைந்திருக்கும். அதற்கு ஒரே ஒரு வாசல்தான் இருக்கும். இறந்து போன ஒவ்வொருவருக் கும் தனித்தனியாக கல்லறைகள் எழுப்பப்பட்டிருக்கும். இறந்த தினத்தன்று அவர்கள் கறுப்பு உடை அணிந்துகொண்டு கையில் மலர் கொத்துடன் வந்து மெழுகுவர்த்தியை ஏற்றி முழந்தாளிட்டு இறந்தவருக்கு அஞ்சலி செலுத்திவிட்டுச் செல்வார்கள். எங்கள் ஊரில் தனியாக கல்லறைத் தோட்டம் என்று எதுவும் கிடையாது. இறக்கும் ஒவ்வொருவருக்கும் தனித்தனியான கல்லறை கட்டுவதென்றால் நகரமே கல்லறைக் கூடாரமாகத் தான் இருக்கும். குடும்பத்துக்கு ஒரு கல்லறை மாடம்... கிராமத்துக்கு ஒரு கல்லறை ஸ்தூபி... இதுதான் இங்கு சாத்தியம். எங்கள் சமூகத்தில் சமூக நல்லிணக்கம் முழுவதுமாக நிலவுவதுண்டு. இந்துக்கள் புதைக்கப்படுவார்கள். கிறிஸ் தவர்கள் எரிக்கப்படுவார்கள். மதத்தின் கொடூர விதிகள் எங்களைக் கட்டிப்போடுவதில்லை.

அவர்களுடைய பேருந்துப் பயணங்கள் சுகமானவை... பச்சைப் பசேலென்று பரந்து விரிந்த வயல் வெளிகளினூடே காற்றைக் கிழித்தபடி செல்லும். கூடவே அதிகாலைச் சூரியன் உடன் வர அல்லது தென்னை மரங்களினூடே முழு மதி மறைந்து மறைந்து கண்ணாமூச்சி ஆடியபடியே உடன் வரும். அவர்கள் பேருந்துப் பயணங்கள் சுகமானவை. பாதுகாப்பானவை. எங்கள் பயணங்களிலோ போக வேண்டிய இடத்துக்கு நாங்கள் ஒரு போதும் போய்ச்சேர முடிந்ததில்லை.

அவர்கள் நெடுஞ்சாலையில் தென்படும் சுங்க சாவடிகளில் ஆவணங்களைக் காட்டினால் போக அனுமதித்துவிடுவார்கள். உரிய கட்டணம் செலுத்தினால் மரியாதையுடன் அனுப்பி விடுவார்கள். எங்கள் சாலைகளிலோ காவல் அரண்கள் வந்ததென்றால் அனைவரும் இறங்க வேண்டும். ஒவ்வொருவராக சோதிக்கப்படுவார். அனைவரும் பார்க்க வயசுப் பெண்களின் உடலெங்கும் ஊரும் கைகளைப் பார்த்திருக்கிறீர்களா? ஒரு தந்தையாக, தாயாக இருந்து பார்க்க வேண்டும் அந்த வலியை.

உலகத்தாரின் கடல் பயணங்கள் இதமானவை. தூளியில் ஆடுவதுபோல் கடல் அன்னை தாலாட்டியபடி அழைத்துச் செல்வாள். 'போய் வாருங்கள்' என காற்றில் ஆடி விடைகொடுக்கும் கடலோரத் தென்னை மரங்கள்... சேருமிடம் வருகையில் 'வாருங்கள் வாருங்கள்' என வரவேற்கும் கடலோர மரங்கள்... அந்தக் கடல் பயணங்கள் ரம்யமானவை. ஆனால், எங்கள் பயணங்களில் எங்கள் படகுகள் நடுக்கடலில் நிறுத்தப் படும். ஒரு அறையில் அனைவரையும் அடைத்துவைப்பார்கள். வாசலில் இருவர் துவக்குடன் நிற்பார்கள். ஒவ்வொருவராக விசாரணைக்கு வரச் சொல்வார்கள். ஒவ்வொருவரும் தங்கள் பெயரையும் ஊரையும் உரத்த குரலில் கத்தச் சொல்வார்கள். ஒரு பெயரே அவருடைய எமனாகும் விந்தையை நீங்கள் யூகிக்க முடியுமா? அலைகடல் மேலே தத்தளிக்கும் அந்தப் படகில் உடனடியாகக் கொல்லப்படும் ஆண்கள் பாக்கியவான்கள்.

கயவர்கள் தவறு செய்தால் காவலர்களிடம் முறையிடலாம். காவலர்கள் தவறு செய்தால் நீதிமன்றத்தில் முறையிடலாம். நீதிபதிகள் தவறு செய்தால் அரசாங்கத்திடம் முறையிடலாம். காவலர்களும் நீதிபதிகளும் அரசாங்கமும் சேர்ந்து தவறு செய்தால்? வில்லன்கள் மட்டுமே நடிக்கும் நாடகத்தில் கற்பைக் காப்பாற்றிக் கொள்ள கதாநாயகி யாரிடம் போய் முறையிடுவாள்?

உலகில் பொதுவாக, சாலை விபத்தில் அடையாளம் தெரியாமல் இறக்கும் அநாதைகளுக்குக்கூட உரிய மரியாதையுடன் நடத்திவைக்கப்படும் இறுதிச் சடங்குகள். எங்கள் நாட்டிலோ உற்றாரும் உறவினரும் அனைவரும் இருந்தபோதும் காடுகளில் நாயும் நரியும் கழுகும் காகமும் தின்று தீர்த்த சடலங்களின் எண்ணிக்கை உங்களுக்குத் தெரியுமா?

நினைத்துப் பாருங்கள்... ஒரு கிராமத்தில் தலைமுறை தலைமுறையாக வசித்துவருகிறீர்கள். வயலிலோ, கடையிலோ, அலுவலகத்திலோ எங்கோ ஒரு இடத்தில் நீங்கள் வேலை செய்துவருகிறீர்கள். திடீரென்று வானில் தாழப் பறந்தபடி உங்களைச் சூழும் சில ஹெலிகாப்டர்கள். வந்திருப்பது தேவதூதர்கள் அல்ல என்பது உங்களுக்கு விரைவிலேயே தெரிந்துவிடும். அவர்கள் உங்களுக்கு கெடு விதிப்பார்கள். சுட ஆரம்பிப்பதற்கு முன் ஓடிப் போய்விடுங்கள் என்று அந்த அசரீரி ஒலிக்கும். நீங்கள் அலறி அடித்துக்கொண்டு காட்டுப் பக்கம் ஓடினால் அங்கு உங்களுக்காகக் காத்திருப்பார்கள் கையில் துவக்குகளுடன்

வேறு சில காவலர்கள். அங்கிருந்து தப்ப படகுத்துறை நோக்கி ஓடினால் அங்கும் புன்முறுவல் பூத்தபடியே காத்திருப்பார்கள் வேறு சிலர்.

வழியில் வரும் பஸ்ஸையோ காரையோ பிடித்து ஏறிச் சென்றால் சாலை ஓரத்தில் காத்து நிற்பார்கள் இன்னும் சில காவலர்கள். பள்ளியிலோ, கோயிலிலோ அடைக்கலம் தேடலாம் என்று ஓடினால் அங்கும் காத்திருப்பார்கள் உங்களுக்கான காலன்கள். இல்லை, நான் எங்குமே ஓட மாட்டேன் என்று வீட்டுக்குள்ளேயே இருந்தால் ஹெலிகாப்டர் களில் இருந்து வீசப்படும் குண்டுகளுக்குச் சிக்கி உயிரை விடலாம். ஈழத்தில் சுதந்திரம் இல்லையென்று யார் சொன்னது. எந்தத் துப்பாக்கியால் சுடப்பட்டு இறக்கலாம் என்பதை நீங்களே முடிவு செய்துகொள்ளலாம்.

உலகத்தினர், வேலையில் இருந்து ஓய்வு பெற்று சொந்த ஊருக்குச் சென்று வாழும்போது பேரக் குழந்தைகளுக்கு இதுதான் நான் படித்த பள்ளிக்கூடம்... இதுதான் நீ பிறந்த மருத்துவமனை... இந்தக் கோயிலில்தான் உனக்கு காது குத்தி மொட்டையடித்தோம் என்று மலரும் நினைவுகளைச் சொல்லி மகிழ்வார்கள். எங்கள் நாட்டில் கற்பழிப்புக்கும் படுகொலைக் கும் கண்ணிவெடிகளுக்கும் தப்பிப் பிழைத்தவர்கள் ஒவ்வொரு இடத்தையும் எப்படி சொல்லிக்காட்டுவார்கள் தெரியுமா? இந்தப் பள்ளியில் அடைக்கலம் புகுந்திருந்தபோதுதான் அண்ணனை விசாரணைக்கு அழைத்துச் சென்றார்கள். இந்த வயக்காட்டில்தான் அம்மா ஷெல் வீச்சுக்கு பலியானாள்... இங்குதான் முன்பு ஒரு கோவில் இருந்தது. அங்குதான் அப்பாவும் பெரியப்பாவும் கொல்லப்பட்டார்கள்... ஆம்... எங்கள் பூமியில் எந்த ஒரு இடமும் எங்கள் நினைவில் இப்படித்தான் பதிவாகி இருக்கின்றன.

இப்போது சொல்லுங்கள்... நாங்கள் துவக்கை ஏந்தியது தவறா?

இரவுகளில் மின்சாரம் இல்லாமல் இருப்பதுகூடப் பெரிய விஷயமில்லை. ஆனால், பதுங்கு குழிக்குள் பள்ளிகள் நடத்த நேர்ந்ததை எங்களால் மன்னிக்க முடியவில்லை. எந்தவொரு போரிலும் பள்ளிகள், மருத்துவமனைகள், வழிபாட்டுத் தலங்கள், கலாசார மையங்கள் மீது தாக்குதல் நடத்தக்கூடாது என்பது சர்வதேச விதி. ஆனால், இங்கு அந்த இடங்கள் மட்டுமே குறிவைத்துத் தாக்கப்பட்டன. அந்த இடங்கள் தாக்கப்படாது என்ற நம்பிகையில் எத்தனையோ

அப்பாவிகள் அங்கு அடைக்கலம் தேடியிருந்தனர். அது தெரிந்த பிறகும், இன்னும் சொல்லப்போனால் அது தெரிந்ததனால்தான் அந்த இடங்கள் தாக்கி அழிக்கப்பட்டன.

இவற்றையெல்லாம் தட்டிக் கேட்ட விடுதலைப்புலிகள் தீவிரவாதிகளாம்... பிரபாகரன் குற்றவாளியாம். அது சரி... ஆதிக்க வெறிபிடித்த ஆங்கிலேயன் எழுதிய சரித்திரத்தில் வீரபாண்டியக் கட்டபொம்மனைக்கூடக் குற்றவாளி என்றுதான் எழுதினான். குற்றத்துக்கு தண்டனையாக தூக்கிலும் போட்டான். காலம் சரித்திரத்தை மாற்றி எழுதவில்லையா? செக்கிழுத்த செம்மல் தெரியுமா உங்களுக்கு... சுதந்திரக் கடலில் உரிமைக் கப்பலை மிதக்கவிட்டவன்... அவனுக்கு கிடைத்த பரிசு தெரியுமா? மாடோடு மாடாக பூட்டப்பட்டு செக்கிழுக்க வைக்கப்பட்டான்... சொல்லுங்கள்... அவன் தீவிரவாதியா? அவன் தண்டனை தரப்பட வேண்டியவனா? வாஞ்சிநாதனும் பகத் சிங்கும் நேதாஜி சுபாஷ் சந்திர போஸும் போராளிகள் என்றால் தம்பி வேலுப்பிள்ளை பிரபாகரனும் போராளிதானே.

ஈழத் தமிழர் ஆரம்பத்தில் அமைதியாகத்தான் போராடினார்கள். சிங்கள அரசு ஒவ்வொரு அராஜக நடவடிக்கையில் ஈடுபட்ட போதும் ஈழத் தமிழ் போராளிகள் உண்ணாவிரதம் இருத்தல், அரசு அலுவலகங்கள் முன் சென்று கோஷங்கள் எழுப்புதல் என்று அமைதியாகத்தான் போராடிப் பார்த்தனர். ஒரு வருடம் இரண்டு வருடம் அல்ல... ஆங்கிலேயர்களிடமிருந்து சுதந்திரம் கிடைத்ததில் இருந்து கிட்டத்தட்ட 35-40 வருடங்கள் அன்பின் பாதையில்தான் போராடி வந்தார்கள்.

யாழ் நூலகம் தெரியுமா... உலகிலேயே தமிழ் சமுதாயத்தின் மிகப் பெரிய நூலகம்... ஒரு நூலகம் உங்களை என்ன செய்தது? அதை ஏன் கொளுத்தினீர்கள்? அவர்கள் கொளுத்தியது வெறும் நூல்களை மட்டுமா... தமிழனின் ஆண்டாண்டு கால பாரம்பரிய அறிவைக் கொளுத்தினார்கள்... தமிழனின் கலாசாரத்தைக் கொளுத்தினார்கள்... தமிழன் சிங்களர்கள் மீது வைத்திருந்த நம்பிக்கையைக் கொளுத்தினார்கள்... நெல்லின் உமி சிறிது நீங்கிப் பிரிந்தாலே மீண்டும் ஒன்று சேர்க்க முடியாது. அவர்களோ நெல் வயலையே கொளுத்தினார்கள்.

தமிழன் ஆரம்பித்த அமைதிப் போராட்டங்கள் ஸ்படிக நீர் போல் பாய்ந்து கொண்டிருந்தன. சிங்களன் அதில் சிவப்பைக் கலந்தான். புத்தன் அவர்களுக்கு காவி அங்கியைக் கொடுத்தான். அவர்களோ அந்த அங்கிக்குள் துவக்குகளை மறைத்துவைத்தனர். பூவும் பூஜையும் வேண்டாம் என்று சொன்ன புத்தனுக்கு ரத்தத்தால் அபிஷேகம் செய்தார்கள். புத்தனின் வெண் முத்துப் பல்லைப் போற்றிப் பாதுகாத்து வருகிறார்கள். அவன் சொன்ன அகிம்சை எனும் சொல்லைத் தூக்கித் தூர எறிந்துவிட்டார்கள். அதனால்தான் நவீனகாலத் தமிழன் புறநானூற்றுத் தமிழனாக ஆகவேண்டி வந்தது. சிங்களன் சிங்கமாக மாறியதால்தான் தமிழன் புலியாக மாறினான். போர்ப்பாதை புலிகள் விரும்பித் தேர்ந்தெடுத்த ஒன்றல்ல. அவர்கள் மீது திணிக்கப்பட்ட ஒன்று. நாங்கள் கடைப்பிடித்த சுய ஒழுங்கே அதற்கான சாட்சி. இன்று வரை புலிகள் போர் தர்மத்தை மீறி ஒரு செயலாவது செய்ததாகச் சொல்ல முடியுமா. தற்கொலைப்படை தாக்குதல் நிகழ்த்திய தெல்லாம் அதிகாரவர்க்கத்தினர் மீதும் அவர்களுடைய கைக் கூலிகள் மீதும்தான். அப்பாவிகள் மீதல்ல. பள்ளிகள், வழி பாட்டுத்தலங்கள், மருத்துவமனைகள், நூலகங்கள் என்று அவன் எதன் மீதாவது தாக்குதல் நடத்தியதாகச் சொல்ல முடியுமா? பிறர் அந்த அராஜகங்களை நிகழ்த்திவிட்டு எங்கள் மேல் பழி போடும் கயமைதான் காணப்படுகிறது. உண்மையில் வீரனைப் போல் போரிட்டோம். ஏனென்றால் நாங்கள் மாவீரர்கள்.

**இர்ஃபான்** : சக போராட்டக் குழுக்களை அழித்தீர்கள்... இஸ்லாமியர்களைத் துரத்தி அடித்தீர்கள்... மாற்றுக் கருத்து கொண்டவர்களைக் கொன்றீர்கள்... சிறார்களின் கையில் ஆயுதங்களைக் கொடுத்து போர்க்களத்துக்கு அனுப்பி பலி கொடுத்தீர்கள். இவையெல்லாம் செய்யாமல் இருந்திருந்தால் பிரச்னை இந்த அளவுக்கு மோசமாகியிருக்காதே.

**ஈழம்** : நீங்கள் ஒரு விஷயத்தை யோசித்துப் பார்க்க வேண்டும். போர்க்களம் என்பது மிகவும் கொடூரமான ஒன்று. அதிலும் சிங்கள காடைகள் இருக்கிறார்களே அவர்களைப் போன்ற கொடிய அரக்கர் கூட்டத்தை எதிர்த்துப் போராடும்போது மிகவும் எச்சரிக்கையாக, ஒற்றுமையாக இருந்தாக வேண்டியிருக் கிறது. நான் இறந்தால் என் கண்களை யாருக்காவது பொருத்துங்கள். அவர்கள் மூலம் மலரப் போகும் ஈழத்தைப் பார்த்துக் கொள்கிறேன் என்று சொன்னவனின்

கண்களை உயிருடன் இருந்தபோதே கதறக் கதறத் தோண்டி எடுத்து பூட்ஸ் காலில் போட்டு நசுக்கி கொன்ற கொடூரர்கள். கையில் துவக்குடனும் கழுத்தில் சயனைட் குப்பியுடன் பிறக்க நேர்ந்த தமிழ் தலைமுறை பற்றி உங்களுக்குத் தெரிந்திருக்கும்தானே?

போராளிகளின் இருப்பிடங்கள், பணம் கிடைக்கும் வழிகள், ஆயுதங்கள் கிடைக்கும்விதம், போர் வியூகம், மறைமுகமாக உதவுபவர்கள் யார் யார்... என எத்தனையோ விஷயங்களை ரகசியமாகப் பாதுகாத்தாக வேண்டியிருக்கிறது. இந்த நிலையில் உளவாளிகளும் மாற்றுக்கருத்து கொண்டு பிரிபவர்களும் நிலத்தில் புதைக்கப்படும் கண்ணிவெடியை விட அபாயகரமானவர்கள். எந்த நேரத்திலும் அவர்கள் மூலம் ஆபத்து வரலாம். அந்த பயம் இருக்கிறதே அதைப்போல் கொடிய விஷயம் இந்த உலகில் வேறெதுவும் இருக்க முடியாது.

இலக்கும் தீர்மானிக்கப்பட்டுவிட்டது. வழிமுறையும் தேர்ந்தெடுத்தாயிற்று. எதிரி யார் என்பதும் நன்கு தெரியும். போர்க்களத்துக்கு வந்த பிறகு நீங்கள் செய்ய வேண்டியதெல் லாம் எதிரில் இருப்பவனை சுட்டு வீழ்த்தவேண்டியதுதான். அங்கு எந்த சந்தேகத்துக்கோ கேள்விக்கோ தயக்கத்துக்கோ பின்வாங்கலுக்கோ இடம் கிடையாது. அப்படி உனக்கு தைரியம் இல்லை என்றால் நீ போர்க்களத்தை விட்டு வெளியே சென்றுவிடு. போர்க்களத்தில் ஆயுதத்துடன் இறங்கிவிட்டு எதிரியைச் சுடாமல், 'நான் என்ன சொல்ல வர்றேன்னா...' என்று திரும்பிப் பார்த்து பேச ஆரம்பித்தால் பயம் வரத்தான் செய்யும். உன்னுடைய ஒவ்வொரு தயக்கமும் பின்வாங்கலும் இன்னொரு பேரழிவைக் கொண்டுவரும். எனவே, சில கடுமையான ஒழுங்கைக் கொண்டுவந்தாக வேண்டியிருக்கிறது.

அமைதி நிலவும் நாடுகளில் நடக்கும் கட்சிகள், அமைப்புகள், நிறுவனங்கள் ஆகியவற்றில் உள் அரசியல்கள், அதிருப்திகள், போட்டுக் கொடுத்தல்கள், காலை வாருதல்கள், கட்சித் தாவல்கள் என எத்தனையோ நடந்துவருகின்றன. இன்று என் பக்கம் இருப்பவர் நாளை எதிர்பக்கம் போவதால் பெரிய இழப்பு ஒன்றும் நேர்ந்துவிடாது எனக்கு. அப்படி இருக்கும் நிலையிலுமே மாற்றுக்கருத்தை சகித்துக் கொள்ளமுடியாமல் வெட்டிக் கொல்வது, தீவைத்துக் கொல்வது என சம்பவங்கள் நடந்துவருகின்றன. ஆனால், போர்க்களமோ இதைவிட நூறு மடங்கு அபாயகரமானது. ரகசியக் கோட்டையின் ஒற்றைச்

செங்கல் உருவப்படுகின்றதென்றால்கூட அது உள்ளே நடக்கும் அனைத்தையும் வெளியே தெரியவைத்துவிடும். கோட்டையின் விரிசல்கள் அது எத்துணை சிறியதாக இருந்தாலும் உடனடியாக சரி செய்யப்பட்டுவிடவேண்டும். பெரிய கப்பலை மூழ்கடிக்க சிறிய துவாரமே போதும்.

இப்படியான நிலையில் ஒவ்வொருவரும் ஒவ்வொரு நிமிடமும் ஒவ்வொருவருக்கும் தங்கள் நேர்மையை நிரூபித்துக்கொண்டே இருக்க வேண்டியிருக்கிறது. இலக்குக்கான விசுவாசத்தை உரத்து முழங்கிக்கொண்டே இருக்க வேண்டியிருக்கிறது. இதைச் செய்யத் தவறும்போது சில துரதிஷ்டவசமான நிகழ்வுகள் தவிர்க்க முடியாமல் போய்விடுவதுண்டு.

ஒரு இசை நிகழ்ச்சியை எடுத்துக் கொள்ளுங்கள். உங்களுக்கு உகந்த கருவியைத் தேர்ந்தெடுக்கும் உரிமை உங்களுக்கு தரப்பட்டிருக்கும். ஆனால், உங்கள் முன்னால் இருக்கும் பலகையில் நீங்கள் வாசிக்க வேண்டிய குறிப்புகள் அழகாக, தெளிவாக அச்சிடப்பட்டிருக்கும். அனைவரும் 'ச...' என்று இசைக்கும்போது நீங்களும் 'ச' என்றுதான் இசைத்தாக வேண்டும். அப்போது பார்த்து 'ரீ' என்று இழுத்தால் இசை நிகழ்ச்சி இம்சை நிகழ்ச்சி ஆகிவிடும். கேவலம் ஒரு இசை நிகழ்ச்சிக்கே இத்தனை இறுக்கமான விதிகளும் நடைமுறைகளும் இருக்கும்போது வாழ்வுக்கும் சாவுக்கும் இடையிலான மாபெரும் சங்கீதமான போரில் எத்தனை கண்டிப்பும் ஒழுங்கும் இருந்தாக வேண்டியிருக்கும்... அதில் நேரும் எந்தவொரு சிறிய இசைகேடும் ஒருபோதும் சரி செய்ய முடியாத அபஸ்வரமாகப் போய்விடும். போரை நடத்தும் தலைவன், அவன் விரும்பாவிட்டாலும் சர்வாதிகாரியாகத்தான் இருந்தாக வேண்டி இருக்கிறது. எல்லாரையும் சந்தேகக் கண் கொண்டு பார்த்தாக வேண்டியிருக்கிறது. அது அவனுடைய குற்றம் அல்ல... போரின் இயல்பு அது... இறக்க நேர்பவர் களைப் பற்றி அவன் கவலைப்பட்டுக் கொண்டிருக்க முடியாது. உயிருடன் இருப்பவர்களைப் பற்றித்தான் அவன் சிந்தித்தாக வேண்டிவரும்.

இஸ்லாமியர்கள் தமிழ்தான் பேசினார்கள். அந்த வகையில் அவர்கள் தமிழர்களின் போராட்டத்தைத்தான் ஆதரித்திருக்க வேண்டும். நாங்கள் முதலில் இஸ்லாமியர்கள். அதன் பிறகுதான் தமிழர்கள் என்றார்கள். அதுவே மாபெரும் தவறு. சிங்களர் களுக்கு உளவு வேலை பார்த்ததோடு நிற்காமல் ஆயுதங்களை ஏந்தி

தமிழர்களைக் கொல்லவும் ஆரம்பித்தார்கள். அதனால், அவர்களை விரட்ட வேண்டி வந்தது. ஆனால், அந்த நிகழ்வுக்கு எத்தனை முறை மன்னிப்பும் கேட்டுவிட்டோம்.

போர்க்கால ஜனநாயகம் என்பது வேறு. சாதாரண கால ஜனநாயகம் என்பது வேறு. அதிலும் இந்த ஜனநாயகக் கூக்குரல்களை எழுப்பும் ஒருவர் பள்ளிக்கூட மைதானத்தில் கொடி மரத்தின் முன்னால் சீருடையில் சிதறிக் கிடக்கும் சிறுவர்களைப் பார்த்துவிட்டுச் சொல்லவேண்டும். பால் அருந்திய மார்பில் ரத்தம் கசிவது புரியாமல் கதறும் பச்சிளம் குழந்தையைப் பார்த்துவிட்டுச் சொல்லவேண்டும். ஷெல் வீச்சில் குழந்தை சிதறிப் போனது நினைவில்லாமல் அள்ளிக் குவித்த துண்டங்களை தூளியில் போட்டு தாலாட்டிக் கொண்டிருக்கும் சித்தம் கலங்கிய தாயைப் பார்த்துவிட்டுச் சொல்லவேண்டும். பீரங்கி வண்டிகள் செம்மண் சாலையில் உருவாக்கிய தடங்களில் தேங்கிக் கிடக்கும் ரத்தத்தில் நடுங்கும் நிலவின் பிம்பத்தைப் பார்த்துவிட்டுச் சொல்லவேண்டும்.

சிறார்களின் கையில் ஆயுதங்களை நாங்களா கொடுத்தோம். அம்மாவும் சகோதரிகளும் தன் கண் முன்னே கற்பழிக்கப் படுவதைப் பார்க்கும் சிறுவன் தனக்கான ஆயுதத்தைத் தானே தூக்கிக் கொள்கிறான். தந்தையும் சகோதரனும் கண் முன்னே கொல்லப்படுவதைப் பார்க்கும் பெண் தானாகவே பெண் புலியாகிறாள். ஒன்றுதெரியுமா... இந்த உலகில் எந்தவொரு போராளிப் படையிலும் இத்தனை பெண்கள் ஆயுதம் தாங்கிக் களம் புகுந்ததில்லை. இதில் இருந்தே எங்கள் பக்கம் இருந்த நியாயத்தை ஒருவர் புரிந்துகொள்ளமுடியும்.

ஒவ்வொரு நாட்டில் இருப்பவர்களையும் பொதுவாக இரண்டு பிரிவாகப் பிரிப்பார்கள். வறுமைக் கோட்டுக்குக் கீழே இருப்பவர்கள்; அதற்கு மேலே வசிப்பவர்கள் என்று. ஆனால், எங்கள் ஊரில் இருப்பவர்களைக் கொல்லப்பட்டவர்கள், கொல்லப்படப் போகிறவர்கள் என்றுதான் பிரிக்க முடியும். மரணம் என்பது மனித வாழ்வில் மிகவும் தவிர்க்க முடியாத ஒன்றுதான். ஒவ்வொருவரும் பிறந்த உடனேயே அவரவருக்கான மரணக் கழுகு அதி உயரத்தில் வட்டமிட்டபடி பின் தொடர ஆரம்பித்துவிடும். அதன் நிழலை 50-60 வயது வரை யாரும் பார்க்கவே முடியாது. அதன் பிறகுதான் முதல் முதலாகக் அந்தக் கழுகு, கண்ணில் படும் தொலைவில் பறக்கத் தொடங்கும். பிறகு மெதுவாக வீட்டின் பின்வாசல் மரத்தில் வந்து

உட்காரும். 60 வயதுக்கு மேல் ஆனதும் கிணற்றடியில் வந்து அமரும். மூடப்பட்ட பின் வாசல் கதவைத் தன் கூர்மையான நகங்களால் தட்டித் திறக்கும். 70-80 ஆனதும் ஒவ்வொரு அடியாக எடுத்து வத்தபடி வீட்டுக்குள் நுழையும். தத்தித் தத்தி குறுக்கும் நெடுக்குமாக நடக்கும். மெள்ளத் தலைமாட்டில் வந்து உட்காரும். அதன் சுவாசம் முதன் முறையாக நம் சுருக்கம் விழுந்த முகத்தில் அப்போதுதான் படும்.

இரவுகளில் நாம் தூங்கும்போது கண் விழித்தபடி பக்கத்தில் உட்கார்ந்து உற்றுப் பார்த்துக்கொண்டிருக்கும். யாரும் எதிர்பார்க்காத நேரத்தில் கால் விரல்களை உடல் முழுவதுமாக விரித்து உயிரை மட்டும் தூக்கிக் கொண்டு திரும்பி வரமுடியாத தேசத்துக்கு பறந்துசென்றுவிடும். இதுதான் உலகம் முழுவதுமான வழக்கம். ஆனால், ஈழத்தில் அப்படி அல்ல. மரணக் கழுகுகள் ஒவ்வொன்றும் ஒவ்வொருவருடைய தலைக்கு மேலே வெகு அருகில் வட்டமிட்டுக் கொண்டிருக்கும். பிறந்த குழந்தைகளின் ஏன் கருப்பையில் இருக்கும் குழந்தைகளின் மீது கூட அதன் நிழல் படிந்திருக்கும். சிலரது தோளில் அமர்ந்து கொண்டிருக்கும். லேசாகத் திரும்பினால் அதன் கோரமான கண்கள் மின்னுவதைப் பார்க்க முடியும். அதன் மூச்சுக் காற்று பிடரியில் ஒவ்வொரு நிமிடமும் 'புஸ் புஸ்' என்று ஒலித்துக் கொண்டிருக்கும். மரணக் கழுகுகளின் பரந்து விரிந்த சிறகுகளின் நிழல், ஈழத்தின் மீது நிரந்தரமாகக் கவிழ்ந்து கிடந்தது. வெடிகுண்டு அல்லது துப்பாக்கி சூட்டில் உடனே இறப்பவர்கள். காயம் பட்டு சிறுகச் சிறுக இறப்பவர்கள்... சித்திரவதைக்குப் பின் இறப்பவர்கள். பட்டினியால் இறப்பவர்கள். இருக்கும் திசையெல்லாம் வாசல் கொண்ட மரண வனம் எங்கள் தேசம்.

அது சரி... புலிகள் யாரைக் கொன்றார்கள். துரோகிகளைக் கொன்றார்கள். உளவாளிகளைக் கொன்றார்கள். தனி நாடு வேண்டாம் என்று சொன்னவர்களைக் கொன்றார்கள். இலங்கை அரசு தருவதை வாங்கிக்கொண்டு வெந்ததை தின்று விதி வந்தால் சாவோம் என்று சொன்னவர்களைக் கொன்றார்கள். அதில் என்ன தவறு இருக்கிறது? எதிரியைவிட துரோகிகளும் துரோகிகளைவிடக் கோழைகளும் மோசமானவர்கள் அல்லவா. இத்தனை இழப்புக்குப் பிறகு ஈழம் வேண்டாம் என்று சொல்ல யாருக்கு உரிமை இருக்கிறது? புலிகள் எடுத்த எடுப்பிலேயா தனி நாடு கோரினார்கள். எத்தனையோ கோரிக்கைகளை முன் வைத்து எதுவுமே கிடைக்காமல் போனதால்தானே தனி நாடு கோரிக்கையை முன்வைத்தார்கள்.

ஆள்வதற்கு ஐந்து தேசங்களைக் கொடு... முடியாதென்றால் ஐந்து ஊர்களையாவது கொடு... அதுவும் முடியாதென்றால் ஐந்து வீடுகளையாவது கொடு என்று கெஞ்சிக் கேட்டும் எதுவும் கிடைக்காமல் போனதால்தானே நிச்சயிக்கப்பட்டது குரு க்ஷேத்திர யுத்தம். யுத்தம் என்று ஆரம்பித்த பின் நேர்ந்த இழப்பைப் பார்த்துவிட்டு அந்த தருமன்கூடச் சொல்ல வில்லையே, தருவதை வாங்கிக்கொண்டு போய்விடுவோம் என்று. அப்படிப் போவதாக இருந்தால் போரை ஆரம்பித் திருக்கவே வேண்டாமே. வேண்டுமென்றால் ஆரம்பித்து, போதுமன்றால் நிறுத்திக்கொள்ள இதென்ன விளையாட்டா... போர் நண்பர்களே போர். இதில் ஒன்று அவன் வெல்ல வேண்டும். அல்லது நாம் வெல்லவேண்டும். இந்த பூமியில் அவன் இருக்கவேண்டும் அல்லது நாம் இருக்கவேண்டும். அவன் இருந்தால் நாம் இருக்க முடியாது என்றான பின் நாம் இருக்க அவனை இல்லாமல் ஆக்கித்தானே ஆகவேண்டும். எதிர்த்தோம்... அதனால் அல்லவா இது நாள்வரை இருந்தோம்.

துரோகத்தின் வரலாறுகளைப் புரட்டிப் பாருங்கள்... புலிகளின் செயல்கள் உங்களுக்குப் புரியவரும். ராசீவ் காந்தியும் செயவர்த்த னேயும் அகிம்சை வழியில் தீர்வை முன்வைத்தார்களாம்... பிரபாகரன் அதை மீறிவிட்டாராம். 1987 ஒப்பந்தம் எதை முன் வைத்தது தெரியுமா... போராட்டக்குழுவினர் ஆயுதங்களைக் கீழே போடவேண்டும்... இலங்கை அரசு கிழக்கு வடக்கை இணைத்து தனி மாநிலமாக அறிவிக்கும். தமிழ் பகுதிக்கு சுய நிர்ணய உரிமையைத் தரும். சம உரிமைக்கு வழி செய்து தரும். இந்திய அரசு தேவைப்பட்டால் இலங்கைக்கு ராணுவ உதவிகள் செய்து தரும். இதுதான் இலங்கையில் அமைதி திரும்பச் செய்து கொள்ளப்பட்ட ஒப்பந்தம். தம்பியைச் சிறைப்பிடித்து அந்த ஒப்பந்தத்தை ஏற்றுக் கொள்ளவைத்தார்கள். இந்தியாவை நம்பி விடுதலைப் புலிகள் போர் நிறுத்தம் அறிவித்தனர். இந்திய அரசு இலங்கைக்கு அமைதிப் படை என்ற பெயரில் ராணுவத்தை அனுப்பியது. ஆனால், சுய நிர்ணய உரிமையும் தரப்பட வில்லை. சம உரிமைக்கு வழி செய்தும் தரவில்லை. அது மட்டுமா நடந்தது. நடுநிலை என்ற போர்வையில் களம் இறங்கிய இந்திய அமைதிப் படை, தமிழர்களுக்கு எதிரான வன்முறையில் இறங்க ஆரம்பித்தது.

இந்திய ராணுவத்திடம் இருக்கும் ஆயுதங்கள் தமிழர்களைக் காப்பாற்றும் என்ற நம்பிக்கையில்தான் விடுதலைப் புலிகள் தங்கள்

ஆயுதங்களைக் கீழே போட்டனர். ஆனால், இந்திய ஆயுதங்கள் தமிழர்களை நோக்கித் திரும்ப ஆரம்பித்தன. ராணுவம் தமிழ் பெண்களைக் கற்பழிக்க ஆரம்பித்தது. புலிகள் மீண்டும் ஆயுதங்களைக் கையில் ஏந்த வேண்டி வந்தது. சிங்களக் காடை ஜெயவர்த்தனே, தான் ஆரம்பித்த போரை அமைதிக்கான போர் என்று வர்ணித்தான். உண்மைதான்... தமிழர்கள் அனைவரையும் கொன்று குவித்துவிட்டால் அதன் பிறகு அமைதி தானாகத் திரும்பிவிடுமே. இந்த நாசகரத் திட்டத்துக்கு நீயும் உடந்தையாக இருந்தாய். உனக்கான சந்தன மாலையின் கண்ணிகளை எண்ணி எண்ணிக் கோர்த்தது நீதானே. உமக்கான சவப் பெட்டிகளின் ஆணிகளை ஒவ்வொன்றாக எடுத்துக் கொடுத்தது நீவிர்தானே.

***யாழினி :*** *என்னதான் கருத்து வேறுபாடு இருந்தாலும் ராஜீவ் காந்தியைக் கொன்றது மிகப் பெரிய தவறுதானே*

**புலி** : ராசீவ் காந்தியின் மரணம் மிகவும் துரதிஷ்டகரமான நிகழ்வு. இதற்கு முன்னாலும் சிங்கள ராணுவ அணி வகுப்பின் போது ஒருமுறை அவர் மீது கொலை முயற்சி மேற்கொள்ளப் பட்டது. ரகசியமாகவெல்லாம் இல்லை. ஒட்டு மொத்த உலகமே பார்க்கும் நிலையில் மேற்கொள்ளப்பட்டது. இந்திராவைக் கொன்றது ஒரு சீக்கியர் என்பதால் சீக்கியர்கள் மேல் கட்டவிழ்த்துவிடப்பட்ட கொலை வெறித் தாக்குதலால் அவர் மீது கோபம் கொண்டவர்கள் எத்தனையோ பேர் இருந்தனர். பாலஸ்தீன அதிபர் கூட ராசீவிடம் ஒரு சதித்திட்டம் குறித்து எச்சரிக்கை விடுத்திருந்தார்.

இன்னும் சொல்லப் போனால் ராசீவின் மரணத்தால் பலனடைந்த வேறு பலரும் இருக்கிறார்கள். அவர்களில் யார் வேண்டுமானாலும் அந்தக் கொலையைச் செய்திருக்கக்கூடும். ஆனால், திட்டமிட்டே புலிகள் மீது அவப்பழி போடப்பட்டது. ஆனால், அவரைக் கொல்வதற்கு புலிகளுக்கு 100 சதவிகித காரணங்கள் இருந்ததும் உண்மையே. அமைதிப்படை என்ற பெயரில் இந்திய ராணுவம் ஈழத் தமிழ் பெண்களைக் கதறக் கதறக் கற்பழித்ததற்கும் அப்பாவிகளைக் கொன்றதற்கும் கணக்குப் பார்த்து பழி தீர்ப்பதென்றால் ராசீவ் இன்னும் பல ஜென்மங்கள் எடுத்து வர வேண்டியிருக்கும்.

பிரேமதாசன்... பேரைப் பாருங்கள். எவ்வளவு இனிமையான பெயர்... இந்தப் பெயரை வைத்துக் கொண்டு எத்தனை அராஜகங்கள்

புரிந்தாய்... பிரேமத்தின் தாசனாக இருக்க வேண்டியவன் பிரேதத்தின் தாசனாக மாறியதால் அவனுக்கான தீர்ப்பு அவனது மொழியிலேயே வழங்கப்பட்டது.

இலங்கை அரசின் போர் யாரோடு... புலிகளோடுதானே. புலிகள் அதைத்தானே செய்தார்கள். அப்பாவிகளை அவர்கள் ஒருபோதும் தாக்கியதில்லையே. இலங்கை அரசு நியாயமான போரை நடத்துகிறது என்றால் சர்வதேச அமைப்புகளை ஏன் வெளியேற்றியது. நடுநிலையான பத்திரிகையாளர்களை ஏன் கொன்றது? பாதுகாப்பு வளையம் என்பது உண்மையிலேயே பாதுகாப்புக்கானது என்றால் நடுநிலையான பார்வையாளர்களை அங்கு அனுமதிக்க மறுத்தது ஏன்? உலக நாடுகள் அனைத்தும் இதைக் கண்டித்த பிறகும்கூட இந்திய அரசு இந்த சதிவேலைகள் குறித்து எந்த விமர்சனமும் எழுப்பவில்லையே. ஏன்?

கடைசிக் கட்டப் போரில் புலிகள் வசம் 70,000 பேர் சிக்கி இருக்கிறார்கள் என்று சிங்கள அரசு சொன்னது. இந்திய உள்துறை அமைச்சரும் அதையே வழிமொழிந்தார். சர்வதேச அமைப்புகளும் பிற ஊடகங்களும் குறைந்தது அங்கு இரண்டு லட்சத்துக்கும் அதிகமானவர்கள் சிக்கி இருக்கக்கூடும் என்று சொல்லிவந்தது. அதை அன்று இந்திய அரசு பொருட்படுத்த வில்லை. அதன் பிறகு இலங்கை அரசு எண்பதாயிரம் அப்பாவிகளை மீட்டதாகச் சொன்னது. இந்திய அரசும் அதை தனது ராஜாங்க நடவடிக்கைகளுக்குக் கிடைத்த வெற்றி என்று மார்தட்டிக் கொண்டது.

எழுபதாயிரம் பேர் இருந்த இடத்தில் இருந்து 80000 பேரை எப்படி ஐயா மீட்டீர்கள். இன்னும் 20000 பேர் அங்கு இருப்பதாகவும் அவர்களையும் மீட்டுவிடுவோம் என்றும் சொன்னார்கள். அப்படியானால் அங்கு இருந்தவர்களின் மொத்த எண்ணிக்கை தான் என்ன? இதற்கு முன்னால் 70000 பேர்தான் இருப்பதாகச் சொன்னார்களே... எஞ்சிய நபர்களைக் கொன்று குவித்திட திட்டமிட்டிருந்தார்களா? அமெரிக்கா, இங்கிலாந்து போன்ற நாடுகள் எச்சரித்ததும் பதுங்கிவிட்டார்களா?

இலங்கையின் இந்த கபட நாடகங்களைக் கண்டும் காணாதது போல் ஏன் இந்தியா இருந்தது? இந்த நாடகத்தை எழுதி இயக்கியதே இந்திய அரசிதானா? இறையாண்மை குறித்து இயம்புவதெல்லாம் நாடகத்தின்

நாசூக்கான வசனங்கள்தானா? சர்வ தேச விசாரணைக்கும் பொது வாக்கெடுப்புக்கும் உத்தர விடச் சொல்லக்கூட வக்கில்லாமல் வாய்மூடிக் கிடப்பதேன். கணவன் ஒருவனைக் கொன்றதற்காக ஒட்டுமொத்த தமிழினத்தையும் பூண்டோடு கருவறுக்கத் தீட்டம் தீட்டினாளா தியாகத்தின் திரு உருவம்? இத்தாலியப் பத்தினித் தெய்வம் இலங்கைத் தமிழர்களைப் பழி வாங்கிவிட்டிருக்கிறதா? மார்பைத் திருகி எறிந்து சூளுரைத்த காவிய நாயகி கண்ணகிகூட அறவோர்களையும் அந்தணர்களையும் குழந்தைகளையும் பெண்டிரையும் முதியோரையும் விட்டுவிடச் சொன்னாளே அவள் உருவாக்கிய அழிவுத் தீயிடம். இந்த நவீன கிராதகி ஒட்டு மொத்தத் தமிழினத்தையும் உயிரோடு கொல்ல உத்தர விட்டாளா? உலகம் ஒன்றை மட்டும் புரிந்து கொள்ளவேண்டும். போரில் தோற்றிருக்கலாம். யுத்தம் ஓயவில்லை. புலி இன்று பதுங்கியிருக்கிறது. அது பாயும். அதன் கூர் நகங்களும் கோரைப் பற்களும் அநியாயத்தின் சதைப் பிண்டங்களைக் குத்திக் கிழிக்கும். நாங்கள் தோற்கவில்லை. எங்கள் வெற்றி தள்ளிப் போடப்பட்டிருக்கிறது. இந்த பூமியில் கடைசித் தமிழன் இருக்கும்வரையிலும் கடைசி சிங்களன் எஞ்சியிருக்கும் வரையிலும் இது தொடரும்.

குழந்தைகள் பேச்சு மூச்சற்று உட்கார்ந்திருக்கின்றன.

***

9

# புத்தம் மரணம் கச்சாமி

எலும்புக் கூடுகளையும் மண்டையோடுகளையும் வைத்து ஒரு மாளிகை கட்டிக் கொண்டிருக்கிறார்கள். சதைத்துணுக்குகளை ரத்தத்தில் கலந்து சுவர் எழுப்புகிறார்கள். உயிருடன் இருப்பவர்களை நிற்க வைத்து தூண்கள் எழுப்புகிறார்கள். பாதிரியார்போல் முழு அங்கி அணிந்த ஒருவர் வேலைகளை மும்மரமாக மேற்பார்வையிடுகிறார். குழந்தைகள் அவருடைய கைக்கு எட்டாத தூரத்தில் நின்றுகொண்டு பேசுகிறார்கள்.

**யாழினி** : நீங்கள் செய்வது உங்களுக்கே நன்றாக இருக்கிறதா?

**மேற்பார்வையிடுபவர் (இரண்டு அடி பின்னால் வந்து பார்க்கிறார். தூணாக நிறுத்தப்பட்ட ஒருவரின் தலை தொய்ந்து கிடப்பதைப் பார்க்கிறார்)** : ஆமாம் நீங்கள் சொல்வது சரிதான் (சொல்லியபடியே தலையை நேராக நிமிர்த்துகிறார்) இப்ப சரியா?

**யாழினி** : நரகத்தில்கூட இப்படி நடக்காது.

**சட்டென்று திரும்பிப் பார்ப்பவர், மெள்ளப் புன்னகைக்கிறார்** : பாராட்டுகளுக்கு நன்றி குழந்தைகளே...

குழந்தைகள் திடுக்கிடுகின்றன.

**இர்ஃபான்** : நாங்கள் உங்களிடம் ஒரு விஷயம் கேட்க வந்தோம்.

**மேற்பார்வையிடுபவர்** : தனி நாட்டைத் தவிர வேறு எது வேண்டுமானாலும் கேள். தயங்காமல் தருவேன்.

**இர்ஃபான்** : நாங்கள் இழந்ததை மீட்டுக் கொடுங்கள்.

**மேற்பார்வையிடுபவர்** : பறித்தவனிடம் போய்க் கேளுங்கள்.

**தில்ஷன்** : அதனால்தான் இங்கு வந்திருக்கிறோம்.

**மேற்பார்வையிடுபவர்** : உங்களுக்கு துணிச்சல் மட்டுமல்ல... நல்ல நகைச்சுவை உணர்ச்சியும் இருக்கிறது. ஆனால், என்ன செய்ய? இருக்கும் இடத்தை விட்டு இல்லாத இடம் தேடி எங்கெங்கோ அலைகிறீர்களே ஞானத் தங்கங்களே.

**யாழினி** : இல்லை. நாங்கள் சரியான இடத்துக்குத்தான் வந்திருக்கிறோம். பிரச்னையை நேற்று ஆரம்பித்ததும் நீங்கள்தான். இன்று நடத்துவதும் நீங்கள்தான். நாளை நடத்தப் போவதும் நீங்கள்தான்.

**மேற்பார்வையிடுபவர்** : இல்லை குழந்தைகளே... நான் நெற்கதிர்கள் செழித்து வளர வேண்டுமென்று களைகளைக் கொய்யும் எளிய விவசாயி அம்மா. இன்னும் சொல்லப் போனால் பறித்த களைகளைக்கூட வேலியிட்டு ஓரிடத்தில் பத்திரமாக வளர்க்கும் பரிதாபத்துக்குரியவன்.

யாழினி எங்களைப் போன்ற பச்சிளம் குருத்துகளையும் சேர்த்தே பறித்து எறிந்தது ஏன்? எங்கள் கரும்பலகைகளை சவப்பெட்டிகளாக்கியது ஏன்?

என்ன செய்வது குழந்தாய். உங்களைப் போன்ற சிறுவர்கள் கைகளிலும் முளைத்திருந்தனவே துவக்குகள். உங்கள் கழுத்திலும் இருந்தனவே சயனைட் குப்பிகள். இந்த உலகில் சிறுவர்களைக் கொண்டு ஒரு கொலைப்படையை உருவாக்கிய ஒரு கொடிய எதிரியை எதிர்க்கவேண்டிவந்திருந்தது எமக்கு. கையில் சந்தனமாலை, முகத்தில் புன்முறுவல், இடுப்பில் பெல்ட் பாம் என இருக்கும் பெண்களுக்குப் பிறக்கும் குழந்தைகள் பின் எப்படி இருக்கும்? கொடும் துரோகத்தில் குஞ்சென்றும் மூப்பென்றும் உண்டோ?

சொந்த இனம் வந்த இனத்தால் வஞ்சிக்கப்பட்டதைப் பார்த்துக் கொண்டு நின்றவன். எம் முன்னோர்களை அடக்கி ஆண்டவன், எமது வீட்டில் கூலி வேலை செய்ய வந்தவனெல்லாம் வீட்டுக்கு வாரிசு என்று சொல்லிக்கொண்டு வருவதைப் பார்த்துக்கொண்டு நின்றவன். தேசிய கீதம் இரண்டு மொழிகளில் பாடப்படுவதைக் கேட்டு வளர நேர்ந்தவன். எனது தலைவர்களும், அமைச்சர்

களும், பிரதம மந்திரிகளும், சகோதர சகோதரிகளும் கண் முன்னே கொல்லப்படுவதைப் பார்த்துக்கொண்டு இருக்க நேர்ந்தவன். அதனால், இனி பொறுப்பதற்கில்லை என்று பொங்கி எழுந்தவன்.

ஒருகோணத்தில் பார்த்தால், இந்தப் பிரச்னையை இவ்வளவு வளரவிட்டிருக்கவே கூடாது. ஐநூறு வருடங்களுக்கு முன் யார் ஆண்டார்கள்... ஆயிரம் வருடங்களுக்கு முன் யார் ஆண்டார்கள் என்பதெல்லாம் நியாயமானவையே அல்ல. மன்னராட்சி முடிந்து மக்களாட்சி மலர்ந்தபோது என்னவிதமான சாசனத் துடன் ஒரு தேசம் உருவாகிறதோ அதுதான் அதன் புதிய அடையாளம். அதை அழிக்காமல் பார்த்துக்கொள்வதுதான் நவீன லட்சியமாக இருக்கவேண்டும். பழைய புண்களைக் கிளற ஆரம்பித்தால் எந்த நாடும் எந்த இனமும் நிம்மதியாக வாழவே முடியாது. 400 வருடங்களுக்கு முன்னால் அமெரிக்கா செவ்விந்தியப் பழங்குடிகளுக்குச் சொந்தமானதாக இருந்தது. இன்று அவர்கள் எல்லாரும் அமெரிக்கா எங்கள் தேசமல்ல... அமெரிக்கர்களே வெளியே போங்கள் என்று கூட்டமாகக் கொடிபிடித்தால் என்ன நடக்கும்? ஒருவகையில் அமெரிக்கர்கள் கில்லாடிகள். இதுபோல் பிரச்னை வரும் என்று முன்கூட்டியே தெரிந்துதான் ஒரேயடியாகப் பூர்வகுடிகளை அழித்தொழித்து விட்டார்கள். நாங்கள் அப்படிச் செய்திருக்கவில்லை. அதுதான் எங்கள் குற்றமாகிவிட்டது இல்லையா?

இந்தப் பிரச்னைக்கு யார் காரணம் என்ற கேள்வியே அபத்தமானது. சிங்களர்களின் சொந்த நாடான இலங்கையில் இரண்டுவிதமான தமிழர்கள்தான் இருக்கிறார்கள். ஒன்று பிரிட்டிஷார் காலத்தில், சொந்த நாட்டில் சோத்துக்கு வழி இல்லாததால், இலங்கைக்கு தேயிலைத் தோட்ட கூலி வேலைக்காக வந்தவர்கள். இன்னொரு பிரிவினர் தென்னிந்தியா விலிருந்து வந்து எம் மக்களை அடித்துக் கொன்று வலுக்கட்டய மாக எங்களுடைய பகுதியை ஆக்ரமித்துக் கொண்டவர்கள். இரண்டு தரப்பினருக்கும் எமது பூமியில் இருக்கவே அதிகாரம் கிடையாது. இந்தநிலையில் தனி நாடு வேண்டுமென்று கேட்டால்?

இன்னும் விரிவாகச் சொல்வதானால், இந்த இரண்டு தரப்பினரையும் நாங்கள் ஏற்றுக்கொண்டு வாழப் பழகியிருந் தோம். ஏனென்றால், நாங்கள் பவுத்தத்தைப் பின்பற்றுபவர்கள். அஹிம்சையை போதித்தவரின் வழி வந்தவர்கள். உலகுக்கே

அஹிம்சையை போதித்த புத்த பெருமானின் கைகளில் ஆயுதத்தைத் திணித்தது யார்? இதற்கான விடை கிடைக்க வேண்டுமானால் நீங்கள் இலங்கை பற்றி ஓரளவுக்காவது தெரிந்துகொள்ளவேண்டும்.

1981-ல் கடைசியாக இலங்கையில் கணக்கெடுப்பு நடத்தப்பட்டது. ஒரு நியாயமற்ற போரை புலிகள் ஆரம்பித்து விட்டதால் அதற்குப் பிறகு கணக்கெடுப்பு நடத்தப்படவில்லை. ஆனால், போரை ஆரம்பித்தபோது புலிகள் சில காரணங்களைச் சொன்னார்கள். தமிழர்களுக்கு கல்வியில் உரிமை மறுக்கப்படு கிறது. மருத்துவ வசதிகள் போன்ற அடிப்படை விஷயங்கள் கிடைக்கவில்லை. உயர்மட்ட வேலைகள் தமிழர்களுக்கு மறுக்கப்படுகின்றன. தமிழர்கள் இரண்டாந்தரக் குடிமகனாக நடத்தப்படுகிறார்கள். அதனால் தமிழர்களின் உரிமைகளை வென்றெடுக்க நாங்கள் போரை ஆரம்பித்திருக்கிறோம்!

இந்த வாதத்தில் எவ்வளவு உண்மை இருக்கிறது என்று நீங்கள் யோசித்துப் பார்க்கவேண்டும். நாங்கள் அடக்கி ஒடுக்கியதால் நீங்கள் ஆயுதங்களை எடுத்தீர்களா? அல்லது நீங்கள் ஆயுதத்தை எடுத்ததால் நாங்கள் அடக்கி ஒடுக்க வேண்டி வந்ததா என்பது மிக முக்கியமான கேள்வி. இதற்கு விடை தெரியவேண்டு மானால் 1981 கணக்கெடுப்பை ஒருவர் நன்கு படிக்கவேண்டும்.

அப்போது இலங்கையில் பவுத்தர்கள் 70 சதவிகிதம் இருந்தார்கள். இனரீதியாகச் சொல்வதானால் அவர்கள் சிங்களர்கள். இந்துக்கள் அதாவது தமிழர்கள் 15 சதவிகிதம் இருந்தார்கள். எஞ்சிய 15 சதவிகிதத்தினரில் கிறிஸ்தவர்கள், முஸ்லீம்கள் இருந்தனர். தமிழர்களில் 66 சதவிகிதத்தினர் இலங்கையின் வடக்கு, கிழக்கு பகுதியில் இருந்தனர். எஞ்சிய 33 சதவிகித தமிழர்கள் அமைதியாக, அன்பாக இலங்கையின் எஞ்சிய பகுதியில் அதாவது சிங்களர்கள் அதிகமாக இருந்த பகுதிகளில் வசித்தனர். தமிழர்கள் பெரும்பான்மையாக இருந்த வடக்கு, கிழக்கு பகுதியில் 3% சிங்களர்கள் மட்டுமே வசித்தனர். அவர்களும் காலப்போக்கில் இடம்பெயர்ந்துவிட்டனர். அல்லது பெயர்க்கப்பட்டுவிட்டனர்.

கல்வி மறுக்கப்பட்டது என்றொரு கதை சொல்கிறார்களே அதற்கு வருகிறேன். சுமார் 15 சதவிகிதம் மட்டுமே இருந்த தமிழர்கள் மருத்துவம் (42%), கால்நடை மருத்துவம் (50%), பொறியியல் (35%), விவசாயம் (30), கட்டுமானப் பொறியியல் (37%), பல் மருத்துவம் (62),

பயோ சயின்ஸ் *(33%)* என பல்கலைகழகத்தில் இடம் பெற்றிருந்தனர். இதையா சிங்கள ஒடுக்குதல் என்கிறீர்கள்?

பொதுப்பணித்துறையில் அவர்களுடைய பங்கு என்னவாக இருந்தது தெரியுமா? பொறியாளர்கள் *(44%)*, சர்வேயர்கள் *(30%)*, மருத்துவர்கள் *(35%)*, பல் மருத்துவர்கள் *(25%)*, விஞ்ஞானிகள் *(42%)*, பல்கலைக்கழக ஆசிரியர்கள் *(25%)*, நீதித்துறைப் பணியாளர்கள் *(17%)*, அக்கவுன்டன்ட்கள் *(33%)* என சமூகத்தின் அனைத்து உயர் மட்டப் பணிகளிலும் அவர்களுடைய பங்கு அவர்களுடைய மக்கள் தொகை சதவிகிதத்தைவிட பல மடங்கு அதிகமாகவே இருந்தன. ஒரு சிறுபான்மை இனம் அதிகப்படியான பிரதிநிதித்துவத்தைப் பெற்றிருப்பதா அடக்குமுறை?

1983-ல் 15 கேபினட் அமைச்சர்களில் 3 பேர் தமிழர்களாக இருந்தனர். சீனா, ஃபிரான்ஸ், பிரிட்டன், மேற்கு ஜெர்மனி மற்றும் பல நாடுகளின் இலங்கை அரசின் சார்பிலான வெளியுறவுத்துறை அமைச்சராக இருந்தவர்கள் அனைவரும் தமிழர்கள். சிங்களர்கள் தமிழர்களை நம்பினார்கள்... தலையில் தூக்கிவைத்துக் கொண்டாடினார்கள். அதைத்தான் அடக்கு முறை, ஒடுக்குமுறை என்று சொல்லி விடுதலைப் புலிகள் போர் பிரகடனம் செய்தார்கள். ஒரு பெரும்பான்மை இனம் சிறுபான்மை இனத்திடம் இதைவிட இதமாக நடந்துகொள்ள முடியுமா? பாம்புக்கு பால் ஊற்றி வளர்த்தாலும் அது கொத்தத்தான் செய்யும்... அப்படி அது செய்யும்போது அதுவரை பால் ஊற்றி வந்தவர்களே அதை அடித்தும் கொல்வார்கள். தவறு யார் மீது?

பொதுவாக உலகில் நீதி, நியாயம் குறித்து ஒரே கோணத்தில் பார்க்கப்படுகிறது. எளியவன் அல்லது எண்ணிக்கையில் குறைவாக இருப்பவன் ஏதாவது தவறு செய்தால் அதை நாம் குற்றம் என்று சொல்வது கிடையாது. வலியவன் அல்லது எண்ணிக்கையில் அதிகமானவன் நல்லது செய்தால் அதையும் நாம் பாராட்டுவது கிடையாது. சரியோ தவறோ எளியவனைத் தலையில் வைத்துக்கொண்டு கொண்டாடு... அதுதான் முற்போக்கு... நற்போக்கு... இந்த அணுகுமுறை சரியே கிடையாது. பெரும்பான்மைக்கு சேவகம் செய்யச் சொல்லவில்லை. பெரும்பான்மைக்கும் சம வாய்ப்பு கொடு என்றுதானே நாங்கள் கேட்டோம்.

இன்று உலகமெங்கும் சிங்கள பேரினவாத அரசு குறித்து திட்டமிட்டு பொய்யுரைகள் பரப்படுகின்றன. சிறுபான்மை இனத்தை

நாங்கள் அடக்கி ஒடுக்குகிறோமாம். பாம்பு எண்ணிக்கையில் மிகவும் சொற்பமானவை. ஆனால், அதை மடியில் போட்டுக் கொஞ்ச முடியாது. ஏனென்றால், பாம்பு தன் உமிழ் நீரை மற்றவர்களின் உயிரைப் போக்கும் விஷமாக மாற்றி வைத்திருக்கிறது. அடித்துக் கொல்லப்படுவதில் இருந்து அது தப்பிக்க முடியாது. அதனுடன் சுமுகமான உறவு ஒருபோதும் சாத்தியமில்லை. ஏதோ நாம் பாட்டுக்கு வாழ்ந்துவிட்டுப் போவோம். அது பாட்டுக்கு வாழ்ந்துவிட்டுப் போகட்டும் என்று நாம் ஒருபோதும் நினைக்க முடியாது. நாம் கொல்லாவிட்டால் கொல்லப்பட்டுவிடுவோம். பாம்பைக் கொல்லும்போது அதை மறைத்துவைத்துப் பாதுகாக்கும் புதருக்கும் தீ வைத்தாக வேண்டியிருக்கிறது. தீப்பந்தத்துடன் வரும்போது பூவும் பிஞ்சுமாக, இளந்தளிர்களைக் காற்றில் அசைத்தபடி இருக்கும் புதர் செடிகளைப் பார்க்கும்போது, இந்தத் தளிர்களையா நாம் எரியூட்டப் போகிறோம் என்று எமக்கும் வலிக்கத்தான் செய்கிறது. ஆனால், என்ன செய்ய... பாம்புகள் பதுங்கியிருக்கும் புதர்கள் அல்லவா அவை.

விஷயம் மிகவும் எளிமையானதுதான். எமது முன்னோர்கள் சிந்திய ரத்தத்துக்கு இன்று நாங்கள் பதிலடி கொடுக்கிறோம். ராஜராஜன் தந்ததை ராஜபக்சே திருப்பித் தருகிறார். இது ஒரு கவித்துவமான நீதி... தினையை விதைத்தவன் தினையை அறுப்பான். வினையை விதைத்தவன் வினையை..! ஒரு பிரபாகரனுக்காக ஒட்டு மொத்த விடுதலைப் புலிகளும் தங்களை அழித்துக்கொள்ளத் தயார் என்றால் நாங்கள் என்ன செய்ய? உண்மையில் நாங்கள் தமிழர்களுக்கு எதிரிகள் அல்ல. ஈழப் பகுதியை மட்டுமல்ல, ஈழத்தில் விடுதலைப்புலிகளின் பிடியில் சிக்கித் தவிக்கும் தமிழர்களையும் காப்பாற்றத்தான் போராடினோம். தனி நாடு கேட்காத தமிழர்களை நாங்கள் ஒன்றும் செய்தது கிடையாது. இன்றும்கூட சிங்களர்கள் பெரும்பான்மையாக இருக்கும் கொழும்புவில் இருக்கும் தமிழர்கள் மிகவும் பாதுகாப்பாக இருக்கிறார்கள்.

தமிழர்களுக்குப் புரியும்வகையில் சொல்வதானால், உங்களு டைய தமிழகத்தை தெலுங்கர்கள் ஆட்சி செய்தனர். இன்றும் தமிழகத்தில் பல பகுதிகளில் அவர்கள் வசிக்கின்றனர். அந்தப் பகுதியில் வசிப்பவர்கள் எல்லாம் சேர்ந்து தனி நாடு கொடு என்று கேட்டால் நீங்கள் என்ன செய்வீர்கள்? ஆங்கிலேயர்கள் முன்பு ஆட்சி புரிந்தனர். இந்தியாவில் தங்கிவிட்ட ஆங்கிலோ இந்தியர்கள் வதவதவெனப் பெருகி நாட்டின் ஒரு பகுதியை அடைத்தபடி வளர்ந்துவிட்டு எமக்கு தனி நாடு கொடு

என்று கேட்டால் என்ன செய்வீர்கள்? அடித்துத் துரத்துவீர்கள் அல்லவா... அதைத்தான் நாங்கள் செய்கிறோம்.

இரண்டாம் தரக் குடிமகனாக நடத்தினார்கள்... அதனால்தான் தனி நாடு கேட்கிறோம் என்று ஒரு காரணம் சொல்கிறார்கள். ஆனால், உண்மையில் தமிழர்கள் எங்கள் தலையில் மிளகாய் அரைத்துக் கொண்டிருந்தனர். அரசு வேலைகளில், சொத்துக்கள் வைத்திருப்பதில், சமூக படிநிலைகளில் சிங்களர்களைவிட பல மடங்கு உயரத்திலிருந்தனர்.

உலகில் எந்த ஒரு இடத்தையும் எடுத்துப் பாருங்கள். பெரும் பான்மை எப்போதுமே பந்தயத்தில் பின்தங்கி இருந்ததாக சரித்திரமே கிடையாது. நாங்கள் தோற்கப்பட்டிருந்தோம். வெற்றி பெற விரும்பினோம். எங்களுடைய நாட்டில் எங்களுக்கான உரிமையை நாங்கள் போராடிப் பெற வேண்டி இருந்தது. இதைவிடக் கேவலம் வேறெதுவுமே இருக்க முடியாது.

சிங்களர்கள் அதிகமாக இருந்த பகுதிகளில் இருந்த கல்வி நிலையங்களில் சிங்களம், தமிழ், ஆங்கிலம் என மூன்று மொழிகளிலும் படிக்கும் வசதி இருந்தது. ஆனால் தமிழர்கள் அதிகமாக இருந்த பகுதியில் இருந்த கல்வி நிலையங்களில் தமிழ் மட்டுமே பயிற்று மொழியாக இருந்தது.

உங்களுக்கு ஒன்று தெரியுமா... தாயகப் பகுதியான தமிழகத்தில் கூட தாய்மொழிக் கல்வி என்பது முழுவீச்சில் இருந்தது கிடையாது. சேயகமான ஈழத்தில் அது உச்சத்தில் இருந்தது. ஈழத்தில் பொறியியல், மருத்துவப் படிப்பைக்கூட ஒரு தமிழர் தன் தாய் மொழியிலேயே படிக்க முடியும். அந்த அளவுக்கு அவர்களுக்கு உரிமையும் வளமும் வசதியும் இருக்கத்தான் செய்தது. ஆனால், சிங்களன் அப்போது தன் அடிப்படைக் கல்விகூடப் பெறமுடியாமல் தவித்துக் கொண்டிருந்தான்.

அப்படியான ஒரு நிலையில் சிங்கள தேசத்தில் சிங்களத்தை ஆட்சி மொழியாக அறிவித்தது தவறா? சிங்கள பூமியில் சிங்களத்துக்கு முன்னுரிமை என்று சொன்னது தவறா?

அதிலும் நாங்கள் என்ன சொன்னோம். சிங்களர்களுக்கு மட்டுமேதான் எல்லா வேலைகளும் என்றா சொன்னோம். அரசு வேலையில் சேரவேண்டுமானால் சிங்களம் தெரிந்திருக்க

வேண்டும் என்று மட்டுமே சொன்னோம். இந்தத் தமிழர்கள் பிரிட்டிஷாரின் காலத்தில் அரசு வேலைகள் கிடைக்க ஆங்கிலம் தெரிந்திருக்கவேண்டும் என்ற நிலை இருந்தபோது விழுந்து விழுந்து படித்தார்கள். அப்போதெல்லாம் இவர்களுடைய கலாசாரம் அழியவில்லையாம். சிங்கள அரசு சிங்களம் படிக்க வேண்டும் என்று சொன்னதும் தமிழ் கலாசாரம் அழிந்து போய்விட்டதாம். கேவலம் இன்னொரு மொழியைப் படிப்பதால் ஒருவருடைய கலாசாரம் அழியும் என்றால் அது இருந்துதான் என்ன பயன்?

ஆங்கில ஆட்சி நடந்தபோது எத்தனை ஊர்கள், இடங்கள் பெயர்கள் ஆங்கிலச்சாயலுடன் சூட்டப்பட்டன? அதையெல் லாம் எதிர்த்து ஒரு வார்த்தைகூட தமிழர்கள் முனகியதே இல்லையே. சிங்களன் என்றால் மட்டும் வீரத்தைக் காட்டுவார் களா? அப்படியென்றால் சிங்களனின் வீரம் என்ன என்பதை அறிந்துகொள்ள அவர்கள் தயாராக இருந்துதானே ஆகவேண்டும்.

ஆங்கிலேயர்கள் தங்களுடைய ஆட்சி காலத்தில் தங்களுடைய பிரித்தாளும் கொள்கையின் அடிப்படையில் தமிழர்கள் பகுதிகளில் ஏராளமான ஆங்கிலப் பள்ளிகளை ஆரம்பித்தார்கள். தமிழர்களுக்கு ஆங்கிலக் கல்வி எளிதில் கிடைத்தது. ஆங்கிலேய அரசாங்கத்தில் பதவியும் கிடைத்தது. மருத்துவம், பொறியியல், நீதித்துறை என சமூகத்தின் உயர்மட்ட பிரிவுகள் அனைத்திலும் தமிழர்களே ஆதிக்கம் செலுத்திவந்தனர். சிங்களர்கள் அடிமட்டப் பணிகளில் மட்டுமே நிறைந்திருந்தனர். 1981 கணக்கெடுப்பு வரையிலும் இதுதான் நிலமை.

தமிழர்களிடையே வேலையில்லா திண்டாட்டம் நிலவியது... அதனால்தான் ஆயுதத்தை ஏந்தவேண்டி வந்தது என்றொரு புரட்டும் சொல்லப்படுவதுண்டு. உண்மையில் வேலை இல்லாமல் இருந்த தமிழர்களின் எண்ணிக்கையைவிட வேலையில்லாத சிங்களர்களின் எண்ணிகைதான் அதிகம்.

அதுமட்டுமல்ல... தமிழர்கள் அதிகமாக இருந்த பகுதியில் இருந்த சிங்களர்களின் எண்ணிக்கை காலப்போக்கில் குறைந்துவந்தது. ஆனால், சிங்களர்கள் அதிகமாக இருந்த பகுதிகளில் இருந்த தமிழர்களின் எண்ணிகையோ அதிகரித்து வந்துள்ளது. யார் இனச் சுத்திகரிப்பில் ஈடுபட ஆரம்பித்தனர், சிங்களர்களா... விடுதலைப் புலிகளா?

சிங்கள அரசின் ஆணைகள், பத்திரங்கள், தபால்தலை, அறிவிப்புப் பலகைகள் என அனைத்திலும் சிங்களம், தமிழ், ஆங்கிலம் என மூன்று மொழிகளும் இடம்பெற்றிருந்தன. இவையெல்லாம் 1983 வரையிலும் இருந்துவந்த நிலைமை தான். விடுதலைப் புலிகளின் ஆதிகத்தில் இருந்த பகுதிகளில் வசித்த தமிழர்களைவிட சிங்கள அரசின் ஆளுகையில் இருக்கும் பகுதியில் வசிக்கும் தமிழர்கள் நிம்மதியாக இருக்கிறார்கள். சிங்களர்களின் பெருந்தன்மையை, அன்பைப் புரிந்து கொள்ளாமல் போனதால்தான் இந்தப் பிரச்னை உருவானது. அதிலும் தமிழர்கள் அனைவரையும் குற்றம் சொல்லுவது தவறுதான். தவறான தலைவனால் வழிநடத்தப்பட்டும் ஒரு பிரிவினரால் மற்ற அனைவருமே வேதனையை அனுபவிக்க நேர்ந்தது.

புலிகள்தான் மக்கள்... மக்கள்தான் புலிகள் என்று முழங்கினார்கள். இந்தப் புலிகள்தான் தமிழ் பேசிய முஸ்லீம்களை போட்டது போட்டபடி வீடு வாசல் நிலபுலன்களை விட்டுவிட்டு ஓடிவிடுங்கள்... இல்லாவிட்டால் கொன்று விடுவோம் என்று விரட்டினார்கள். கிழக்கில் இருப்பவர்களை அதிருப்தியின் விளிம்புக்குத் தள்ளினார்கள். பொது நீரோட்டத்தில் கலந்து இலங்கையின் இறையாண்மையை மதித்து அதன் சட்ட திட்டங்களுக்கு உட்பட்டு தமிழர்களின் நலனைப் பாதுகாக்க முற்பட்ட பிற தமிழ் தலைவர்களை படுகொலை செய்ததும் இந்த விடுதலைப் புலிகள்தான். ஒரு ஆங்கிலப் பத்திரிகை ஒரு முறை செய்தி வெளியிட்டிருந்தது: 'இலங்கை ராணுவம் கொலை செய்த தமிழர்களைவிட விடுதலைப் புலிகளால் கொல்லப்பட்ட தமிழர்கள் அதிகம் இருப்பார்கள்' என்று. ஆனால், அவர்கள் சொல்கிறர்கள் புலிகள்தான் மக்கள். மக்கள்தான் புலிகள் என்று.

அவர்கள் சொல்வது சரிதான். ஈழத் தமிழர்களின் ஒரே தலைமை புலிகள்தான். மாற்றுக்கருத்து கொண்டவர்களைத்தான் கொன்றொழித்தாயிற்றே. ஒன்று தெரிந்து கொள்ளுங்கள்... புலிகளை ஆதரித்த ஒருவர் ஒன்று பயத்தினால் அதைச் செய்தார்... அல்லது அறியாமையினால் செய்தார். எங்களுக்கு புலிகள் குறித்து பயமும் கிடையாது. அறியாமையும் கிடையாது.

நாங்கள் இரண்டு விஷயங்களை முன்வைத்தோம். போரா... அமைதியா? அவர்கள் போரைத் தேர்ந்தெடுத்துக் கொண்டார்கள். ஒருவகையில் இந்தப் போர் எங்கள் மீது திணிக்கப்பட்டது என்றுதான் சொல்ல வேண்டும். அவர்கள் எங்கள் குழந்தைகளைக் கொன்றதைக்கூட

நாங்கள் பொறுத்துக் கொண்டோம். ஆனால், அவர்களுடைய குழந்தைகளையும் கொல்லும்படிச் செய்துவிட்டார்கள் அதைத்தான் தாங்கிக் கொள்ள முடியவில்லை. சில கதவுகளைத் திறக்கக்கூடாது. அவர்கள் திறந்துவிட்டார்கள். திரும்புதல் சாத்தியமில்லை.

மக்களுக்கும் இப்படியான ஒரு அழிவு தம் மீது கவிழும் என்று ஆரம்பத்தில் தெரிந்திருக்கவில்லை. ஏதோ நாம் கொஞ்சம் போராடினால் கேட்பதைக் கொடுத்துவிடுவார்கள் என்று நினைத்துவிட்டார்கள். தூங்கிக் கொண்டிருந்த சிங்கத்தை தட்டி எழுப்பிவிட்டார்கள். அது திசைகள் எல்லாம் கலங்கும் படியாக கர்ஜித்தது. என்ன செய்ய... தூக்கம் கலைந்த சிங்கத்திடம் வேறெதை எதிர்பார்க்க முடியும்...

முதல் கோணல் முற்றும் கோணல் என்று சொல்வார்களே. அதுபோல்தான் ஆகிவிட்டது. போரை ஆரம்பிப்பதற்கு முன்னால் அவர்கள் தமது பலம் என்ன... எதிரியின் பலம் என்ன என்பதை யோசித்துப் பார்த்திருக்கவேண்டும். நம்மால் வெல்ல முடியுமா... எவற்றையெல்லாம் இழக்க நேரிடும் என்பதைக் குறித்தெல்லாம் யோசித்துப் பார்த்திருக்கவேண்டும். அதையெல்லாம் செய்யவில்லை. அதுகூடப் பரவாயில்லை... நாம் ஆரம்பித்திருக்கும் போர் நியாயமானதுதானா என்று ஒரு நொடியாவது யோசித்திருக்க வேண்டும். அதைச் செய்யத் தவறிவிட்டார்கள். வெல்ல முடியாத எதிரியாக இருந்தாலும் வெல்லப்பட வேண்டியவன் என்றால் ஒரு கை பார்த்துவிடலாம் என்று இறங்கிவிடலாம். நம் பக்கம் இருக்கும் தார்மிக பலம் நாம் தோல்வியுற்றாலும் வெற்றியடைந்ததாகவே பெருமிதப்பட வைக்கும். ஆனால், ஈழத் தமிழர்கள் ஆரம்பித்தது வெல்ல முடியாத போர் மட்டுமல்ல... வெல்லக்கூடாத பேரும் கூட.

ஷெல் தாக்கி இறந்த பச்சிளம் குழந்தைகளையும் கை கால் இழந்த முதியவர்களையும் பெண்களையும் பார்க்கும்போது எங்களுக்கு வேதனையாகத்தான் இருக்கிறது. என்ன செய்ய... களையெடுக்கும்போது சில நெற்கதிர்களும் பிடுங்கப்பட்டு விடுவதை யார்தான் தடுக்கமுடியும்? இன்னொரு வகையில் பார்த்தால் இந்த மக்கள் ஒன்றும் அவ்வளவு அப்பாவிகள் அல்ல... இவர்கள் கையில் தனி நாடு கேட்டு இடைவிடாது முழங்கும் ஏ.கே. 47கள் இல்லையே தவிர மனதின் மணல் படுகைகளில் இலங்கை தேசத்தின் மீதான வெறுப்புக் கண்ணிவெடிகள் ஏராளம் புதைந்தே கிடக்கின்றன.

ஒவ்வொரு தேர்தல்களிலும் தங்கள் ரகசிய ஆசைகளைப் பகிரங்கமாக வெளிப்படுத்தியே வந்திருந்தார்கள். அப்படி வாக்களிக்கும்படி வற்புறுத்தபட்டிருந்தார்கள் என்று சொல்வதில் கொஞ்சம் உண்மை இருக்கிறது என்றாலும் இவர்கள் தங்களுக்காகத் தவறாகக் குரல் கொடுப்பவர்களை உள்ளூர விரும்பவே செய்திருக்கிறார்கள். தங்கள் தலைவர் என்று நம்பியவர் மீது முழு நம்பிக்கையை வைத்திருந்தார்கள்.

'பிரபாகரன் ஒருவருக்காக ஒட்டு மொத்த ஈழத் தமிழனமும் இறக்கத் தயாராக இருப்பதாக' பிடிபட்ட ஒரு எளிய சாதாரண மனிதர் சிறையில் இருந்தபோது ஒரு நாள் முழங்கினார். 'நாங்கள் பிரபாகரனை மட்டும்தான் பிடிக்க விரும்புகிறோம். அதற்கு அதுதான் வழி என்றால் அதையே செய்கிறோம்' என்று சொன்னேன். வேறென்ன சொல்ல?

ஒவ்வொரு முறை குண்டு வீசுவதற்கு முன்னாலும் அறிவிப்பு செய்யத்தான் செய்தோம். அப்பாவி மக்களே பாதுகாப்பான இடங்களுக்குச் சென்றுவிடுங்கள் என்று. கடைசி கட்டப் போரின்போது கூட 48 மணி நேர அவகாசம் கொடுத்தோம், புலிகளிடமிருந்து தப்பித்து வந்துவிடுங்கள் என்று. என்ன செய்ய 3 லட்சம் பேரில் 300 பேர் கூட வரவில்லை.

ஆயுதம் தரித்தவனைக் கொல். அப்பாவியை விட்டுவிடு என்று எல்லாரும் வாய் கிழியக் கத்துவதைப் பார்க்க முடிகிறது. யார் இங்கே அப்பாவி? மறைந்து கிடக்கும் வேரன்றோ மரத்தைத் தாங்குகிறது. ஆயுதம் ஏந்தினால்தான் போராளியா? ஆயுதம் ஏந்துபவனைப் பாதுகாப்பவனும் போராளிதானே. நீங்கள் உண்மையிலேயே அப்பாவியாக இருந்திருந்தால் புலிகள் நடத்தும் போர் எங்களுக்கானது அல்ல. நாங்கள் அவர்களுடைய வன்முறை நடவடிக்கைகளைக் கண்டிக்கிறோம் என்று வெளிப்படையாகப் பேசியிருக்கவேண்டும். அதைச் செய்தார்களா.

கொலைகாரக் கூட்டம் கொள்ளையடித்து வருவதை நாசூக்காகப் பகிர்ந்து கொள்ள நாக்கைத் தொங்கப் போட்டுக் கொண்டு காத்துக் கிடந்தார்கள். என்ன செய்வது கொள்ளையடிப்பவனை நோக்கி எய்யும் அம்பு குறுக்கே வந்து நிற்பவரையும் குத்திக் கிழிக்கத்தானே செய்யும். பசுத் தோலைப் போர்த்தி அலைந்த புலிகளை உண்மையான பசுக்கள் அல்லவா விரட்டி அடித்திருக்கவேண்டும். பதுங்க இடம்கொடுத்து பாதுகாத்தன. பாவம் புலி வேட்டையில் பசுக்களும் இறந்தன.

பெண்களை நாலு பேர் பார்க்க உடம்பெல்லாம் தடவி சோதனை போட்டோமாம். அமைதிப் பூங்காவாக இருக்கும் நாடுகளில் கூட விமான நிலையங்கள், ரயில்வே நிலையங்கள் என பொதுமக்கள் கூடும் இடங்களில் எத்தனையோ சோதனைகள் போடத்தான்படுகின்றன. ஒரு டிசம்பர் ஆறுக்காக வருடா வருடம் அந்த சோதனைகள் நாடு முழுவதும் நடத்தப்படுகிறது. போர் நடக்கும் பூமியில் அது நடந்தால் குற்றமா? எமது தேச காலண்டரில் எல்லா நாட்களுமே டிசம்பர்-6தானே. கையில் சந்தனமாலையையும் முகத்தில் புன்னகையையும் சுமந்து வரும் பேதைகளைப் பற்றி இந்தியாவுக்குத் தெரியாதா என்ன?

இந்த அப்பாவிகளைப் பற்றிய அக்கறை உண்மையில் தீவிரவாதிகளுக்கு அல்லவா இருந்திருக்க வேண்டும். நான் என் தேசத்துக்காக, என் லட்சியத்துக்காகப் போராடுகிறேன். போர்க்களத்துக்குச் செல்லும்போதெல்லாம் சீருடையை ஒரு வீரன் போல் அணிந்து கொள்வேன். எனது கால் படும் இடமெல்லாமே போர்க்களமாகிவிடும் என்பதால் அதை எந்த நேரமும் அணிந்தே இருப்பேன். இது என் வீரத்தைக் காட்ட மட்டுமல்ல. நான் அப்பாவிபோல் உடை அணிந்தால் நாளை உண்மையான அப்பாவிகள் எல்லாருமே போராளியாக எண்ணப்பட்டுவிடும் அபாயம் இருக்கிறது. எனவே, நான் அந்தத் தவறைச் செய்யமாட்டேன் என்று வீரத்தோடு விவேகமாக அல்லவா சிந்தித்திருக்கவேண்டும். ஆனால், நீ அப்பாவிபோல் உடை அணிந்துகொண்டு அராஜகச் செயல்கள் செய்து வந்தாய். பின்விளைவுகளை நீ யோசிக்கவில்லை. நீ யாருக்காகப் போராடுவதாகச் சொல்கிறாயோ அவர்கள் மேல் உனக்கே அக்கறை இல்லையென்றால் மற்றவர்களுக்கு எப்படி வரும். அதோடு எதிரிகளைத் தவறு செய்ய வைத்து அதன் அடிப்படை யில் தன் தரப்பை பலப்படுத்திக்கொள்ள விரும்பினார்கள். என்றைக்கு ஒரு போராளி இயக்கம் அப்படி முடிவெடுத்து விடுகிறதோ அதன் பிறகு நடக்கும் அத்தனை அழிவுகளுக்கும் அவர்கள் மட்டுமே காரணம்.

புலிகளின் கோரிக்கையில் இருந்த அநியாயத்தையும் அவர் களுடைய தவறான நடவடிக்கைகளையும் பார்த்த எத்தனையோ ஆயிரக்கணக்கான ஈழத் தமிழர்கள் அழகாக நாட்டை விட்டுப் பறந்துவிட்டார்கள். ஆஸ்திரேலியாவுக்கோ ஐரோப்பாவுக்கோ படித்து திறமையை வளர்த்துக்கொண்டு போவதென்றால் ஈழத் தமிழர்களில் இத்தனை பேருக்கு அயல்நாட்டு வாசம் கிடைத்திருக்குமா என்ன? துர் நாற்றம் மிகுந்த ஈழத்தின் ஜன்னல்களைச் சாத்திக் கொண்டார்கள்.

போர் அவர்களுக்கு ஒரு சொர்க்கத்தின் வாசலைத் திறந்தது. தனி நாடு என்ற பொய்யான கற்பிதத்தை விட்டுவிட முடிந்தவர்களுக்கு அது ஒரு பொன்னான வாய்ப்பு. பலர் அதை அழகாகப் பயன்படுத்திக் கொண்டார்கள்.

இது ஒருவகையில் சமத்காரமான செயல். எல்லா தேசத்தின் வானத்திலும் அதே நிலாவும் சூரியனும்தானே இருக்கின்றன. எல்லா ஊர்களிலும் அதே மழைதானே பொழிகின்றன. அதே காற்றுதானே வீசுகின்றன. அப்படியிருக்கையில் ஊர்ப்பாசம் எதற்காக? சொந்த ஊர் அப்படி என்ன சொர்க்கமாகவா இருந்தது? சாதிச் சண்டைகள் இருந்ததில்லையா... வர்க்கப் பிரச்னைகள் இருந்ததில்லையா? ஆணாதிக்கம் இருந்த தில்லையா என்ன? புலம்பெயர் நாடுகளில் இவை எதுவுமே கிடையாதே. போய் நிம்மதியாக வாழ்ந்திருக்க வேண்டியது தானே... எது அவர்களைத் தடுத்தது? போர் என்பது சாபமாக வந்த வரமல்லவா?

ஆனால், புலம் பெயர்ந்தவர்கள் என்ற போர்வையில் கனவிலும் நினைத்துப் பார்க்க முடியாத செல்வச் செழிப்பு மிகுந்த நாடுகளுக்கு எளிதில் போய் ராஜ வாழ்க்கை வாழும் வாய்ப்புகள் இருந்தபோதிலும் சிலர் அதைச் செய்யவில்லை. தமிழீழக் கனவை, அது கனவு மட்டுமல்ல கற்பனை என்று தெரிந்த பிறகும் கைவிடவில்லை. இலவு காத்த முட்டாள் கிளியைப் போல் களமாடும் தலைவன் வென்று தருவான் அந்தக் கனவை என்று கண்களைத் திறக்கவே இல்லை. அவர்கள் நிரந்தர மாகத் தூங்க வேண்டிவந்துவிட்டது. என்ன செய்ய... தவறான இடத்தில் அல்லவா நம்பிக்கையை வைத்துவிட்டார்கள். தெய்வத்துக்கு பதிலாக சாத்தானைத் தொழுதுவிட்டார்கள். சாத்தான் தன்னால் என்ன முடியுமோ அதைப் பரிசளித்தது. தலை தாழ்த்தி வணங்கியவர்களின் தலையை வாங்கியது. கூட இருந்தவர்களைக் குழியில் தள்ளியது. நம்பிப் பின் தொடர்ந்த ஆட்டு மந்தையை விஷப் புல்வெளி நோக்கி ஓட்டியது. மரணத்தின் சதுரங்கக் கட்டங்களில் தன்னை நம்பிய மக்களைப் பகடைக் காய்களாக உருட்டி விளையாடியது. மல்லிகை முற்றங்களில் குருதியைப் பெருகச் செய்தது. கொக்கு பூத்த வயல்வெளியை சாம்பல் காடாக்கியது. பாவம்... ஈழ வசந்தம் வரும் என்ற நம்பிக்கையில் இருந்த இலைகளையெல்லாம் உதிர்த்தன தமிழ் மரங்கள். கண்ணுக்கெட்டிய தூரம் வரையிலும் பட்டுப்போய் நிற்கும் இன்றைய மரங்களைப் பார்க்கையில் எங்கள்

மனம் ‘விதியே விதியே... என் செய நினைத்தாய் இந்தத் தமிழ் சாதியை...’ என்று கதறுகிறது.

அதிலும் போரின் உச்சகட்டத்தில் நடந்த கொடூரங்களை நினைத்துப் பார்க்கும்போது புத்தனை வணங்கும் என் புத்தி பேதலித்தே போய்விடுகிறது. கழுத்தை நெரிக்கத் தொடங்கிய சிங்கள ராணுவத்தைத் தடுத்து நிறுத்த பொய்யான செய்திகளை இணைய நதிகளில் பெருக்கெடுக்கச் செய்தனர். அதைப் பார்க்கும் சர்வதேச சமூகம் போர் நிறுத்தத்தைக் கொண்டுவந்து விடும் என்று தப்புக் கணக்குப் போட்டனர். ஆனால், சாத்தான் ஓதிய இந்த வேதம் சர்வதேச சமூகத்தின் செவிகளில் எட்ட வில்லை. சரியாகச் சொல்வதானால், வேதம் ஓதுவது சாத்தான் தான் என்பது நன்கு தெரிந்துவிட்டதால் அது மவுனம் காத்தது.

சிங்கள ராணுவத்தின் டாங்கிகள் தார்ச்சாலையில் தன் இரும்பு நகங்களைப் பதித்தபடி முன்னேறத் தொடங்கியது. ஏழு குதிரைகள் பூட்டிய தேரில் கதிரவன் வருகையில் இருள் அரக்கன் ஓடி ஒளிவதுபோல் புலிகள் ஒளிந்தனர். ஆனால், கதிர வனின் முன் காரிருள் தப்ப முடியுமா? உண்மையில் நெருங்கி வந்த அந்த வெளிச்சத்தில்தான் மக்களுக்கு தாங்கள் இதுவரை தொழுதது தெய்வத்தை அல்ல என்பது தெரிய வந்தது. ஆனால், என்ன செய்ய... அதற்குள் காலம் கடந்துவிட்டிருந்தது. சாத்தான் தன் கடைசி ஆயுதமாகத் தன்னை நம்பியிருந்தவர்களையே கவசமாகப் பிடித்துக்கொள்ள ஆரம்பித்தது. தப்பியோட முயன்றவர்களைக் கொடூரமாகக் கொன்று குவித்தது. பச்சிளம் பாலகர்களை கதறக் கதற வாகனத்தில் ஏற்றிக்கொண்டு சென்றது. துடி துடித்துப்போன பெற்றோர்கள் சாலை நடுவில் படுத்து மறியல் செய்தார்கள். ஆனால், புலிகளோ துளியும் கலங்காமல் அந்தப் பெற்றோரின் மீது வண்டியை ஏற்றிக் கொன்றனர். அப்படிக் கொன்றவர்களை சிங்கள அரசு கொன்றதாகப் பொய்யுரையைப் பரப்பினர்.

நான் நினைக்கிறேன், தனி ஒருவனுக்காக ஒரு இனமே அழிய வேண்டுமா என்று கோபப்பட்ட ஒரு சொரணையுள்ள தமிழனு டைய துப்பாக்கி குண்டுதான் அநாதைப் பிணமாக ஆற்றோரம் அவனைக் கிடத்திருக்கும். சர்வதேச நீதிமன்றத்தில் விசாரணை நடத்தப்பட்டிருந்தால் தெரிந்திருக்கும் கதை. ஒவ்வொரு தவறுக்கும் குறைந்த பட்ச தண்டனையாக மரண தண்டனை

கொடுக்கப்பட்டு, அவருக்கு பதிலாக அவருடைய இனத்தில் இருந்து ஒவ்வொருவரையாக தூக்கிலிடுவதாக இருந்தால் ஒட்டு மொத்த தமிழினத்தைத் தூக்கிலிட்டாலும் தண்டனையின் பட்டியல் முடிவுக்கு வந்திருக்காது. இலங்கைப் பிரச்னையில் கொல்லப்பட்ட அனைவரையும் உயிர்த்தெழ வைத்து ஒற்றை நபரைக் காரணம் காட்டும்படிக் கேட்டுக் கொள்ளப்பட்டால் அனைத்துச் சுட்டு விரல்களும் வல்வெட்டித்துறையை நோக்கியே நீண்டிருக்கும். உயிர்த்தெழுபவர்கள் உண்மையே பேசுவார்கள் என்ற நம்பிக்கையில் இதைச் சொல்கிறேன். இப்போது சொல்லுங்கள் குழந்தைகளே, யார் மீது குற்றம்?

குழந்தைகள் வாயடைத்துப் போய் நிற்கின்றன. எதுவும் பேச முடியாமல் சோகமாகத் திரும்புகிறர்கள். வழியில் ஒரு அடுக்கு மாடிக் கட்டடம் தென்படுகிறது. அதில் இருந்து ஒரு சத்தம் கேட்கிறது.

*எப்படி எப்படி... ஒரு கன்னத்தில் அறைந்தால் இன்னொரு கன்னத்தைக் காட்டணுமா...* (ஒருவர் கன்னத்தில் யாரோ அறைகிறார்.) *அடி வாங்கியவர் இன்னொரு கன்னத்தைக் காட்டுகிறார். அந்த இன்னொரு கன்னத்திலும் அடிக்கிறார். இன்னொரு கன்னத்தைக் காட்டுவியா... அதுலயும் அடிப்பேன் என்று சொல்லியபடியே மாறி மாறி கன்னத்தில் அறைகிறார். இப்ப என்ன பண்ணுவியாம். சரி ஒரு கன்னத்துல அறைஞ்சா இன்னொரு கன்னத்தைக் காட்டுவ... நெஞ்சுல கத்தியால குத்தினா என்ன பண்ணுவ. (கன்னத்தைக் காட்டியவரின் நெஞ்சில் குத்துகிறார்) காட்டறதுக்கு இன்னொரு நெஞ்சு இல்லியே.. ஓ... நெஞ்சில் அடித்தால் குஞ்சைக் காட்டு அப்படின்னு சொல்லுவியா. அதுவும் ஒன்னுதான இருக்கு. அடி வயிற்றில் ஓங்கி எத்துகிறார். வலி தாங்காமல் சுருளுகிறார்.*

*ஊரை வெட்டி ஒலையில போடற பரதேசி நாயி, தனி நாடு கொடுன்னு கேப்பான். தூக்கிக் கொடுத்துட்டு நாங்க நிக்கணுமா? அவன் ஏறுவான். நாங்க நின்னு கொடுக்கணுமா? உன்னைச் சிலுவைல அறைஞ்சதுல தப்பேயில்லை. இன்னிக்கு நீ வந்திருந்தா இதைவிட மோசமா செத்திருப்ப. கல்லறைல போட்டுப் புதைக்கக்கூட ஆளில்லாம அநாதையா செத்திருப்ப. நீ மனித குமாரன். தலை சாய்க்க ஒரு இடம் கூட இல்லாதவன். நாங்கள் அப்படி அல்லவே... ஆளப் பிறந்தவர்கள் அல்லவா? ஒண்ட வந்த பிடாரி ஊர்ப் பிடாரியை விரட்ட முயன்றால் விளைவு என்ன ஆகும் என்பதை உலகம்*

அறிந்துதான் ஆகவேண்டும். வாலாட்டும் நாய்க்குத்தான் எலும்புத் துண்டு போட முடியும். கடிக்க வந்தால் கல்லெறிதான் கிடைக்கும். மடியில் போட்டுக்கொண்டு கொஞ்சச் சொல்கிறாயா?

மந்தைக்குள் அடங்கும் ஆடுகளைத்தான் அன்பாய் மேய்க்க முடியும். மந்தையை விட்டு ஓட முயன்றால் காலை ஒடிக்கத் தான் செய்வார்கள். வழி தவறிய ஆடுகளை மார்போடு அணைக்கச் சொல்கிறாய்.. சரி... மார்பில் பாயும் வளர்த்த கடாவை என்ன செய்ய? காட்டிக்கொண்டு நிற்கச் சொல் கிறாயா? நின்றால் உன்னைப் போல் எங்களையும் சிலுவையில் அறைந்துவிடுவார்கள். பாத்திரமறிந்துதான் பிச்சையிட வேண்டும். அருகதை உள்ளவரைத்தான் அருகில் அமர்த்திக் கொள்ள முடியும். இனிமே கன்னத்தைக் காட்டு... கவட்டை யைக் காட்டுன்னு சொல்லுவியா' என்று சொல்லியபடியே அடிக்கிறார்கள்.

***

# 10

# வீதிகளில் ஓடியிருக்கவேண்டிய தேர்

புஷ்பக விமானத்தில் குழந்தைகள் மனம் சோர்ந்து அகால பூமிக்குத் திரும்புகின்றன. மேலே செல்லச் செல்ல இலங்கை யில் மட்டுமல்ல... பூமியின் ஏராளமான இடங்களில் திட்டுத் திட்டாக சிவப்பு சிவப்பாகத் தெரிகிறது. பூமியைச் சூழந்திருக் கும் கடலும் மெள்ள சிவப்பாகிக் கொண்டிருப்பது தெரிகிறது.

***(அவற்றைப் பார்த்தபடியே) யாழினி*** : இவர்கள் யார் மீதும் தவறு கிடையாது. நம் மீதுதான் தவறு என்று நினைக்கிறேன்.

***தில்ஷன்*** : ஆமாம். நாம் பிறந்ததுதான் தவறு. நாம் பிறந்திருக்காவிட்டால் இதையெல்லாம் அனுபவிக்க நேர்ந்திருக்காது அல்லவா?

***இர்ஃபான் (சட்டென்று போலியாக உற்சாகமடைந்து)*** : ஆஹா... குற்றத்தை ஒப்புக்கொள்ளும் நபரைப் பார்த்துவிட்டேன். அப்படியானால் நமக்கு எல்லாம் திரும்பக் கிடைத்துவிடும் இல்லையா..

***யாழினி*** : ஆமாம். நானும் பார்த்துவிட்டேன். இதோ என் உடைந்த கை கூட வளர ஆரம்பித்துவிட்டது.

***இர்ஃபான்*** : ஆமாம்... என் காலும் வளர ஆரம்பித்துவிட்டது. அடட... நாம் முதலிலேயே இந்தத் தவறை ஒப்புக் கொண்டிருந்தால் பிரச்னை எளிதில் தீர்ந்துபோயிருக்குமே.

குழந்தைகள் வேதனை நிறைந்த உற்சாகத்தில் ஒருவரை ஒருவர் கட்டிப் பிடித்துக்கொள்கின்றனர்.

***தில்ஷன் (கிண்டலாக)*** : கடவுளின் கருணையே கருணை... ஆரம்பித்து வைத்தவர் முடித்தும் வைத்துவிட்டார் பார்.

**யாழினி** : என்ன சொன்னாய்?

**தில்ஷன்** : ஆரம்பித்தவர் முடித்துவிட்டார்.

**யாழினி** : சரியாகச் சொன்னாய். அவர்தான் ஆரம்பித்தது.

**தில்ஷன்** : ஆமாம். படைத்தது அவர்தான். காப்பது அவர்தான். இப்போது அழிப்பதும் அவர்தானே.

**இர்ந்பான்** : அப்பாடா... ஒரு வழியாக உண்மையான குற்றவாளியைக் கண்டுபிடித்துவிட்டோம். நிச்சயம் அவர் தன் குற்றத்தை ஒப்புக்கொண்டுவிடுவார். நாம் பூமிக்குத் திரும்பிப் போய்விடலாம்.

**யாழினி** : என்னவொரு விளையாட்டு பார். எல்லாவற்றையும் தானே செய்துவிட்டு நம்மிடமே போய் தேடிக் கண்டுபிடியுங்கள் என்று சொல்லிவிட்டாரே.

**தில்ஷன்** : முன்னோர்கள் சும்மாவா சொன்னார்கள், தீராத விளையாட்டுப் பிள்ளை என்று.

குழந்தைகள் உற்சாகமாக தெய்வத்தின் அரண்மனைக்குச் செல்கின்றன. படிகளில் ஓடிச் சிரித்தபடி ஏறுகின்றன. தெய்வமும் குழந்தைகளைப் பார்த்துவிட்டு வேகமாக ஓடிவருகிறது.

**தெய்வம்** : போகும்போது எப்படி இருந்தீர்களோ அப்படியே இருக்கிறீர்களே என்று முதலில் வருத்தப்பட்டேன். ஆனால், உங்கள் முகத்தில் தெரியும் சந்தோஷம் என் எண்ணத்தை மாற்றிவிட்டது. குற்றம் செய்தவரைக் கண்டுபிடித்துவிட்டீர்கள் போலிருக்கிறது.

**குழந்தைகள் (உற்சாகமாக):** ஆமாம். ஆமாம்.

**தெய்வம்** : அப்பாடா... ஒரு வழியாக எல்லா பிரச்னைகளும் தீர்ந்துவிட்டன. சொல்லுங்கள் யார் அது... எங்கே இருக்கிறார்?

**குழந்தைகள்** : இங்குதான் இருக்கிறார்.

**தெய்வம்** : என்ன நம் அகால பூமியிலா?

**குழந்தைகள்** : ஆமாம். இங்குதான்.

**தெய்வம்** : இங்கு இருக்கிறாரா... யார் அது?

**யாழினி** : அவர் முன்னால்தான் நின்று கொண்டிருக்கிறோம்.

**தெய்வம் (புரியாததுபோல்)** : என்ன சொல்கிறீர்கள்.

**தில்ஷன்** : போதும் உங்கள் லீலை.

**யாழினி** : அவனின்றி ஓர் அணுவும் அசையாதன்றோ.

**(தெய்வத்தின் முகம் மாறுகிறது. பிறகு நிதானமாக)** : மனிதக் குழந்தைகள் அல்லவா... இப்படிப் பேசாவிட்டால்தான் ஆச்சரியப்படவேண்டும்.

**யாழினி** : என்ன சொல்கிறீர்கள்?

**தெய்வம்** : வரம் கொடுத்தவனின் தலையில் கை வைப்பது மனிதப் பதர்களுக்கு புதிதொன்றும் அல்லவே.

**தில்ஷன்** : மனிதப் பதர்களா?

**தெய்வம்** : பின் என்ன சொல்ல. அற்பப் பதர்கள்.

**யாழினி** : எங்களை அப்படிப் படைத்தது நீங்கள்தானே.

**தெய்வம்** : யாரைக் குற்றஞ்சாட்டுகிறீர்கள்... படைத்த என்னையா? நல்ல வேடிக்கை... ஊர் கூடி உதிரத் தேரை இழுப்பது நீங்கள் பழி படைத்தவனின் மீதா?

வன்முறையின் சாத்தானை பீடத்தில் ஏற்றுகிறீர்கள். பிரிவினை யின் பதாகையை உச்சியில் கட்டிக்கொள்கிறீர்கள். வெறுப்பின் பரிவட்டத்தை தலையில் கட்டிக்கொண்டு ஒருவர் கையசைக்க அனைவரும் ஊர் கூடி இழுக்கிறீர்கள் உதிரத் தேரை. பழி என் மீதா?

ஒற்றைச் சார்பு சரித்திரங்களைச் சக்கரங்களாக்கி, எதிர் தரப்புப் பிழைகளைச் சாட்டையாக்கி, வேற்றுமையின் விரிசல்களை வடங்களாக்கி, உருண்டோடச் செய்கிறீர்கள் உங்கள் தேரை... பழி மட்டும் என் மீதா?

நான் அன்பின் விக்கிரகங்களை உங்களிடம் ஒப்படைத்திருந் தேன். பரஸ்பர நட்பின் கற்பூர ஒளியில் நீங்கள் தொழுதிருக்க வேண்டிய தெய்வம் அது. அஹிம்சையின் முரசுகள் அதிர கருணையின் வீதிகளில் ஓடியிருக்கவேண்டிய தேர் வேறொன்று குழந்தைகளே... நான் சமாதானத்தின் வெண் குதிரைகளை அனுப்பியிருந்தேன். அதை நீங்கள் வெறும் பொம்மையாக்கி விட்டீர்கள். பன்முகத்தன்மையின்

வண்ணமய ஆலவட்டங் களைப் பரிசளித்திருந்தேன். நீங்கள் வேதனையின் கறும் பூதகணங்களைச் செதுக்கிக் கொண்டீர்கள்

ஒரு கன்னத்தில் அறைந்தால் மறு கன்னத்தைக் காட்டச் சொன்ன இயேசுவை அனுப்பினேன். இன்ன செய்தாரை ஒறுக்க அவர் நாண நன்னயம் பாராட்டச் சொன்ன வள்ளுவரை அனுப்பி னேன். போரே கூடாதென்று போதித்த புத்தனை அனுப்பினேன். நீங்களோ அவர்களைப் புறந்தள்ளினீர்கள்.

நினைத்துப் பாருங்கள் ஒற்றைத் துளி ரத்தம் கூடச் சிந்தாமல் தத்துவார்த்தப் போர் மூலம் தன் மதத்தை உலகெலாம் பரப்பியவரைத் தொழுவதாகச் சொல்பவர்களின் பூமியில் எத்தனை பெரிய ரத்த ஆற்றை ஓடவிட்டிருக்கிறீர்கள். அதுவும் அந்த புத்தனின் பெயரைச் சொல்லிக்கொண்டே அதைச் செய்திருக்கிறீர்கள். அது கேவலம் மட்டுமல்ல மாபெரும் துரோகமும் கூட.

நான் குளிர் காய தீயைக் கொடுத்தேன். நீங்கள் உங்கள் குடில்களைக் கொளுத்திக் கொண்டீர்கள். வழுக்கல் நிலத்தில் ஊன்றிக் கொள்ள கைத்தடிகளைக் கொடுத்தேன். நீங்கள் அதைக் கொண்டு ஒருவரை ஒருவர் தாக்கிக்கொண்டீர்கள்.

பூமியை மட்டும்தான் படைத்தேன். எல்லையில் முள் வேலி பதித்து தேசங்களை உருவாக்கிக்கொண்டது நீங்கள்தான். நான் மனிதர்களை மட்டும்தான் படைத்தேன். அகதிகளை நீங்கள்தான் உருவாக்குகிறீர்கள்.

நான் ஆணையும் பெண்ணையும் மட்டும்தான் படைத்தேன். சிங்களராகவும் தமிழராகவும் இந்துவாகவும் இஸ்லாமியராகவும் யூதராகவும் கிறிஸ்தவராகவும் பிரித்துக் கொள்(ல்)வது நீங்கள்தான்.

பறத்தலை பறவைக்கு மட்டுமே விதித்திருந்தேன். கொத்து குண்டு வீசும் விமானங்களை நீங்கள்தான் கண்டுபிடித்தீர்கள். பொந்துகளையும் குழிகளையும் ஊர்வனவற்றுக்கே ஒதுக்கி இருந்தேன். பதுங்குகுழிகளை நீங்களே படைத்துக்கொண்டீர்கள்.

ஒலியை மட்டுமே உங்களுக்குக் கொடுத்தேன். வெறுப்பின் விஷம் தோய்ந்த வார்த்தைகளை உமிழ்வது நீங்கள்தான். உங்களுக்கு கைகளை மட்டுமே நான் கொடுத்திருந்தேன். அவை ஏந்திய துவக்குகள் நான் கொடுத்தவை அல்ல.

நகங்களையும் பற்களையும் மட்டுமே கொடுத்திருந்தேன். ரத்தக்கறைகள் என்னுடையவை அல்ல. வெற்றுக் கழுத்தையும் விரிந்த இடையையும்தான் தந்திருந்தேன். சயனைடும் பெல்ட் வெடிகுண்டும் நான் தந்தவை அல்ல.

நான் மழையைக்கூட ஒற்றைத் துளிகளாகத்தான் அனுப்புகிறேன். அணைகளைக் கட்டி வெள்ளத்தை வருவித்துக்கொள்வது நீங்கள்தான். நான் ஒற்றைக்கூரையின் கீழ் உங்களைப் படைத் தேன். நீங்கள் தனித் தனி வீடுகளைக் கட்டிக்கொண்டீர்கள்.

அணையா இரு விளக்குகளை எரியவிட்டேன். நீங்கள் அதன் ஒளியில் இருந்து உங்களை மூடிக்கொண்டீர்கள். நான் உங்களை வாழ அனுப்பினேன். நீங்கள் செத்து மடிகிறீர்கள்

எரிமலைகளை நான் உலகின் ஓரங்களில்தான் உறைய வைத்தேன். கண்ணிவெடிகளையும் வெடிகுண்டுகளையும் காலடியில் பதித்துக்கொண்டது நீங்கள்தான்

நீங்கள் முறையிட வேண்டிய நீதிமன்றம் இது அல்ல... குற்றவாளிக்கூண்டில் ஏற்றப்பட வேண்டியவன் நானல்ல

நான் நல்லதொரு வீணையை மட்டுமே கொடுத்தேன். நலங்கெடப் புழுதியில் எறிந்தது நீங்கள்... நீங்கள் மட்டுமே... தீதும் நன்றும் பிறர் தர வாரா என் செல்லக் குழந்தைகளே.

மேடை என்னுடையதுதான். நாடகமோ உங்களுடையது. திரைக்கதை, வசனம், நடிப்பு எல்லாம் உங்களுடையது. நானோ பார்வையாளன். திரைச்சீலை விழும் நேரம்வரை பிரமாண்ட அரங்கில் தன்னந்தனியனாக அமர்ந்து பார்க்க நிர்பந்திக்கப்பட்ட வெறும் பார்வையாளன்!

–என்று சொல்லிவிட்டு தெய்வம் படியேறித் தன் இருப்பிடத் துக்குப் போய்விடுகிறது. குழந்தைகள் அதிர்ச்சியில் உறைந்து நிற்கின்றனர். தெய்வமும் தங்களைக் கைவிட்ட வேதனையில் மனம் தளர்ந்து தங்கள் இருப்பிடத்துக்குத் திரும்புகிறார்கள். அப்போது எதிரில் இரண்டு பேர் வருகிறார்கள்.

அவர்களில் ஒருவர் ராணுவ உடையில் கம்பீரமாக இருக்கிறார். ஆனால், அவர் முகம் வேதனையில் உறைந்துபோய் இருக் கிறது.

இன்னொருவர் வெண்ணிற உடை அணிந்திருக்கிறார். அவர் முகமும் கல்லாகிக் கிடக்கிறது.

**யாழினி** : யார் நீங்கள்?

**ராணுவ உடை அணிந்தவர்** : என்னை வேலுப்பிள்ளை பிரபாகரன் என்று அழைப்பார்கள்.

குழந்தைகள் அதிர்ச்சியில் உறைகின்றன.

**வெண்ணுடை தரித்தவர்** : என்னை ஜூலியஸ் ரிச்சர்ட் ஜெயவர்த்தனே என்பார்கள்.

குழந்தைகள் பேச்சு மூச்சு இல்லாமல் திகைக்கின்றன. மெள்ள சமநிலைக்குத் திரும்பி இருவரையும் சுற்றி நின்று கேள்விகளால் துளைக்கின்றன.

ஈழ தேவியைச் சிறையெடுத்த ராவணனா நீ... விபீஷண கருணம்மானுடன் சேர்ந்து உனை வீழ்த்திய ராமனா அவன்.

மீளும் வழி தெரியாமல் சர்வதேச வியூகத்தில் மாட்டிக் கொண்ட அபிமன்யுவா நீ... ஒரு பிடி மண்கூடத் தரமாட்டேன் எனச் சினந்து கருவறுத்து வென்றும்விட்ட துரியோதனனா அவன்.

வாக்களிக்கப்பட்ட பூமிக்கு கூட்டிச் செல்ல தவறிய மீட்பரா நீ..? அல்லது வன்முறையின் இன்னிசை கேட்டுப் பின்னால் திரண்ட எலிகளை ஆற்றில் முழ்கடித்த நவீன குழலிசைக் கலைஞரா நீ?

ஆக்கிரமிப்பாளனை வீரத்துடன் எதிர்த்துப் போரிட்ட ஈழத்து புருஷோத்தமனா நீ... புதிய ஹிட்லரா அவன்..?

சுதந்திரப் போரை ஆயுதமேந்தி நடத்தித் தோற்ற ஈழத்து சுபாஷ் சந்திர போஸா நீ..?

நோயுற்ற குழந்தைக்கு கசப்பு மருந்தைத் தேனில் பொடித்துக் கொடுக்க முயன்ற தாதியா நீ; அல்லது மயக்க மருந்து கொடுக்காமலேயே அறுவை சிகிச்சை செய்த மருத்துவனா நீ?

உன் மந்தைக் கூட்டத்தை விஷப் புல்வெளிக்கு ஓட்டிச் சென்ற மேய்ப்பனா நீ... அல்லது வழி தவறிய வெள்ளாடா நீ. அல்லது மதங்கொண்ட யானையை மத்தகத்தில் அடித்து அடக்கிய பாகனா அவன்.

புல்வெளியில் வலைவிரித்து பறவைக் கூட்டத்தைப் பிடித்த வேடனா நீ அல்லது குஞ்சுகளைக் காப்பாற்ற கழுகை எதிர்த்த கோழியா?

மனித உருவில் திரியும் ஓநாயா அவன் அல்லது மென் விலங்கு தின்று பசியாற விதிக்கப்பட்ட சிம்மமா அவன்.

தன் தலையில் தானே மண் அள்ளிப்போட்டுக்கொண்ட களிறா நீ?

நீ தோற்றுப் போன தெய்வமா? அல்லது தோற்றுப் போன சாத்தானா..? அவன் வெற்றி பெற்ற சாத்தானா? அல்லது வெற்றி பெற்ற தெய்வமா..? அல்லது இரண்டு சாத்தான்களுக்கிடையில் தெய்வத்தின் குழந்தைகள் சிக்கிக் கொண்டனரோ?

ஒரு கட்டத்தில் ரத்தமும் இன்னொன்றில் கண்ணீரும் தேங்கிக் கிடக்க

உலகம் கூடி வேடிக்கை பார்க்க உயிர்களை உருட்டி நீங்கள் ஆடிய சதுரங்கமா..?

நீங்கள் இதற்கு முன்னும் இருந்தவர்கள்தானா..?

இனியும் வரப் போகிறவர்கள்தானா..?

காலமெல்லாம் தமிழனாகவும் சிங்களனாகவும் வாழ முயன்றவர்கள்

கண நேரம் கூட மனிதனாக வாழ மறந்துவிட்டீர்களே

எது நடந்ததோ அது நன்றாக நடக்கவில்லை

எது நடக்கிறதோ அதுவும் நன்றாக நடக்கவில்லை

எது நடக்கப் போகிறதோ அதுவாவது நன்றாக நடக்க என்னதான் வழி..?

கடல் சூழ் இலங்கையின் கண்ணீர் காவியம்

ஆழி சூழ் உலகுக்கு அறியத் தரும் பாடம்தான் என்ன..?

பிரபாகரன் மணியிட்டு அமர்ந்து சிங்களக் குழந்தையின் கண்ணீரைத் துடைக்கிறார். ஜெயவர்த்தனே தமிழ் குழந்தையின் தலையை வருடிக் கொடுக்கிறார்.

பிரபாகரன் : வன்முறையா... அஹிம்சையா... மாற்றத்தைக் கொண்டுவர உகந்த போராட்ட வழிமுறை எது? யாரைக் கேட்டாலும்

வெகு எளிதாகச் சொல்வார்கள், அடியாத மாடு படியாது... அடியும் உதையும் உதவுவதுபோல் அண்ணன் தம்பிகூட உதவ மாட்டார்கள் என்று.

நாங்களும் வன்முறைக் கழுகின் வக்கீலாகத்தான் ஆரம்பத்தில் இருந்தோம். காலம் எங்களை அமைதிப் புறாவின் நிரந்தரத் தூதுவராக ஆக்கிவிட்டிருக்கிறது. எதிரியை அழிப்பதை விட எதிரியின் மனத்தில் இருக்கும் தீமையை அழிப்பதே உண்மையான வெற்றி என்ற உண்மையைக் கண்டு கொண்டோம். பிரிட்டிஷாரின் ஆதிக்கத்தை வெறு... பிரிட்டிஷாரை நேசி என்று சொன்னவரின் வழிதான் அது.

**இர்ஃபன்**: கொடுமையான சர்வாதிகாரிகளுக்கு எதிராக அஹிம்சை வழியிலான போராட்டம் எந்த நன்மையையும் தந்துவிட முடியாது. ஆதிக்க சக்தி கொஞ்சமாவது ஜனநாயகத் தன்மை கொண்டிருந்தால்தானே அஹிம்சைப் போராட்டம் வெல்ல முடியும். பிரிட்டிஷாரிடம் சட்டத்துக்கு உட்பட்டுச் செயல்படும் நேர்மை இருந்தது. ஹிட்லரிடமோ ராஜபக்சே யிடமோ அது இருந்ததே இல்லையே. அவர்களை எப்படி அஹிம்சையால் வென்றிருக்க முடியும்?

**பிரபாகரன்**: பெரும்பாலான வன்முறைப் போராட்டங் களில், அஹிம்சை வழியில் போராடினால் விடிவு பிறக்காது என்பதால்தான் ஆயுதத்தைக் கையில் எடுத்ததாகச் சொல் கிறார்கள். நாங்களும் அப்படிச் சொல்லித்தான் ஆயுதத்தைக் கையில் எடுத்தோம். ஆனால், உண்மை என்னவென்றால் மிகவும் கொடூரமான அடக்குமுறைகளுக்கு எதிராகவும் அஹிம்சை வழியிலான போராட்டமே மிகப் பெரிய வெற்றியைத் தந்திருக்கிறது. அதற்கு ஒரு உதாரணம் இரான்.

1978-79 இரானியப் புரட்சியின்போது ஷாவின் படைகளால் 100 நாட்களுக்குள் சுமார் 3000-1000 பேர் படுகொலை செய்யப்பட்டார்கள். அதற்கு முன்னால் ஷாவின் படையினர் முந்தைய போராளிகளான மார்க்சிய, இஸ்லாமிய அடிப்படைவாதப் போராளிகளை பொது மக்கள் முன்னி லையில் தூக்கில் போட்டுக் கொன்று அட்டூழியம் செய்து வந்திருந்தனர். இருந்தும் மக்கள் அமைதியான முறையில் போராடியதன் மூலம் அந்த வன்முறை முடிவுக்கு வந்தது. எகிப்தில் முபாரக்கின் ஆட்சிக்கும் இதுதான் நடந்தது. 1981லிருந்து அவர் அதிகாரத்தில் இருந்தார். 2001-ல் தூக்கி எறியப்பட்டார். முபாரக்கின் ஆட்சியின்போது பொதுமக்களில் ஒவ்வொருவருக்கும் தெரிந்த

பழகிய யாராவது ஒருவர் சிறைக் கொடுமைக்கு சிக்கியிருந்தார். ஒரு கட்டத்தில் இனியும் பொறுக்க முடியாது என்ற நிலைவந்ததும் லட்சக்கணக்கில் மக்கள் தெருவுக்கு வந்து போராடி அந்த ஆட்சியை வீழ்த்தினர்.

**ஜெயவர்த்தனே:** ஃபிலிப்பைன்ஸ் போராட்டத்தின் வெற்றிகூட அப்படியானதுதான் அல்லவா? அமெரிக்க ஆதரவு பெற்ற சர்வாதிகாரி ஃபெர்டினாண்ட் மார்கோஸ்ஸின் மிகப் பெரிய ராணுவ ஆட்சியை எதிர்த்து மக்கள் போராடி வெற்றி பெற்றிருக்கிறார்கள் இல்லையா.

**பிரபாகரன்:** ஆம். அங்கு முதலில் கம்யூனிஸ, இஸ்லாமியக் கிளர்ச்சியாளர்கள் வன்முறை வழியில்தான் போராடினார்கள். அந்தப் போராட்டக்காரர்களிடம் பெரும் வலிமை இருந்த நிலையிலும் ஃபெர்டினாண்ட் அவர்களை வெகு எளிதில் ஒடுக்கிவிட்டார். அதன் பிறகுதான் உண்மையான வலிமையுடன் அதாவது மக்கள் சக்தியுடன் அஹிம்சைப் போராட்டம் ஆரம்பித்தது. தேவாலயத்தின் பின்துணையும் தொழிற்சங்கங்களின் ஆதரவும் அந்த மக்கள் இயக்கத்துக்கு இருந்தது. ஒரு கட்டத்துக்குமேல் அடக்குமுறையைத் நீடிக்க முடியாது என்ற நிலை ஏற்பட்டது. பெருமளவிலான மக்கள் பங்கெடுத்தால் அப்படியான ஒரு நிலைக்குப் போவதைத்தவிர அரசுக்கு வேறு வழியில்லை. முன்பு வன்முறைப் போராட்டங் களால் அடக்குமுறையை ஒன்றுமே செய்ய முடியவில்லை. ஒருவகையில் அந்த போராட்டக்காரர்கள் செய்த வன்முறைச் செயல்கள் ராணுவத்தினரின் அடக்குமுறைக்கு ஒருவித நியாயத்தை வழங்குவதில்தான் போய்முடிந்தன.

**ஜெயவர்த்தனே :** இலங்கையிலும் அப்படியாகவே நடந்தது.

**பிரபாகரன் :** மக்கள் சக்தியின் அஹிம்சைக்கு முன்னால் தான் ராணுவம் தோற்கும் நிலை ஏற்படும்.

**யாழினி :** பொதுவாக அஹிம்சை வழியிலான போராட்டத்தின் வெற்றிக்கு முக்கிய காரணம் என்ன என்று நினைக்கிறீர்கள்?

**பிரபாகரன் :** அதிக மக்கள் பங்கெடுப்பு.

**தில்ஷன் :** அது எப்படி அதில் சாத்தியமாகிறது?

**ஜெயவர்த்தனே:** எப்போதுமே அஹிம்சை வழியிலான போராட்டங்களில் பங்கெடுப்பவர்களின் எண்ணிக்கை வன்முறைப்

போராட்டத்தைவிட நான்கு மடங்கு அதிகம். வன்முறைப் போராட்டத்துக்கு மக்கள் வெளியில் இருந்து ஆதரவு தந்திருப்பார்கள் என்று நீங்கள் சொல்லக்கூடும். ஏதாவது போராளிகளுக்கு மக்கள் அடைக்கலம் தந்திருப்பார்கள். காவல்துறையோ ராணுவமோ வந்து கேட்கும் போது இங்கு யாரும் இல்லை என்று சொல்லியிருப்பார்கள். இப்படி நடப்பதுண்டுதான். ஆனால், பொதுவாகப் பார்த்தால், ஆயுதம் தாங்கிய போராட்டங்களில் இருந்து பொதுமக்கள் விலகி இருக்கவே விரும்புவார்கள். அஹிம்சை வழியிலான போராட்டத்திலோ அந்தப் பொதுமக்கள்தான் உண்மையாகக் களம் இறங்கிப் போராடுவார்கள். இதன் மூலம் என்ன நடக்கிறது என்றால், சமூகத்தில் ஏற்கெனவே இருக்கும் பல்வேறு அம்சங்களுக்கு இடையிலான ஒத்திசைவின் மூலமாக அந்தப் போராட்டம் அடுத்த கட்டத்துக்கு நகரும். இறுக்கமான கோரிக்கைகள் முன்வைக்கப்படாமல், பேச்சுவார்த்தை போன்றவற்றின் மூலம் இரு தரப்பும் ஒத்துக்கொள்ளும் புள்ளியை நோக்கி நகர வழி பிறக்கும்.

**தில்ஷன்** : அஹிம்சைப் போராட்டத்தில் அதிக மக்கள் பங்குபெறுவார்கள் என்பதால் ஆதிக்க சக்திக்குத் தரும் ஆதரவை பல தளங்களில் நிறுத்திக் கொள்ளவும் முடியும் அல்லவா?

**பிரபாகரன்** : நிச்சயமாக. அப்படியான ஒத்துழையாமை என்பது நல்ல பலனைத் தரும். ஆதிக்க சக்திக்கு முக்கிய தூண்களாக இருக்கும் காவல்துறை, பொருளதார சக்திகள் போன்ற பிரிவினரும் இந்த அஹிம்சைப் போராட்டத்தில் பங்கெடுப்பதன் மூலம் ஆதிக்க சக்தியை நிலைகுலைய வைக்க முடியும். வெறுமனே ஆதிக்க சக்திக்கு தார்மிக சிக்கல்களை ஏற்படுத்துவதாக மட்டுமே நின்றுவிடாமல் அதன் இயக்கத் தையே தடுமாற வைப்பதால் வெற்றி கிடைப்பது சுலபமாகி விடுகிறது.

பெரும்பாலான விடுதலைப் போராட்டங்களை ஒரு சர்வாதிகாரி தன்னுடைய காவல்/ராணுவப் படையை வைத்துத்தான் அடக்குகிறார். சமூகத்தின் பிற பிரிவுகள் அந்த அடக்குமுறைக்கு எதிராக அஹிம்சை வழியில் போராடினால், காவல்துறையின் தொடர்ச்சியான கீழ்ப்படிதலை சர்வாதிகாரி யால் பெற முடியாமல் போய்விடும். அதைவிட்டு விட்டு நீங்களும் வன்முறை வழியில் போராடினால், காவல் படைக்கு ஒரு வலுவான நியாயம் கிடைத்துவிடும். அவர்கள் வலிமை மிகுந்தவர்களாக இருப்பார்கள் என்பதால் அடக்குமுறையை

அதிகப்படுத்தவே செய்வார்கள். இப்படியான தொடர் சங்கிலியானது கடைசியில் பெரும் நாசத்தையே ஏற்படுத்தும்.

**இர்ஃபான் :** அஹிம்சைப் போராட்டத்தின் மூலம் கிடைக்கும் வெற்றி நீடித்து நிற்குமா?

**ஜெயவர்த்தனே :** அஹிம்சை வழியிலான போராட்டங் களின் வெற்றியைத் தொடர்ந்து ஜனநாயகத் தன்மை மிகுந்த அரசுகளே உருவாக முடியும். எனவே, மீண்டும் உள்நாட்டுப் போர் என்பது வருவதற்கான வாய்ப்புகள் மிகவும் குறைவு. இதற்கான முக்கிய காரணம், இந்த அஹிம்சைப் போராட்டத்தின் மூலமாக ஒரு பொறுப்புள்ள குடிமைச் சமூகமானது சாத்விக முறையில் அடிமட்டத்தில் இருந்து உருவாக்கப்படுகிறது. போராட்ட காலத்திலேயே ஜனநாயகத்தன்மைக்கு மக்கள் பயிற்றுவிக்கப்பட்டுவிடுகிறார்கள். இப்படியான துடிப்பான மக்கள் இயக்கத்துக்கு ஆதிக்க சக்திகளும் நல்ல முறையில் எதிர்வினையாற்ற வேண்டிய கட்டாயம் ஏற்படுகிறது. ஜனநாயகத்தின் அடிப்படையான அந்த ஒத்திசைவை அஹிம்சைப் போராட்டங்கள் அதிகரிக்கின்றன.

ஆனால், வன்முறைப் போராட்டங்களில் இப்படியான ஒத்திசைவு இருப்பதில்லை. அவர்கள் வாளால் வெற்றி பெற்றால் அவர்கள் அமைக்கும் ஆட்சியும் வாளால் செய்யப்படுவதாகவே இருக்கும். தங்கள் ஆயுதங்களைக் கீழே போட வைக்கும் அம்சம் எதுவும் அங்கு இருக்கவே செய்யாது. தோற்றுப்போன தரப்பும் பழிவாங்கத் துடித்துக் கொண்டிருக்கும். அவர்களும் ஆயுதங்களை மவுனிக்கமாட்டார்கள். அங்கு நிலவும் அமைதியானது எரிமலையின் மவுனத்தைப் போன்றது. நெருப்புக் குழம்பு உள்ளே கொதித்துக்கொண்டே இருக்கும். எப்போது வேண்டுமானாலும் அது மீண்டும் வெடித்துக் கிளம்பும். இலக்கைவிட வழிமுறையே முக்கியம் என்று அதனால்தான் சொல்கிறோம்.

ஒரு போராட்டமானது அஹிம்சை வழியில் ஜனநாயகத் தன்மையுடன் முன்னெடுத்துச் செல்லப்பட்டிருந்தால் அதைத் தொடர்ந்து உருவாகும் அரசாங்கத்தையும் மக்கள் அப்படி நடந்துகொள்ளவேண்டும் என்று எதிர்பார்ப்பார்கள். நீங்களும் அடக்குமுறையைக் கையாண்டால் உங்களுக்கு எதிராகவும் போராடுவோம் என்ற செய்தியைத் தந்தபடியே இருப்பார்கள்.

உதாரணமாக, போலந்தில் கம்யூனிஸ்ட்களுக்கு எதிராக நடைபெற்ற போராட்டத்தில் லே வலேசா தலைமையிலான

சாலிடாரிட்டி இயக்கம் அமைதி வழியில் போராடி வெற்றி கண்டது. அதைத்தொடர்ந்து அமைந்த வலேசாவின் ஆட்சிக்கு தாங்கள் கொடுத்த வாக்குறுதிகளை நிறைவேற்ற முடியாமல் போனது. அப்போது, கம்யூனிஸ்ட் கட்சிக்கு எதிராக எழுந்ததை விட அதிக மக்கள் போராட்டங்கள் நடைபெற்றன. அதற்கான முக்கிய காரணம் அநீதிக்கு எதிராகப் போராடும் உத்வேகமானது மக்களிடம் கொழுந்துவிட்டு எரிந்துகொண்டிருந்தது. வலேஸா மட்டும் வன்முறை வழியில் ஆட்சியைக் கைப்பற்றியிருந்தால் என்ன செய்திருப்பார், முதல்வேலையாக தன்னை எதிர்ப்பவர்கள் அனைவரையும் ஆயுதத்தாலே அடக்கியிருப்பார். நீங்கள் எப்படி வெற்றி பெறுகிறீர்கள் என்பதுதான் எப்படி ஆட்சி செய்வீர்கள் என்பதைத் தீர்மானிக்கும்.

**யாழினி:** அஹிம்சை வழியிலான போராட்டம் எப்போது வெற்றிபெறும்? எப்போது தோற்கும்?

**பிரபாகரன்:** அஹிம்சைப் போராட்டம் வெற்றி பெற வேண்டுமானால், முதலாவதாக உங்கள் போராட்டத்தின் செய்தி வலுவானதாக இருக்கவேண்டும். அதாவது, பெரும்பாலான எளிய மக்களின் முக்கியமான பிரச்னையைப் பற்றியதாக அது இருக்கவேண்டும். இரண்டாவதாகப் போராடும் வழிமுறை. நாம் முன்னெடுக்கும் போராட்ட வழிமுறையானது நமது நம்பகத்தன்மையை வெளிப்படுத்துகிறதா... நாம் தொடர்ந்து போராட முடியும் என்ற நம்பிக்கையைத் தருகிறதா... வெற்றி கிடைக்கும் என்ற நம்பிக்கையை அது ஊட்டுகிறதா என்பது முக்கியம். மூன்றாவதாக, ஒரு போராட்டம் வெற்றி பெற வேண்டுமானால், அது மிகவும் சரியான நேரத்தில் ஆரம்பிக்கப் பட்டிருக்கவேண்டும். அப்படி இல்லையென்றால் மக்கள் மத்தியில் அந்தப் போராட்டத்துக்கு போதிய ஆதரவு கிடைக்காமல் போய்விடும்.

**தில்ஷன்:** போராட்ட வழிமுறை என்று சொன்னீர்களே. அது என்ன?

**பிரபாகரன்:** நாம் தேர்ந்தெடுக்கும் வழிமுறை ஸ்டிரைக் காக இருக்கலாம், உள்ளிருப்புப் போராட்டமாக இருக்கலாம், உண்ணாவிரதப் போராட்டமாக இருக்கலாம், ஒத்துழையாமை யாக இருக்கலாம், சிறை நிரப்பும் போராட்டமாக இருக்கலாம். இவையெல்லாம் சமூகத்தின் பெரும்பாலான மக்களிடம் நமது போராட்டம் குறித்த நல்லெண்ணத்தைக் கொண்டுவருகிறதா

என்று பார்க்கவேண்டும். அப்படிச் செய்தால்தான் அது சரியான போராட்ட வழிமுறையாக இருக்கும். முதியவர், இளைஞர், ஆண், பெண், பணக்காரர், ஏழை, அனைத்து சாதி, மதம் என சமூகத்தின் அனைத்துப் பிரிவினரும் ஒரு போராட்டத்தில் பங்கெடுத்தால்தான் அது வெற்றி பெறும். ஏதாவது ஒரு சில பிரிவினர் மட்டுமே ஒரு போராட்ட வழிமுறையை ஆதரித்துக் களம் இறங்கினால் அது ஏதோ அந்தத் தனிப்பட்ட பிரிவினரின் பிரச்னையாகச் சுருங்கிப் போய்விடும்.

**யாழினி:** ஒரு போராட்டம் வெற்றி பெற இளைய சமுதாயம் துடிப்புடன் களம் இறங்கினால் போதாதா. சமூக மாற்றத்தைக் கொண்டுவருவதற்கான போராட்டங்களில் இளைஞர்கள்தானே முன்னணியில் இருக்கவேண்டும்?

**ஜெயவர்த்தனே:** இளைஞர்களைப் பொறுத்தவரையில் என்ன பிரச்னை என்றால் பொறுமையின்மை. ஆறு மாதங்களுக் குள் எதிர்பார்த்த விளைவு கிடைக்கவில்லையா. அடுத்த கட்டத்துக்குப் போராட்டத்தைக்கொண்டு செல்லவேண்டும் என்று பரபரக்க ஆரம்பித்துவிடுவார்கள். ஆனால், ஒரு அமைதிப் போராட்டம் கணிசமான வெற்றி பெற வேண்டுமென்றால் குறைந்தது மூன்று வருடங்களாவது தேவைப்படும்.

இளைஞர்களின் உற்சாகமான பங்களிப்பு மிகவும் தேவைதான். ஆனால், அது ஒருபோதும் எல்லைகடந்து போய் விடக்கூடாது. எந்தவொரு போராட்டத்துக்கும் நிதானமான, சிந்தனைபூர்வமான அணுகுமுறையே தேவை. 95% பொறுமை யான திட்டமிடல் 5% செயல்பாடு இப்படியாகத்தான் இருக்க வேண்டும். அந்தவகையில் இளைஞர்களின் பங்களிப்பு ஒரு போராட்டத்தின் வெற்றிக்கு மிகவும் அவசியம். ஆனால், அவர்கள் வசம் தலைமைப் பொறுப்பு இருக்கக்கூடாது.

**தில்ஷன்:** அஹிம்சைப் போரட்டத்தில் வலுவானது எது?

**பிரபாகரன்:** இதில் இரண்டு வகைகள் இருக்கின்றன. ஒன்று, மிதமான செயல்பாடு; இன்னொன்று தீவிரமான செயல்பாடு. ஸ்டிரைக்குகள், வெளி நடப்பு செய்தல், பணியை மிகவும் மெதுவாகச் செய்தல், புறக்கணிப்பு போன்றவை மிதமான செயல்பாடுகள். ஊர்வலங்கள், ஆக்கிரமிப்புகள், உள்ளிருப்புப் போராட்டங்கள் போன்றவை தீவிரமானவை.

இந்த இரண்டாவது வகை முதலாவதைவிட அபாயம் மிகுந்தது. இது மிகுந்த நெருக்கடியை ஏற்படுத்த வல்லது. கவனத்தை எளிதில் கவரக்கூடியது என்றாலும் மக்களை எளிதில் அடக்குமுறைக்கு ஆளாக்கிவிடக்கூடும். எனவே, அனைத்துப் பிரிவினரும் பங்குபெறவேண்டும்; அபாயமும் குறைவாக இருக்கவேண்டும். அப்படியான வழிமுறைகளையே தேர்ந்தெடுக்க வேண்டும். அமைதிப் போராட்டத்துக்குப் பொறுமையும் விட்டுக்கொடுத்தலும் மிக மிக அவசியம். குறைந்தபட்ச கோரிக்கையை முன்வைத்து போராட்டத்தைத் தொடங்க வேண்டும். அதில் பாதி கிடைத்தால்கூட போராட்டத்தைப் பின்வாங்கிக் கொண்டுவிடவேண்டும். ஏனெனில் அதிகார வர்க்கம் கேட்பது முழுவதையும் ஒருபோதும் தராது. இந்த இடத்தில் அதிகாரவர்க்கத்தின் மன மாற்றமே முக்கியம்.

உதாரணமாக ஒரு தொழிற்சாலையில் சனிக்கிழமை விடுமுறை, 20% போனஸ், தொழில் பாதுகாப்புக் கருவிகள் இவற்றைக் கேட்டுப் போராட்டம் ஆரம்பிக்கப்படுவதாக வைத்துக்கொள்வோம். தொழிற்சாலை நிர்வாகம் சனிக்கிழமை அரை நாள் விடுமுறை மட்டுமே தருவேன்; பத்து சதவிகித போனஸ்தான் தருவேன்; பாதுகாப்புக் கருவிகள் தருவேன் ஆனால், சம்பளத்தில் பிடித்துக்கொள்வேன் என்று சொல்வதாக வைத்துக்கொள்வோம். இந்த அளவுக்கு அவர்கள் ஒத்துக் கொள்ளவே ஆறேழு மாதங்கள் அல்லது ஓரிரு வருடங்கள் போரிட நேர்ந்திருக்கலாம். ஆனால், அப்படியான பாதி வழி வெற்றி கிடைத்தாலே போதும் என்று முடிவெடுக்கவேண்டும். ஒரு சில வருடங்கள் கழித்து எஞ்சிய கோரிக்கையை வைத்து மீண்டும் போராட ஆரம்பிக்கவேண்டும்.

**யாழினி :** ஆனால், பாதிக் கோரிக்கைக்கு ஒப்புக் கொண்டால் உங்களை முதலாளியின் கைக்கூலி என்று முத்திரை குத்தி ஓரங்கட்டிவிடுவார்களே.

**பிரபாகரன் :** நாங்கள் செய்த அதே தவறுதானம்மா இது. எந்த சமரசத் தீர்வுக்கும் நாங்கள் தயாராக இருக்கவில்லை. தனி நாடு ஒன்றே ஒரே தீர்வு என்று ஆரம்பம் முதலே பிடிவாதமாக இருந்தோம். அதன் விலைதான் இப்போது கொடுத்திருப்பது.

**இர்ஃபான்:** அஹிம்சைப் போராட்டம் வெற்றி பெற வேண்டுமென்றால் மக்களின் பங்களிப்பு தேவை என்று சொல்கிறீர்கள் அல்லவா? அதை எப்படி பெறுவது? எப்படி அதிகரிப்பது?

***ஜெயவர்த்தனே:*** போராட்டத்தில் பங்கெடுக்கும் அனைவருமே ஒரு லாப நஷ்டக் கணக்கு பார்ப்பதுண்டு. எவ்வளவு கஷ்டப்பட வேண்டியிருக்கும்... அதன் மூலம் என்ன கிடைக்கும். இந்தக் கணக்கை அனைவரும் போட்டுக் கொள்வதுண்டு.

இரண்டாவதாக, இந்தப் போராட்டம் வெற்றி பெறுமா என்று மனதுக்குள் யோசித்துப் பார்ப்பார்கள். இது மிகவும் பழக்கமான ஒரு மனோபாவம்தான். எந்தக் குதிரை ஜெயிக்குமோ அதன் மீது பணத்தைக் கட்டுவது போன்றதுதான். மக்கள் பொதுவாக வன்முறை வழியிலான போராட்டத்தில் இறங்க விரும்புவதே இல்லை. அதில் இழப்பு அதிகமாக இருக்கும். எனவே, நீங்கள் முன்னெடுக்கும் போராட்டம் அஹிம்சை வழியிலானது என்ற நம்பிக்கையை மக்களுக்கு அழுத்தமாகத் தரவேண்டும் அப்போதுதான் அவர்களுடைய பங்களிப்பு அதிகமாகக் கிடைக்கும்.

***யாழினி:*** *அஹிம்சைப் போராட்டத்தில் அதிகம் பேர் பங்கு பெற வேறு என்ன முக்கிய காரணம் இருக்கிறது?*

***ஜெயவர்த்தனே :*** இந்த வகைப் போராட்டங்களில் ஈடுபடுபவர்களுக்கு உடல்ரீதியாக எந்த தனிப்பட்ட வலுவும் தேவையில்லை. வன்முறைப் போராட்டத்தை எடுத்துக் கொண்டால், காவல்துறையிடம் இருந்து தப்பி வாழ்வதில் ஆரம்பித்து ஆயுதங்களைப் பயன்படுத்துதல் வரை பல்வேறு விசேஷத் தகுதிகள் தேவைப்படும். அதற்காகக் கடுமையான பயிற்சிகளில் ஈடுபட வேண்டியிருக்கும். அஹிம்சைப் போராட்டத்திலோ குழந்தைகள், பெண்கள், முதியவர்கள், உடல் குறைபாடு உடையவர்கள் என அனைத்து தரப்பினரும் எளிதில் பங்கு பெற முடியும்.

***யாழினி:*** *மக்களுடைய அடிப்படையான பிரச்னையை முன்வைத்து போராடினாலும் வன்முறைப் போராட்டங்களுக்கு ஆதரவு கிடைக்காது என்கிறீர்களா?*

***பிரபாகரன்:*** ஆமாம். அதற்கு முக்கியமான ஒரு காரணம் வன்முறைப் போராளிகளின் செயல்பாடுகள் வெளிப்படையாக இருக்க வாய்ப்பில்லை. தங்களுக்குப் பெரும் ஆதரவு இருப்பது போலவோ தங்கள் போராட்டம் வெற்றி பெறும் என்றோ மக்களுக்கு அவர்களால் நிரூபிக்க முடியாது. ஆயுதங்களின் மூலம் ஒரு செய்தியை மக்கள் மத்தியில் கொண்டு செல்ல நீங்கள் முயற்சி எடுத்தால் அந்தச்

செய்தி மக்களைச் சரியாகச் சென்று சேராமல் போகவே வாய்ப்புகள் அதிகம். ஆதிக்க சக்தியின் ஊடகங்கள் அப்படிச் செய்துவிடுவார்கள் என்பது மட்டுமல்ல... மக்களுக்கே ஆயுதங்கள் என்றால் ஒருவித அலர்ஜி உண்டு. அடிப்படையில் மனிதனும் ஒரு விலங்குதானே... மனோதத்துவ ரீதியாக ஆயுதங்கள், வன்முறை ஆகியவற்றில் இருந்து விலகி நிற்கத்தான் விரும்புவார்கள். எனவே, ஏதாவது வன்முறை அல்லது அழிவைப் பார்த்தால் மூளை நரம்புகள் இயல்பாகவே நமக்கும் அப்படியான அழிவு வந்துவிடும் என்று சொல்லி எச்சரிக்கை செய்யும். எனவே போராட்டக்காரர்கள் ஆயுதங் களைக் கையில் தூக்கிவிட்டால் அவர்களுக்கு மக்கள் ஆதரவு கட்டாயம் குறைந்துவிடும்.

**இர்ஃபான்:** *போராட்டங்களுக்குத் தலைமை எந்த அளவுக்குத் தேவை?*

**ஜெயவர்த்தனே:** யார் மீதும் நம்பிக்கை இல்லாத புதிய தலைமுறையினர் போராட்டங்களுக்குத் தலைவர் என்று யாரும் வேண்டாம் என்று நினைக்கிறார்கள். அது சரியாக இருக்காது. என்னதான் அஹிம்சை வழியில் போராடினாலும், வன்முறை யில் ஈடுபடக்கூடாது என்று தலைமைப் பொறுப்பில் இருந்து சொல்ல ஒருவரோ ஒரு குழுவோ இருந்தாகவேண்டும். இல்லையென்றால் கட்டமைப்பு சிதைந்துவிடும். இவை யெல்லாம் எங்களுக்கு வேண்டும் என்று சொல்ல ஒரு பிரதிநிதி இருந்துதானே ஆகவேண்டும். எதிர் தரப்பினர் போராட்டக்காரர் களிடம் பேச வேண்டுமென்றால் அதற்கு தலைவர் அல்லது தலைமைக் குழு என்று இருந்தாகவேண்டும். வசீகரமான ஆளுமையாக இருக்கத் தேவையில்லை. ஆனால், தலைமை என்று ஒன்று இருந்தால்தான் சரியாகத் திட்டமிட்டு ஒருங் கிணைத்து செயல்பட முடியும்.

திபெத்தை எடுத்துக்கொள்ளுங்கள். ஆங் சான் சூயியை மையமாக வைத்து அந்தப் போராட்டம் நடத்தப்பட்டது. அவர் சிறைக்குள் அடைக்கப்பட்டதும் போராட்டம் பின்னடைவைச் சந்தித்துவிட்டது. அப்படித் தனி நபரை சார்ந்து ஒரு போராட்டம் இருக்கக்கூடாது.

**தில்ஷன் :** *கென்னடி ஒருமுறை சொல்லியிருந்தார்: அஹிம்சைப் போராட்டத்துக்கு வழி இல்லாமல் போனால், வன்முறைப் போராட்டம் தவிர்க்க முடியாததாகிவிடும் என்று.*

பிரபாகரன் : இந்த வாக்கியத்தின் இரண்டு பாகமும் தவறு. முதலில் அஹிம்சைப் போராட்டத்துக்கான வழி இல்லாமல் போகவே செய்யாது.

இரண்டாவதாக வன்முறைப் போராட்டம் தவிர்க்க முடியாத ஒன்றாக ஒருபோதும் ஆகவும் முடியாது. அது எப்போதும் மக்கள் விரும்பித் தேர்ந்தெடுத்த ஒன்றாக இருக்கவே செய்யாது. எந்த யோசனையும் இன்றி தேர்ந்தெடுக்கப் படும் ஒன்றாகவே இருக்கும். ஏனென்றால், வேறு மாற்று வழிகள் இருக்கிறது என்பது அவர்களுக்குத் தெரிந்திருப்பதே இல்லை. வன்முறைதான் சிறந்த போராட்ட வழி என்ற நம்பிக்கையானது திட்டமிட்டு அரசியல் ஆதாயங்களைக் கருத்தில் கொண்டு பரப்பப்பட்டிருக்கும் ஆதாரமற்ற யூகம்தான். இதை என்னால் உறுதியாகச் சொல்ல முடியும். அஹிம்சைப் போராட்டமும் வன்முறைப் போராட்டமும் ஒன்றுக்கொன்று பதிலீடு செய்யப்பட முடிந்தவை என்றும் அஹிம்சை தோற்றுப் போனால் வன்முறை என்பது மிகவும் தவறான அனுமானமே. மக்கள் பெரும்பாலும் தவறான தேர்வையே செய்கிறார்கள், சரியானது இருக்கும்நிலையிலும்.

வன்முறையில் ஈடுபடுபவர்கள், அஹிம்சைப் போராட்டம் நல்ல பலனைத் தரமுடியும் என்பதை நம்ப விரும்புவதில்லை. ஏன் அப்படி நினைக்கிறார்கள் என்பது புரியவே இல்லை. இந்த உலகில் இதுவரை நடந்த போராட்டங் களில் 95%க்கும் மேற்பட்டவற்றில் அஹிம்சை வழியே வெற்றியைத் தேடித் தந்திருக்கிறது. இதுபோல் எவ்வளவு அழுத்தமான ஆதாரபூர்வமான வாதங்களை முன்வைத்தாலும் அவர்களை வன்முறையைக் கைவிடும்படிச் செய்வது மிகவும் கடினமாகவே இருக்கிறது. வன்முறை வெற்றியைத் தரும் என்று அவர்கள் நம்புவதால்தான் அப்படிச் செயல்படுகிறார்கள் என்று அர்த்தமில்லை. வன்முறை மீது ஏதோ ஒருவித இனம்புரியாத ஈடுபாடு இருக்கிறது.

தில்ஷன் : அது என்ன?

பிரபாகரன் :லட்சியப் பிடிப்பா, உளவியல் சார்ந்த ஈடுபாடா எதுவென்று எனக்குச் சரியாகத் தெரியவில்லை. ஆனால், வன்முறை மீது அவர்களுக்கு மிகப் பெரிய ஈடுபாடு இருக்கிறது. அதனால் அஹிம்சையை அவர்கள் ஏற்றுக்கொள்ளத் தயங்குகிறார்கள்.

அதோடு போராளிகள் அதை ஒரு ஈகோ பிரச்னையாக எடுத்துக்கொள்கிறார்கள். ஆதிக்க சக்திகள் தவறு செய்கின்றன; அவர்களிடம் எதற்காக அன்பாகப் பேசவேண்டும். அடித்துக் கேட்போம். தராவிட்டால் மேலும் அடிப்போம். இறகு போடு என்று சொன்னால் எந்த மயிலும் இறகு போட்டுவிடாது. பிடித்துவைத்து பிடுங்கத்தான் வேண்டும் என்று சொல்கிறார்கள். உண்மையில் அது தவறு. போராளிகள் சொரணையோடு நடந்து கொள்ள விரும்பினால் ஆதிக்க சக்தியும் அப்படி நடந்து கொள்ளவே விரும்பும். அது பிரச்னையைப் பெரிதாக்கவே செய்யும். நாம் ஒரு கண்ணாடி முன் நின்று சிரித்தால் அந்த பிம்பமும் சிரிக்கும். கோபப்பட்டால் அந்த பிம்பமும் கோபப்படும். அதைப் போன்றதுதான் இதுவும்.

அதோடு இந்த உலகில் மிகப் பெரிய உரிமைப்போர் ஆணுக்கும் பெண்ணுக்கும் இடையில் நடந்ததுதான். பெண்கள் ஆயுதத்தைத் தூக்காததால்தான் அவர்களுடைய ஏராளமான உரிமைகள் வென்றெடுக்கப்பட்டிருக்கின்றன. உலகின் அனைத்துப் போர்களுக்குப் பின்னாலும் இந்த ஆண்- பெண் அம்சமே இருக்கிறது. சிறுபான்மை பெண்தன்மை சார்ந்தது. பெரும்பான்மை ஆண்தன்மை மிகுந்தது. ஏழைகள் பெண்தன்மை மிகுந்தவர்கள். பணக்காரர்கள் ஆண் தன்மை மிகுந்தவர்கள். இரு தரப்புக்கு இடையில் சுமுகமான போர்தான் இருக்கவேண்டும். ஆயுதத்துக்கு அங்கு இடமே கிடையாது. சரி... பேசியது போதும். வாருங்கள் போவோம்.

**யாழினி** : எங்கு?

**ஜெயவர்த்தனே** : எங்கு போயிருக்கவேண்டுமோ அங்கு...

**யாழினி** : என்ன சொல்கிறீர்கள். நாங்கள் தேடும் குற்றவாளியை உங்களுக்குத் தெரியுமா?

**இர்ஃபான்** : எங்கே இருக்கிறார்?

**ஜெயவர்த்தனே** : யார் குற்றவாளி என்பது எங்களுக்கும் தெரியாது. ஆனால், யார் குற்றம் செய்யவில்லை என்பது தெரியும். யாரைப் பின்பற்றியிருந்தால் இந்தப் பிரச்னை எளிதில் தீர்ந்திருக்கும் என்பது தெரியும்.

**தில்ஷன்** : என்ன, அவரால் இந்தப் பிரச்னையை எளிதில் தீர்த்திருக்க முடியுமா?

பிரபாகரன்: ஆமாம்.

யாழினி : யார் அது?

ஜெயவர்த்தனே : அடக்குமுறையின் தீயை அஹிம்சையின் நீரால் அணைக்கச் சொன்னவர்.

பிரபாகரன் : அதிகாரத்தின் அந்தகாரத்தை அன்பின் சிறு அகல் விளக்கால் விரட்டச் சொன்னவர்.

குழந்தைகள் (கோரஸாக) : யார் அது?

பிரபாகரன் : வெறும் வார்த்தையாக மட்டுமா சொன்னார். வாழ்ந்தும் காட்டினார். அவரும் ஒரு போரைத்தான் முன்னெடுத்தார். கத்தியின்றி ரத்தமின்றி அவரும் ஒரு போரைத்தான் முன்னெடுத்தார். ஆணவத்தின் சாம்ராஜ்ஜியங்களை அன்பின் சாமான்யர்களைக் கொண்டு வெல்லும் ஒரு போரை அவர் முன்னெடுத்தார். அவர் பிறந்த தேசத்தைவிட அவர் விட்டுச் சென்ற தேசம் உயர்ந்தது.

ஜெயவர்த்தனே : அவரும் ஒரு மன்னன்தான். அகம்பாவத்தின் கிரீடம் தரிக்காத தலையை உடையவர். ஆணவத்தின் கவசங்கள் மூடாத மார்பை உடையவர். எளிமையின் உடைவாளை இடை யில் தரித்திருந்தார். சமரசத்தின் சிம்மாசனத்தில் அமர்ந்திருந்தார். சத்தியத்தின் கைத்தடியை ஊன்றி நடந்தார். அவர் அமர்ந்த நாற்காலிகளெல்லாம் சிம்மாசனமாகின. அவர் நடந்த பாதை களெல்லாம் ராஜ பாட்டை ஆகின. இந்தியாவும் உலகுக்கு ஒரு பாடத்தைக் கற்பித்திருக்கிறது. இலங்கையும் ஒரு பாடத்தைக் கற்பித்திருக்கிறது. அவர் எப்படிப் போரிட வேண்டும் என்று காட்டினார். நாங்கள் எப்படிப் போரிடக்கூடாது என்று காட்டியிருக்கிறோம்.

பிரபாகரன் : ஆயுதத்தை கையில் ஏந்தும் தமிழன் வள்ளுவரையன்றோ கொல்கிறான்.

ஜெயவர்த்தனே: வன்முறைப் பாதையில் போகும் பவுத்தன் புத்தரையன்றோ மிதித்துச் செல்கிறான். தந்திரங்களில் ஈடுபடும் கிறிஸ்தவன் ஏசுவையன்றோ ஏமாற்றுகிறான்.

பிரபாகரன் : நாங்கள் அகிம்சை வழியை வன்முறைப் பாதைக்கான முன்னோட்டமாக வைத்திருந்தோம். அவரோ ஜாலியன் வாலாபாக் படுகொலைக்குப் பிறகுதான் அன்பைத் தன் வழியாகத்

தேர்ந்தெடுத்தார். கோயிலைவிட கோயிலுக்கான பாதை பரிசுத்தமாக இருக்கவேண்டும் என்றார். நாங்கள் அவரைப் புறக்கணித்தோம். குப்பை மேடுகளையும் சாக்கடை களையும் கடந்து கோவிலை அடையமுடியாது என்றார் அவர். பிணத்தைக் கரையாகக்கொண்டு ஓடும் ரத்த நதி ஒன்றைப் பெருக்கெடுக்க வைத்ததன் மூலம் நாங்கள் அவரை மறுதலித்தோம். மூன்று முறை அல்ல... முன்னூறு முறைகள்... மூவாயிரம் முறைகள்... அவரை மறுதலித்ததன் மூலம் நாங்கள் எங்களையே மறுதலித்தோம். போதும்... இனியும் இது தொடர வேண்டாம். வாருங்கள் போவோம்.

குழந்தைகள் அவர்களுடைய கையைப் பற்றிக்கொண்டு போகிறார்கள். பிரபாகரனும் ஜெயவர்த்தனேயும் தூரத்தில் தெரியும் குடில் ஒன்றை நோக்கிக் குழந்தைகளை அழைத்துச் செல்கிறார்கள். அதை நெருங்க நெருங்க 'ரகுபதி ராகவ ராஜா ராம்' என்ற பாடல் கொஞ்சம் கொஞ்சமாக உரக்கக் கேட்கிறது.

***